புழுதியில் வீணை

பாரதியின் புதுவை நாட்களைப் பின்புலமாகக் கொண்டு,
அவருடைய கருத்துலகைச் சித்தரிக்க முயலும் ஒரு முழுநீள நாடகம்

ஆதவன்

தியாகு நூலகம்
கோயம்புத்தூர்

புழுதியில் வீணை (சமூக நாடகம்)
ஆதவன் (K.S. சுந்தரம்)

முதல் பதிப்பு: ஆகஸ்ட் 2022 (தியாகு நூலகம்)
முதல் பதிப்பு: செப்டம்பர் 1988 (தாகம்)
பக்கங்கள்: 264

வெளியீடு:
தியாகு நூலகம்
32, கேப்டன் பழனிசாமி லேஅவுட்,
தடாகம் சாலை, ஆர்.எஸ்.புரம்,
கோயம்புத்தூர்-641 002.
தொலைபேசி: 0422-2456895.
கைபேசி: 94433 95895

அட்டை, நூல் வடிவமைப்பு: பா.ஜீவமணி
அச்சாக்கம்: ரமணி பிரிண்ட் சொல்யூசன், சென்னை 89.

விலை ரூ.330

ISBN: 978-81-957973-0-1

பதிப்புரை

தமிழ் நவீனத்துவத்தின் முன்னோடிகளில் பாரதி முக்கியமானவர். நவீனத்தமிழ் பல்வேறு துறைகளில் பல்வேறு வடிவங்கள் எடுத்து ஏறக்குறைய அதன் முன்னோடிகளைக் கடந்து வந்துவிட்டதாகவே தோன்றுகிறது.

என்றுமுள்ள தமிழ் என்றவகையில் பாரதி இன்றைக்கும் பொருத்தமான ஒரு கவிஞராக நிலைத்து இருக்கிறார். அவர் ஏற்படுத்திய புதுமைகள் இன்றும் மங்காமல் இருக்கின்றன.

புதுமையிலும் புதுமை, பல்வேறு தெய்வங்களின் அருளென அவர் கூறும் விசயங்களும், அவர் அத்தெய்வங்களின் முன்வைக்கும் கோரிக்கைகளும்;

முத்துமாரியிடம் அவர் கூறுவது...

கலகத்தரக்கர் பலர் – எங்கள் முத்து
மாரியம்மா, எங்கள் முத்துமாரி!
கருத்தினுள்ளே புகுந்துவிட்டார்-எங்கள் முத்து
மாரியம்மா, எங்கள் முத்துமாரி!
...
பிணிகளுக்கு மாற்றுண்டு-எங்கள் முத்து
மாரியம்மா, எங்கள் முத்துமாரி!
பேதைமைக்கு மாற்றில்லை-எங்கள் முத்து
மாரியம்மா, எங்கள் முத்துமாரி!

பேதைமைக்கு உய்த்துணராமை என்று பொருள். பேதைமை என்பது ஒன்றைச் செய்வதினால் ஏற்படும் துன்பங்களை எண்ணிப்பாராமல் அதைச் செய்ய முற்படுதல். கலகத்தரக்கர் புகுத்திய பல கருத்துக்களை பேதைமையோடு ஏற்பது பயக்கும் தீமைகளைக் கூறும் பாரதியாரின் இந்தப் பாடல் இன்று மிகவும் பொருத்தமுடையதாக இருப்பதைப் பார்க்கலாம்.

விநாயகரை நோக்கி அவர் கேட்பது:

பேசாப் பொருளைப் பேசநான் துணிந்தேன்;
கேட்கா வரத்தைக் கேட்கநான் துணிந்தேன்,
மண்மீ துள்ள மக்கள், பறவைகள்,
விலங்குகள், பூச்சிகள், புற்பூண்டு, மரங்கள்
யாவுமென் வினையால் இடும்பை தீர்ந்தே
இன்பமுற் றன்புடன் இணங்கிவாழ்ந் திடவே
செய்தல் வேண்டும் தேவ தேவா!

ஞானா காசத்து நடுவே நின்றுநான்
'பூமண்ட லத்தில் அன்பும் பொறையும்
விளங்குக; துன்பமும், மிடிமையும் நோவும்,
சாவும் நீங்கிச் சார்ந்தபல் லுயிரெலாம்
இன்புற்று வாழ்க' என்பேன்! இதனை நீ
திருச்செவி கொண்டு திருவுளம் இரங்கி
'அங்ஙனே யாகுக' என்பாய் ஐயனே!
இந்நாற் இப்பொழு தெனக்கிவ் வரத்தினை
அருள்வாய்; ஆதிமூலமே அநந்த
சக்தி குமாரனே! சந்திர மவுலீ
நித்தியப் பொருளே! சரணம்
சரணம் சரணம் சரணமிங் குனக்கே

இங்கு கொட்டுவது வார்த்தைகள் அல்ல; பாரதியின் இயல்பான உணர்ச்சிப் பெருக்கு. இதைக் கேட்ட விநாயகர் எப்படி கேட்ட வரத்தைத்தராமல் இருக்க முடியும்?

பாரதியைப் பற்றி பல ஆய்வுகள் புதிய புதிய கருத்துக்கள் வந்தவண்ணம் உள்ளன.

1984இல் பாரதி பற்றி எழுந்த ஒரு விவாதத்தை முன்வைத்து எழுதப்பட்ட ஆதவனின் புழுதியில் வீணை பாரதியைப் பற்றிய பல புதிய கோணங்களை, செய்திகளைத் தருவதாகும். 1988இல் வெளிவந்த இந்நூலில் ஆதவனின் நீண்ட முன்னுரையையும் புழுதியில் வீணை என்ற நாடகமும் அதன்பின் நாடக நிகழ்வுகள் பற்றிய காலக் குறிப்புகளும் உள்ளது. இந்நூல் மறுபதிப்புக் காணாமல் போனது தமிழின் துரதிர்ஷ்டம்.

தியாகு நூலகம் மூலமாக நூலின் மறுபதிப்பு ஒன்று வருவது நிறைவு தருகிறது. புத்தகத்தைக் கொடுத்து வெளியிடுமாறு வற்புறுத்திய நண்பர் சுரேஷ் வெங்கடாத்திரிக்கும், பதிப்பிக்க அனுமதி வழங்கிய திருமதி ஹேமா சுந்தரம் அவர்களுக்கும், அனுமதி பெற உதவிய பத்திரிகையாளர் திரு. ஆர். வெங்கடேஷ் அவர்களுக்கும் எமது நன்றிகள்.

தியாகு நூலகம்
கோயம்புத்தூர்

திருமதி. ஹேமா சுந்தரம்
அவர்களுக்கு அன்பும் நன்றியும்

உள்ளடக்கம்

- பதிப்புரை 3
  தியாகு நூலகம்
- நாடக ஆசிரியர் ஆதவனை மீட்டெடுப்போம்! 9
  ஆர். வெங்கடேஷ்
- அணிந்துரை 13
  இந்திரா பார்த்தசாரதி
- இந்த நாடகம் (முதல் பதிப்பின் பதிப்புரை) 15
  அகிலன் கண்ணன்
- ஒரு முன்னுரை 17
  கே.எஸ்.சுந்தரம் (ஆதவன்)
- காட்சி 1 91
  புதுவை கடற்கரை, 1909ஆம் வருடம்.
- காட்சி 2 109
  சுவாமிநாத தீட்சிதர் வீடு, ஐந்து மாதங்களுக்குப் பிறகு.
- காட்சி 3 128
  ஒரு வருடத்திற்குப் பின், மண்டயம் ஸ்ரீநிவாஸாச்சாரியார் வீடு.
- காட்சி 4 155
  'தர்மாலையா' புரட்சி அணியின் ரகசிய அலுவலகம்
- காட்சி 5 182
  பாரதியின் வீடு, 1911 பிற்பகுதி.

- காட்சி 6 .... *209*
  1915 அரவிந்தாசிரமம், கடற்கரை, பாரதியின் வீடு.

- காட்சி 7 .... *229*
  1917, பாரதியின் வீடு.

- *புழுதியில் வீணை: குறிப்புகள்* *251*

நாடக ஆசிரியர் ஆதவனை மீட்டெடுப்போம்!

எழுத்தாளர் ஆதவனை சிறுகதை ஆசிரியராக, நாவல் ஆசிரியராகத்தான் தமிழ் எழுத்துலகம் அறிந்திருக்கும். அவரது *காகித மலர்கள்*, *என் பெயர் ராமசேஷன்* ஆகியவை தமிழ் நாவல் இலக்கியத்தின் மைல்கற்கள் என்பதில் எனக்குச் சிறிதும் மாற்றுக்கருத்து இல்லை.

சிந்தனைவயப்பட்ட எழுத்து, முற்றிலும் புதிய கோணத்தில் சமூகத்தைப் பார்க்கும்விதம், சம்பவங்களால் அல்லாமல், யோசனைகளின் வாயிலாகவே கதையை நகர்த்திச் செல்லும் லாவகம் போன்றவை இவரது படைப்புக் கலையின் முத்திரைகள்.

இப்படிப்பட்டவர் இன்னும் இரண்டு துறைகளில் தமக்கான முத்திரையைப் பதித்துள்ளார். இளையோர் இலக்கியத்திலும் நாடக இலக்கியத்திலும் இவரது பங்கு முக்கியமானது. பதின்பருவத்தினருக்கான இலக்கியம் தமிழில் அதிகம் இல்லை. அந்தத் துறையில் ஆதவன் அவர்களின் இளையோர் கதைகள் முன்னோடிகளாகத் திகழ்கின்றன.

ஆதவனுடைய நாடகம் எப்படி இருக்கும் என்பதற்கான ஒரே அத்தாட்சி, இதோ நீங்கள் வாசித்துக்கொண்டிருக்கும் *'புழுதியில் வீணை'* என்ற நாடகம்.

நாவல், சிறுகதைகள் எழுதியவருக்கு, நாடகம் எழுதவருமா? பல எழுத்தாளர்களுக்கு இந்தப் பாக்கியம் கிடையாது. மேடையைப் பற்றிய பிரக்ஞையோ, சம்பவங்களையும் காட்சிகளையும் நடத்திக்கொண்டு போகும்விதமோ பலருக்கும் கிடையாது. காட்சி ரூபமாக ஒன்றைக் கற்பனை செய்து, அதற்கு எழுத்து வடிவம் தருவது அவ்வளவு சுலபமான வேலையல்ல.

ஆதவன், நாடகக் கலையிலும் தேர்ச்சி பெற்றவர் என்பதை நிரூபிப்பதற்கு இந்த ஒரு நாடகம் போதும்.

பாரதியார்மீது மிகுந்த அக்கறையும் ஈடுபாடும் கொண்டு வாழ்ந்திருக்கிறார் ஆதவன் என்பதை, இந்நாடகத்துக்கு இவர் எழுதியுள்ள முன்னுரையே சான்றாக விளங்குகிறது.

நாடகத்தின் இலக்கணத்தை ஆதவன் நன்கு உணர்ந்து கொண்டிருக்கிறார். நவீன நாடகங்களை புது தில்லியில் வாழ்ந்தபோது பார்த்திருக்கவேண்டும். அதன் சாத்தியங்களை மனத்தில் வாங்கிக்கொண்டிருக்கவேண்டும். அதன் வெளிப்பாடுதான், இந்த நாடகம் முழுக்கக் காணக்கிடைக்கும் காட்சி அமைப்பு.

மேடையையே பல்வேறு பகுதிகளாகப் பிரித்துக்கொண்டு, ஒவ்வொரு காட்சியிலும் எதிர்ப்படும் முற்றிலும் வேறான அம்சங்களையோ, முரண்பாடுகளையோ, மேடையில் கொண்டுவர முயற்சி செய்திருக்கிறார். இது வழக்கமான, அடுத்தடுத்த சம்பவங்களை வரிசைப்படுத்தும் பாணி அல்ல. மேடையின் சாத்தியத்தைப் புரிந்துகொண்டு எழுதப்படும் பாணி.

இசைமீது தீராத காதல் இருந்துள்ளது ஆதவனுக்கு. இந்த நாடகத்தை மேடையேற்றும்போது, எத்தகைய இசைப் பின்னணியோடு வழங்கப்பட வேண்டும் என்பதற்கான குறிப்புகள் இந்நாடகம் முழுதும் விரவி இருக்கின்றன.

எல்லாவற்றுக்கும்மேல் வசனங்கள் அற்புதமானவை. கூர்மையானவை. பொருத்தமானவை. இதைத்தான், இந்த இடத்தில்தான் பேசமுடியும் என்பதைத் தீர்மானித்து எழுதப்பட்டவை.

இந்த நாடகத்தின் மதிப்பை பன்மடங்கு ஆக்குவது, இதன் பின்னேயுள்ள இரண்டு அம்சங்கள்.

ஒன்று, நாடகத்தின் களத்தை மிக விரிவாக எடுத்துக்கொள்ளாமல், வரையறைக்குட்பட்ட ஒரு காலகட்டத்தை எடுத்துக்கொள்வது. இது பாரதியாருடைய புதுச்சேரி காலகட்டத்து சம்பவங்களின் தொகுப்பு. இதில், பாரதியார் எத்தகைய மனநிலையோடு இருந்தார், எப்படி அவரது சிந்தனைகள் மேன்மேலும் வளம் பெற்றன என்பதை அடிநாதமாக எடுத்துக்கொண்டிருக்கிறார் ஆதவன்.

இதற்கு அவர் செய்திருக்கும் அபாரமான ஆய்வு, இதன் இரண்டாம் அம்சம்.

புதுச்சேரியில் பாரதியார் யார்யாரோடெல்லாம் பேசியிருப்பார், என்ன பேசியிருப்பார், என்ன கருத்தோட்டங்கள் அப்போது நிலவின, அதற்கான

எதிர்வினைகள் என்னவாக இருந்தன என்பன போன்ற பல்வேறு கேள்விகளை எழுப்பிக்கொண்டு, அதற்கான விடைகளைத் தேடி அலைந்திருக்கிறார்.

அந்த விடைகளையே இந்த நாடகம் முழுவதும் நீங்கள் படிக்கப் போகிறீர்கள்.

பாரதியாருக்கு அன்பு ஒன்றே அடிப்படை. அவர் இந்திய விடுதலை வேள்வியில், மிதவாதத்தின் பக்கம் நிற்கவில்லை, தீவிரவாதத்தின் பக்கமே நின்றார் என்ற கருத்து, இன்றைய புரிதலில் பெரிய குழப்பங்களை ஏற்படுத்தும். தீவிரவாதமோ, மிதவாதமோ, அதற்கு அடிப்படை இந்தியத் தாயின் அடிமை விலங்கை உடைத்தெறிவதுதான்.

அந்த நோக்கத்தில் மாற்றமில்லை. ஆனால், அன்பு வழியாகவே இவற்றையெல்லாம் சாத்தியப்படுத்த முடியும் என்பதே அவரது நோக்கு என்பதையே ஆதவன் இந்த நாடகத்தின் வாயிலாக வெளிக்கொண்டு வருகிறார்.

பாரதியாரைப் பற்றி நமக்கு இதுவரை உருவாக்கப்பட்டுள்ள சித்திரங்கள் அனைத்தையுமே ஆதவன் வழங்கும் சித்திரம் மாற்றியமைக்கிறது. ஒவ்வொருவரும் தத்தமது விருப்பம், நோக்கம் ஆகியவற்றுக்கு ஏற்ப, பாரதியாரைப் புனைந்துள்ளனர். ஆதவன் புனைந்துள்ள சித்திரம் இன்னும் நேர்மையானது, துலக்கமானது, யதார்த்தமானது மற்றும் நம்பகமானது.

இந்த இடத்துக்கு ஆதவன் வந்துசேர்ந்ததற்கு முக்கியக் காரணம், பாரதியாரை நுணுகி வாசித்ததுதான். அந்த வாசிப்பின் விகசிப்பை நீங்கள் இந்த நாடகம் முழுக்கவே பார்க்க முடியும்.

வரிக்கு வரி, பாரதியின் பாடல் வரிகள் இடம்பெற்றுள்ளன. எதை, எந்த இடத்தில் பயன்படுத்தவேண்டுமோ, அதை அந்த இடத்தில் பயன்படுத்தியுள்ளார் ஆதவன். எவ்வளவு ஆழமான வாசிப்பு? எழுத்தெண்ணி வாசிப்பது என்பது இதுதானோ?

அதனால்தான், இந்த நாடகத்துக்கு மிக விரிவான முன்னுரை எழுதியுள்ளார். அது ஓர் ஆய்வுக் கட்டுரைபோன்று அமைந்துள்ளது தற்செயல் அல்ல. அவரது ஆழ்ந்த வாசிப்பில், பாரதியாரைத் தாம் புரிந்துகொண்டவிதம்பற்றியும், அவர்மீது வைக்கப்படும் விமர்சனங்களுக்குப் பதில் சொல்லும் முகமாகவும், இந்த முன்னுரை அமைந்துள்ளது. வழக்கம்போல், பாரதி ஆய்வாளர்கள்

இவரது அசலான சிந்தனைகள் நிரம்பிய இந்த முன்னுரையை இதுநாள் வரை கண்டுகொள்ளாமலேயே இருந்துள்ளனர் என்ற உண்மையைச் சொல்லவேண்டியுள்ளது.

ஆதவன் எழுத்தின் சிறப்பே உள்மன உரையாடல்தான். வித்தியாசமான கோணம்தான். பாரதியார் நாடகத்திலும், இந்த அம்சங்கள் தலைதூக்கி நிற்கின்றன. ஆதவன் முத்திரை இல்லாமல் எப்படி ஒரு நாடகம் இருக்க முடியும்? கதைப் போக்கில் இந்த அம்சங்கள் வாசிப்பவரை நிச்சயம் கவர்ந்து இழுக்கும்.

இவ்வளவு திறமையான நாடக ஆசிரியர், தொடர்ந்து வேறு நாடகம் ஏதும் எழுதவில்லை என்பது மிகுந்த வருத்தத்தைத் தருகிறது. இந்த நாடகமும், அவரது மறைவுக்குப் பின்னரே, தாகம் பதிப்பகத்தாரால் வெளியிடப்பட்டது. 1988இல் வெளியான இந்த நாடகம், 34 ஆண்டுகள் கழித்து இப்போதுதான் மறுபதிப்புக் காண்கிறது. அதுவும் ஆதவன்மீது அபிமானம் கொண்ட தியாகு நூலகத்தினருடைய முயற்சியில் இது மீண்டும் வெளிவருகிறது.

இந்த நாடகத்தை வாசிக்கும்போது, ஆதவன் என்ற ஆளுமையின் பல்வேறு முகங்கள் வெளிப்படுகின்றன. கவனிப்பாரில்லாமல் போன இந்த வீணையை, மீண்டும் இசைக்க வைக்கும் முயற்சியாகவே இந்த மறுபதிப்பு அமைகிறது.

ஆதவனை நாடக ஆசிரியராக மறுகண்டுபிடிப்பு செய்வதற்கான நேரம் இது. தமிழ் எழுத்துலகம், அவருக்குரிய அங்கீகாரத்தை வழங்க வேண்டும்.

நேசமுடன்
ஆர். வெங்கடேஷ்
rvrv30@gmail.com
98410 53881

அணிந்துரை

இந்திரா பார்த்தசாரதி
(தலைவர், சங்கரதாஸ் சுவாமிகள் நாடகத் துறை,
பாண்டிச்சேரிப் பல்கலைக் கழகம், பாண்டிச்சேரி.)

1984ல் ஆதவன் எழுதிய இந்நாடகத்தை நான் படித்தேன்; வார்ஸாவிலிருந்து அவருக்கு எழுதினேன்: 'பாரதியைப் பற்றி நாடகம் எழுத வேண்டுமென்று உங்களுக்கு எப்படித் தோன்றிற்று?'

அவர் பதில் எழுதினார்: 'முப்பத்தொன்பது வயசுக்குள் அவரால் எப்படி இவ்வளவு சாதிக்க முடிந்தது என்ற ஆச்சர்யந்தான்.'

பாரதியை விட ஆறு ஆண்டுகள் அதிகம் வாழ்ந்துவிட்ட ஆதவனின் இந்நாடகம் எனக்கு ஆச்சர்யத்தைத் தருகின்றது.

அண்மையில் வாழ்ந்த ஒரு கவிஞரைப் பற்றி நாடகம் எழுதுவதென்பது அவ்வளவு சுலபமான காரியமல்ல. அது கடுமையான விமர்சனத்துக்குள்ளாகலாம். அவ்வாறு ஏற்படக் கூடுமென்ற ஒரு தெளிவான பிரக்ஞையுடன் எழுதுவதற்கு அசாத்திய துணிச்சல் வேண்டும். ஆதவனுக்கு இந்தத் துணிச்சல் இருந்திருக்கிறது. இதற்காக அவரைப் பாராட்டத்தான் வேண்டும்.

பாரதியைப்பற்றி விமர்சனப்பூர்வமான, ஒரு விஞ்ஞான அணுகுமுறையோடு, இதுவரை வரலாற்று நூல் எதுவும் எழுதப்படவேயில்லை என்றுதான் சொல்ல வேண்டும். பாரதி, பல வண்ணங்கள் நிறைந்த மாமனிதர். எழுத்தை ஆளும் எவரும் அவர் வடிவினை முடியக் காணவில்லை. 'வடிவினை முடிய' எனும்போது, பாரதியாரின் குறைகளையும் நிறைகளையும் சேர்த்துத்தான் சொல்லுகிறேன். அவரைப் பற்றி எழுதியிருக்கின்றவர்கள் அவரவர்களுக்குப் 'பிடித்த' பாரதியைப் பற்றித்தான் எழுதியிருக்கிறார்கள்.

இந்நிலையில், இத்தகவல்களையும், வரலாற்றுச் செய்திகளையும் அடிப்படையாக வைத்துக் கொண்டு, நாடகம் என்ற ஒரு படைப்பிலக்கியம் ஆக்குவதென்பது சிரமந்தான். ஆதவன் இவ்வாதாரங்களோடு மட்டுமல்லாமல் பாரதியின் இலக்கியச் சிருஷ்டிகள் மூலமாகவும் அவரை நாடகவழி காண முயன்றிருக்கிறார். ஓர் உளவியல் கண்ணோட்டம் 'பளிச்'சென்று தெரிகிறது. பாரதியைக் காண மற்றைய கதாபாத்திரங்கள் பயன்பட்டிருக்கின்றார்களேயன்றி, அவர்களைப் பற்றி, நாடகப் பரிணாமம் பற்றி ஆதவனுக்கு அக்கறையில்லை என்பதும் புலப்படுறது.

ஓர் ஆராய்ச்சி மாணவரின் சிரத்தையோடு பாரதியைப் பற்றி ஆதவன் தகவல்கள் சேசரித்து, இம்முயற்சிக்கு ஓர் இலக்கிய வடிவம் தந்திருக்கின்றார். பாரதியின் வாக்கு எந்தெந்த இடத்தில் பொருத்தமோ, அங்கு ஆச்சர்யப்படத்தக்க வகையில் வந்து விழுகின்றது. இது இந்நாடகத்தின் மிகச் சிறப்பான அம்சம் என்று கூற வேண்டும்.

ஆதவன் அடக்கமான, ஆரவாரம் ஏதுமில்லாத இலக்கியப் படைப்பாளி. தம்மை ஆவேசமாக அறிவித்துக்கொள்ள அவருக்குத் தெரியாது. மிகுந்த கூச்ச சுபாவமுடையவர்; பாரதியும் இயல்பில் இவ்வாறுதானிருந்தார் என்று அறிகிறோம். மனிதன் என்ற முறையில் இவ்வாறிருந்த பாரதி, கவிஞன் எனும்போது இன்னொரு அவதாரம் எடுக்கின்றார். பிற்காலத்தில், பாரதி என்ற மனிதன் யார், கவிஞன் யார் என்று தெரியாத வகையில், இரண்டும் இணைந்து, பாரதிக்கே ஓர் அடையாளச் சிக்கல் ஏற்பட்டிருக்க வேண்டும். இவ்வாறு அவர் வெளிப்படும்போது, பாரதி ஒரு பித்தனாகவே நமக்குக் காட்சியளிக்கின்றார். ஆதவன் இதை நன்குணர்ந்திருக்கின்றார் என்பது இந்நாடகம் மூலம் தெரிகிறது. இதற்கு ஆதவனின் இயல்பான கூச்ச சுபாவமே அவருக்குத் துணை புரிந்திருக்கின்றது.

இந்நாடகத்தை மேடையேற்ற பாரதியைப் பற்றிய ஒரு தெளிவான அறிவும், நவீன நாடகங்களைப் பற்றிய பிரக்ஞையும், பயிற்சியும், இலக்கியச் சொல்லை நாடகச் சொல்லாக்கும் திறமையும் தேவை. ஆகவே, எந்த நவீன நாடக இயக்குனருக்கும் இந்நாடகம் ஒரு சவால் என்பதில் சந்தேகமில்லை.

18.8.1988 **இந்திரா பார்த்தசாரதி**

இந்த நாடகம்
[முதல் பதிப்பின் பதிப்புரை]

மூன்று வருடங்கட்குமுன் 'இலக்கியச் சிந்தனை' ஆண்டு விழா முடிந்த முன்னிரவுப் போதில் மெது நடையாய் பேசிச் சென்ற வேளையில், தானெழுதியுள்ள பாரதி நாடகத்தைப் பிரசுரிக்க இயலுமா எனக் கேட்டார் அமரர் ஆதவன். 'அனுப்புங்கள்; கொஞ்சம் தாமதமாகும்; பொறுத்திருப்பதானால் வெளியிடுவேன்' என்றேன். ஊருக்குச் சென்று அனுப்பினார். படித்தபின் 'ஓ! இந்த நாடகத்தை MBS மூலம் மேடையேற்றினால் நலமாயிருக்குமே!' என எண்ணி வேறோர் நண்பர் மூலம் அவரிடம் தந்தேன். அவரது சேர்ந்திசைப் பணி காரணமாய் இதை மேடையேற்ற இயலாமையைத் தெரிவித்தார்.

மீண்டும் சோர்வு...

இடையில் இரு வருடங்கள் ஓடின. அவ்வப்போது கடிதம் மூலமும், நேரிலும் ஆதவனின் மெல்லிய நினைவூட்டல்கள்...

நம் தமிழ் நாட்டில் நாடகம் பார்க்கப்படுவதற்கே என்கிற மந்தை மனப்பான்மையின் விளைவால் பொதுவாய் நாடகம் படிக்கப்படுவதில்லை...

பாடநூல் தேர்வுக் குழுக்களோ மனோன்மணீயத்தைத் தாண்டி வருவதில்லை.

இடையிலே புத்திலக்கியப் படைப்பாளிகளின் நாடகங்கட்கு குழுக் குழுவாய் வாசகர்கள். இவர்கள்தான் இன்றைய நாடகங்கட்கு உயிர் அளித்து வருபவர்கள்.

இந்நிலையில் ஒரு கனவு நனவாவது போல், இந்நாடகம் புத்தகமாக இப்போது வெளிவருகிறது...

இது, முழுக்க முழுக்க ஆதவனின் விருப்பம் போலவே, அப்படியே வெளிவந்துள்ளது. ஆனால், அவரது விருப்பம் அவரது ஆயுட் காலத்திற்குள் நிறைவேறாமல் போனதுதான் தற்காலத் தமிழ் இலக்கிய உலகின் நிதர்சனம்.

இந்தப் புத்தகம் இதன் ஆசிரியருக்கே அர்ப்பணிக்கப்படுகிறது.

24.8.88

அகிலன் கண்ணன்
தாகம்

ஒரு முன்னுரை

1

ஒரு பிரபல விவாதத்தை நினைவூட்டிக் கொண்டு தொடங்குவோம்.

"பாரதியார் தேச பக்தராக வாழ்க்கையைத் துவக்கி, கவியாக மலர்ந்து, இறுதியில் பக்குவமான வேதாந்தியாகப் பழுத்ததாக" ராஜாஜி தெரிவித்த கருத்து. இக்கருத்தை வ.ரா. எதிர்த்து, "பாரதியாரை வேதாந்தச் சிமிழில் போட்டு அடைக்கவேண்டாம்" என்று எழுதியது.[1] இரண்டு கருத்துக்களுமே பாரதி பற்றின இரு பரிச்சயமான அணுகுமுறைகளைப் பிரதிநிதித்துவப் படுத்துபவை.

"தேச பக்தராக இருந்து வேதாந்தியாகப் பழுத்ததாக"ச் சொல்லும்போது ராஜாஜி தன்னைப் பற்றியே-எதிர்கால நோக்கில்-கூறிக்கொண்டது போலிருக்கிறது. ராஜாஜி 'நல்லெண்ணத்துடன்தான்' சொல்வதாக வ.ரா. ஒப்புக் கொள்கிறார். எனினும் இந்த 'நல்லெண்ணமே' அவரை உசுப்பி விட்டுவிடுகிறது. பாரதியின் புதுவை சகாப்தம் முழுவதையும் ஒரு வகை 'வானப்பிரஸ்தமாக' இவர் எளிமைப்படுத்துகிறாரோ என்று ராஜாஜி மேல் சந்தேகமும் கோபமும் வருகிறது. பாரதி மக்களை விட்டு, யதார்த்தத் தளத்தை விட்டு, எப்போதும் விலகிச் செல்ல முயலவில்லையென ஆவேசமாக விளக்க முற்படுகிறார்.

சற்றே ஆராய்ந்து பார்த்தால் இங்கு நிகழ்ந்திருப்பது 'வார்த்தைகள்' தொடர்பான குழப்பமே என்பது தெளிவாகும். 'வேதாந்தா' என்ற ஆங்கிலச் சொல், பொதுவாக இந்திய சிந்தனைப் பாரம்பரியத்தை, தத்துவ சாரத்தை, குறிக்க ஆங்கிலத்தில் பயன்படுத்தப்படும் சொல்

---

1 மகாகவி பாரதியார்-வ.ரா.; பக். 149-152

(உதாரணமாக, Rambles in Vedanta என்ற ராஜம் ஐயரின் தலைப்பு) இந்த ஆங்கிலச் சொல்லின் தமிழாக்க முயற்சியாகவே, 'வேதாந்தி' என்று கனிந்த தத்துவ நோக்கைப் பெற்றவரென்ற (பொருளில்) ராஜாஜி பாரதியைக் குறிப்பிட்டிருக்கவேண்டும். வ.ரா.வின் குற்றச்சாட்டுக்கு ராஜாஜியே பின்னாளில் எழுதிய பதில்[2] இதை ருசுப்படுத்துகிறது:

> "...இவரை நான் வேதாந்தச் சிமிழில் போட்டு அடைக்கப் பார்க்கிறேன் என்று ஒருவர் அசமாதனமாக, அறியாமையால் சொன்னார். வேதாந்தமா சிமிழ்? நம்முடைய குறுகிய அறிவே சிமிழ். தெய்வாதீனமாக நம்முடைய தமிழ்நாட்டில் நம்முடைய காலத்தில் ஒரு அமரகவி அவதரித்தார்... அகங்காரம், துவேஷம் வேண்டாம். அனைவரும் அறிவைத் தேடுங்கள்; கண்ணன் காட்டிய வழியில் செல்லுங்கள்; பயம் வேண்டாம் என்று பாடிப் பாடி இறந்தார்..."

மீண்டும் ராஜாஜியின் இன்னொரு கட்டுரையில்[3] இருந்து...

> "வருங்கால சந்ததியினர் அவருடைய பாடல்களைப் பாடி நம்முடைய பண்பாடு, பாரம்பரியம், கலாச்சார உயர்வு, தத்துவச் செறிவு ஆகியவற்றின் புகழ்மிக்க பெருமையை உணர்வார்கள்... பாரதியார் பாடல்கள் அரசியலையும் சாதி சமயங்களையும் கடந்து நிற்பவை; இந்தியாவின் மறுமலர்ச்சியைச் சங்கநாதம் செய்து அறிவிப்பவை."

ராஜாஜி பாரதியை குறுகிய நோக்கில் அன்றி, விரிவான தளத்தில் புரிந்து கொண்டிருப்பதை இவ்வரிகள் உணர்த்துகின்றன. எனினும், ராஜாஜியின் முதலில் சொல்லப்பட்ட கூற்று தொடர்பாக நாம் எழுப்பக் கூடிய இன்னொரு எதிர்க்கேள்வி உண்டு; ஒருவன் ஒரே சமயத்தில் தேச பக்தனாகவும் கவியாகவும் வேதாந்தியாகவும் இருக்க முடியாதா என்ன? இந்தக் கேள்வியைத்தான் வ.ரா. உண்மையில் கேட்டிருக்க வேண்டும். மாறாக, 'வேதாந்தி' என்ற சொல்லை

---

[2] "தமிழ்நாட்டின் குரு" என்ற கட்டுரை, தினமணி. 5.9.1954. (ரா.அ. பத்மநாபன் தொகுத்த "பாரதியார் கவி நயம்" என்ற தொகுப்பு நூல்.)

[3] சீனி. விசுவநாதன் தொகுத்த "தமிழகம் கண்ட மகாகவி" என்ற தொகுப்பு நூல், பக். 64

வைத்துக்கொண்டு அவர் சிலம்பமாடியதன் மூலம் பிரச்னை திசை திரும்பி விட்டதென்றே சொல்ல வேண்டும்.

இது பற்றி கரிச்சான்குஞ்சு தமது *"பாரதியார் தேடியதும் கண்டதும்"* என்ற நூலில் விவரமாகக் குறிப்பிட்டு, *"சுதந்திரத்துக்கு முன்பும் சரி, பின்பும் சரி, ராஜாஜியை மறுப்பது ஒரு பிரமையாகப் பலரை ஆட்டி வைத்ததுண்டு"* என்று கூறுகிறார். அதாவது ராஜாஜியின் கருத்தை எதிர்க்க வேண்டுமென்பதற்காகவே வ.ரா. எதிர்த்திருப்பாரென்று கூறுகிறார். வ.ரா. இந்தச் சந்தர்ப்பத்தில் மட்டுமே இவ்வாறு கூறியிருந்தால் வேண்டுமானால் இந்த வாதத்தை நாம் ஏற்கலாம். ஆனால் வ.ரா. வேறு சில தருணங்களிலும்-பாரதியைப் பற்றி பேசாத தருணங்களில்கூட-இதே விதமான கருத்துக்களைத்தான் கூறியிருக்கிறார். உதாரணமாய், 'சமுதாய சீர்கேடுகள்' என்ற கட்டுரையில்[4] "ஆண்டவனிடம் பக்தி என்றால் மற்ற எல்லாப் பொருள்களிடத்திலும் வெறுப்பும், வாழ்க்கையில் விரக்தியும் இருக்க வேண்டும் என்று இவர்கள் முடிவுக்கு வந்தார்கள்" என்று 'நம்மவர்களின்' மனப்போக்கை விவரித்து, மேலும் கூறுகிறார்.

> *"...உடலை வளர்ப்பது கூடாது; உலக பொருள்களில் ஆசை வைக்கக்கூடாது. இதுதான், அவர்கள் சுருக்கமான பாஷையில் உள்ளத்தில் வைத்துக் கொண்டிருந்த லட்சியமாகும். இந்த லட்சியத்தை ஜபித்துக் கொண்டிருக்கிறவர்களுக்கு, எதைப் பற்றியும் யோசிக்க வேண்டும் என்ற கவலையே இருக்காது... எப்பொழுது ஆண்டவனுடைய திருப்பாதங்களே துணை சொல்லியாகி விட்டதோ, மனிதனுடைய வாழ்க்கையைப் பற்றிக் கவலைப்பட வேண்டியவர் ஆண்டவன் அல்லவா? மனிதன், தன்னைப் பற்றி ஏன் கவலைப்பட வேண்டும்? வியாதியா? எல்லாம் கடவுளுக்குத் தெரியும்...! விபத்தா...? கடவுள் பார்த்துக் கொள்வார்! இந்தத் தத்துவம் எவ்வளவு அழகான தத்துவம்! பக்தி என்ற லஞ்சத்தை கடவுளுக்குக் கொடுத்து விட்டால், எந்த சங்கதியிலும் மனிதனுக்கு பொறுப்பும் கவலையும் வேண்டியதில்லை, அல்லவா...? (இவ்வாறு) வாழ்க்கையை நடத்தத் துணிந்த சாதுக்கள், வெறும் வீணர்களாகவும் கோழைகளாகவும் மாறுவது இயற்கைதானே? நாய்களின் வாழ்வும் பண்டாரப் பேச்சும் பித்தலாட்ட*

---

4 வ.ரா. வாசகம் நூல். பக். 169-200

நடத்தையும் பயங்கொள்ளி மனப்பான்மையும்தான், நம்மவர்கள், தங்கள் மூதாதைகள் பிதற்றி வந்த தத்துவத்தின் மூலமாக அடைந்த பயன்கள்..."

'வேதாந்தி' (வேதாந்த மனப்போக்கு) என்ற சொல் வைதிகர்களிடையே பொதுவாகச் சுட்டிக்காட்டப் பயன்படுகிற மனப்போக்கையே வ.ரா. இங்கு சாடுகிறார். இது அவரை எப்போதும் அரித்துவந்த ஒரு விஷயம். எனவே ராஜாஜி 'வேதாந்தி' என பாரதியை வர்ணித்தது தவிர்க்க முடியாமல் அவருக்கு ஒரு வசைச் சொல்லாகத் தொனித்தது. வ.ரா. தம் இளமையில் சந்தித்த அந்தணர்கள் பெரும்பாலும் மூடச் சடங்குகளில் ஊறிய, உண்மையொளி பெறாத, அரை வேக்காடுகள் என்பதை டி.எஸ். எஸ். ராஜன் எழுதிய "நினைவு அலைகள்" என்ற நூலிலிருந்து ஊகிக்க முடிகிறது. லண்டனில் இருந்து திரும்பி வந்த தம்மை தமது ஜாதிக்காரர்கள் ஜாதிப் பிரஷ்டம் செய்து விட்டதையும் பிறகு வைதீக கும்பலுக்கும் அவருக்கும் இடையே நிகழ்ந்த 'மோதல்'களையும் ராஜன் இந்நூலில் ரசமாக விவரித்துள்ளார். அப்போது ஸ்ரீரங்கத்தில் ராஜனுக்கு பரிச்சயமானவர்களில் வ.ரா.வும் ஒருவரென்று இந்நூலிலிருந்து தெரிகிறது. கொடியாலம் ரங்கஸ்வாமி ஐயங்கார் போன்ற (வ.ரா.வின் போஷகர்) ஒரு தேச பக்தர்கூட வைதிகர்களின் விரோதத்துக்குப் பயந்து தம் வீட்டுக்குப் பகிரங்கமாக வந்து உணவருந்தத் தயங்கியதாக ராஜன் இந்நூலில் எழுதியிருக்கிறார். தன்னுடன் ஒரே வீட்டில் குடியிருந்த குற்றத்துக்காகத் தனது தகப்பனாருக்கு 'பரந்யாஸம்' செய்து வைக்க அகோபிலம் மட ஸ்வாமிகள் மறுத்துவிட்டதை எழுதியிருக்கிறார். அகோபிலம் மட ஸ்வாமிகள் வட கலை சம்பிரதாயத்தைச் சேர்ந்தவரென்பதால் (தென்கலை சம்பிரயாதாயத்தைச் சேர்ந்த) ஸ்ரீரங்கம் கோவிலுக்குள் நுழைய அவருக்கு அனுமதி மறுக்கப்பட்டதை எழுதியிருக்கிறார். இத்தகைய மற்றும் இது போன்ற பல நிகழ்ச்சிகள் ஸ்ரீரங்கத்துக்கு அடிக்கடி போய் வந்து கொண்டிருந்த வ.ரா.வுக்கு நிச்சயம் தெரிந்திருக்கும். இவையெல்லாம் பொதுவாக பக்தி, கோவில், பரலோகம், வேதாந்தம் ஆகிய பலவற்றின் மீதும் ஆழ்ந்த வெறுப்பை அவர் மனதில் விதைத்திருக்க வேண்டும்.

ராஜாஜி பின்னாட்களில் ஹரிஜனங்களின் ஆலயப் பிரவேசத்துக்காகத் தமிழகத்தில் தீவிர ஈடுபாட்டுடன் உழைத்தவரென்பதும் நினைவு கூறத்தக்கது. முப்பதுகளில், இதுபற்றிய மேல் சட்டசபை

விவாதத்தின்போது, பாரதி காலத்தில் சமூக சீர்திருத்தவாதியாக அறியப்பட்டிருந்த ஸ்ரீநிவாச சாஸ்திரியார் போன்ற ஒருவர்கூட இம்மசோதாவை எதிர்த்து பேசிய தருணத்தில் ("நமக்குள்ள செல்வம் எல்லாம் மகரிஷிகளால் அளிக்கப்பட்ட கலைகள். அக்கலைகளுக்கு அறிகுறியாக எஞ்சியிருப்பவர்கள் நம் நாட்டில் உள்ள ஏழை வைதிகர்கள். அவர்கள் மனம் புண்படும்படியான மசோதா இது") மசோதாவை பிரேரேபித்தவரான ராஜாஜி ஸ்ரீநிவாச சாஸ்தியாருக்கு மிக அழகாகப் பதிலளித்தார்.[5]

"நம் மூதாதையர்களாகிய மகரிஷிகளுடைய பெயரையும் புகழையும் நிலைநிறுத்த வேண்டியது நமது கடமை. மனித சமூகத்தைப் பிளவுபடுத்தி, ஒரே மதத்தைச் சேர்ந்த, குற்றமற்ற பெரும் பகுதியினரைப் பிறவிக் குற்றமென்ற கற்பனையால் ஒதுக்கி வைத்துப் பகவானைத் தரிசிக்க அவர்களுக்கு உரிமையில்லை என்று ஒரு காலத்திலும் ரிஷிகள் சொல்லியிருக்க மாட்டார்கள், சொல்லவும் இல்லை. அப்பெரியார்களின் நற்பெயர் ஓங்க வேண்டியே இம் மசோதாவை நான் கொணர்ந்துள்ளேன்".

பரிச்சியமான, பழமையான, படிமம் ஒன்றை ("ரிஷிகள்") சமூக சீர்திருத்தக் கருத்துக்களைப் பரப்ப இங்கே ராஜாஜி கையாண்டுள்ள விதமும், நமது பண்பாட்டின் அம்சங்களை அவை தொடர்பான மூடநம்பிக்கைகளிலிருந்து பிரித்து அறிவார்ந்த தளத்துக்கு உயர்த்தும் நாசூக்கும் பாரதியின் அணுகுமுறையையே ஒத்ததாக அமைந்துள்ளன. பரவலான மக்கள் சமூகத்தில் கவனிப்புப் பெறுவதும் பாதிப்புகளை ஏற்படுத்துவதும் வெறும் (காகிதத்தில் பொறிக்கப்பட்ட) வார்த்தைகளல்ல. பௌதிக பரிமாணங்களுள்ள நிகழ்ச்சிகள்தான் என நாம் புரிந்து கொண்டால், ஹரிஜன ஆலய பிரவேசத்துக்கும், இதற்கு சுமார் பதினைந்து ஆண்டுகளுக்கு முன்பே பாரதி ஒரு ஹரிஜனுக்கு பூணூல் போட்டதற்குமுள்ள தொடர்பு புலனாகும். இந்துக்களை ஆன்மீக தளத்தில் இணைக்கிற வேட்கையையும், இத்தகைய ஒருமைப்பாடு அரசியல் தளத்திலும் நல்விளைவுகளை உருவாக்குமென்ற தீர்க்கதரிசனத்தையும் பாரதி, ராஜாஜி இருவருமே பெற்றிருந்தனரென்பதை இந்நிகழ்ச்சிகள்

---

5 ஆதாரம்: "நினைவு அலைகள்", டி.எஸ்.எஸ். ராஜன், கலைமகள் வெளியீடு.

உணர்த்துகின்றன. பகவத்கீதை முன்னுரையில் "பார்ப்பானும் கடவுளின் ரூபம்; பறையனும் கடவுளின் ரூபம்" என்று எழுதிய, 'ஜெயபேரிகை' பாடலில் வியனுலகனைத்தையும் அமுதென நுகரும் வேத வாழ்வினை, சகல உயிர்களுக்கும் உரிமையாக்கிய, பாரதியின் கருத்துலகை ஒட்டியதாக ராஜாஜியின் (மேற்சொன்ன) சொற்கள் அமைந்துள்ளன.

பாரதியைப் பல தடவைகள் சந்தித்து அவருடன் அளவளாவும் வாய்ப்பைப் பெற்றிருந்த ராஜாஜி,[6] நிச்சயம் அவருடைய கருத்துலகின் வீச்சைப் பரந்த அளவிலேனும் புரிந்து கொண்டிருப்பார். 'கருத்து'களை 'நிகழ்ச்சி'களாக உருமாற்றி பாமரர்களுக்கு எடுத்துச் செல்லும் பாரதியின் திறனைக்கூட 'கனகலிங்கம்' நிகழ்ச்சியின் மூலமும் பாரதி பாட்டுக்களின் ('உப்புச் சத்தியாக்கிரகம்' போன்ற நிகழ்ச்சிகளின்போது நிரூபணமான) இயக்க ரீதியான சாத்தியக் கூறுகள் மூலமும் ராஜாஜி உணர்ந்திருப்பார். எனவே பாரதியின் கால்கள் யதார்த்த தளத்தில் பதிந்திருந்ததை ராஜாஜி சரியாகவே உணர்ந்திருப்பார்.

வ.ரா.வைக் கவர்ந்த பாரதி, "ஆன்மாவென்றே கருமத் தொடர்பையெண்ணி அறிவு மயக்கங்கொண்டு கெடுகின்றீரே!" (பாரதி அறுபத்தாறு) என்றும் "அறிவொன்றே தெய்வமென்றோதியறியீரோ?" என்றும், "உபசாந்தி நிலையே வேதாந்தநிலை" என்றும் பாடிய பாரதி, உபசாந்திநிலை என்பது என்ன? "இன்று புதிதாய்ப் பிறந்தோமென்று... தின்று விளையாடி இன்புற்றிருந்து வாழ்வது". பரலோகம் பற்றிய மயக்கங்களில் ஆழ்ந்து இகலோகச் சவால்களைச் சந்திக்க மறுக்கிற இந்தியர்களின் போலி வேதாந்தத்தை விமர்சித்து வ.ரா. "சமுதாயச் சீர்கேடுகள்" கட்டுரையில் கூறுவதையேதான் பாரதியும் இவ்வரிகளின் மூலம் சுருக்கமாக உணர்த்துகிறார். ராஜாஜியும் மூட மரபின், பொய்ச்சாத்திரங்களின் ஆதரவாளர் அல்லவென்பதை நாம் ஏற்கனவே கண்டோம். எனவே ராஜாஜி கண்ட பாரதிக்கும் வ.ரா.

---

[6] முதன் முதலில் 1906ஆம் வருடம் சென்னையிலும், பிறகு இரு தடவைகள் புதுச்சேரியிலும், பிறகு பல தடவைகள் சென்னையிலும் தாம் பாரதியைச் சந்தித்தது பற்றி "தமிழ் நாட்டின் குரு" என்ற தமது 1954ஆம் ஆண்டு வெளியான கட்டுரையில் ராஜாஜி குறிப்பிட்டுள்ளார். (ரா.அ. பத்மநாபன் தொகுத்த "பாரதியாரின் கவி நயம்" என்ற தொகுப்பு நூலில் இக்கட்டுரை இடம் பெற்றுள்ளது.)

கண்ட பாரதிக்குமிடையே அடிப்படையாக முரண்பாடு ஏதுமில்லை; இருவரும் எங்கோ ஓரிடத்தில் சந்திக்கிறார்கள்.

வெவ்வேறு வகைகளில் சிறந்து விளங்கிய இரண்டு முக்கியமான மனிதர்கள்மீது பாரதி என்கிற கலைஞன் ஆழ்ந்த பாதிப்பை ஏற்படுத்த முடிந்ததென்பதே இங்கு கவனிக்கப்பட வேண்டியது. அவருடைய பரந்த பரிமாணங்களை, முழுமையின் வீச்சை, இதிலிருந்து நாம் புரிந்து கொள்ளலாம். முழுமை என்பது எல்லாரையும் எங்கேயாவது ஏதாவதொரு விதத்தில் தொட்டு அணைக்கும். எந்த ஒரு பார்வை அல்லது துல்லியமான அளவைகளுக்குள்ளும் அடங்காமல் பிதுங்கியவாறிருக்கும். இதுதான் சத்தியத்தின், கலையின் முழுமை. இந்த முழுமையை நாடக வடிவில் வார்க்கும் பேராசையின் விளைவே இந்நூல்.

2

"இந்திய சமூகத்தில் எழுச்சி பெற்ற இயக்கங்கள் யாவும் பெரும்பாலும் புதியதொரு ஆன்மீகச் சிந்தனையை முன்வைப்பனவாகவோ அல்லது சமயம் சார்ந்த புதிய நடவடிக்கயாகவோதான் துவங்கின" என்று 'இந்திய மறுமலர்ச்சி' என்ற தமது நீண்ட கட்டுரையில் அரவிந்தர் குறிப்பிடுகிறார்[7] "அறிவு சார்ந்ததும், பகுத்தறிவு ரீதியானதும், பல சமயங்களில் (சம்பிரதாய) மதத்தை எதிர்ப்பதுமான ஐரோப்பிய சிந்தனைகளின் தாக்கம்கூட இந்தியாவில் முதன் முதலாக சமயச் சீர்திருத்தம், புதிய சமயங்களின் துவக்கம், ஆகியவற்றுக்கே வழிகோலியதென்பது வியப்புக்குரிய விஷயம்" என்று அரவிந்தர் கூறி, பிரும்ம சமாஜம், ஆரிய சமாஜம், ராமகிருஷ்ணர் மற்றும் விவேகானந்தரின் இயக்கங்கள், ஆகியவற்றை வரிசையாகக் குறிப்பிடுகிறார். (கலப்படமற்ற) இந்திய தத்துவமென நாம் கூறத்தக்க ஒன்று ஆன்மீக அனுபவத்தின் தொடர்ச்சியாகவும் ஆன்மீகத் தேடலின் விளைவாகவும் மட்டுமே பெறக் கூடியதென்று அவர் சுட்டிக் காட்டுகிறார். இந்தியாவின் 'ஆன்மீகம்' என்பதை வெறும் விரக்தி அல்லது துறவு மனப்பான்மையாக, உலக வாழ்க்கை மற்றும் இயக்கங்களிலிருந்து ஓடி ஒளிதலாக, மேற்கத்தியர்களும் அவர்களையே நகல் செய்கிற நம்மவர்களும் தவறாகப் புரிந்து கொண்டதாக அவர் கூறுகிறார். (இந்திய) ஆன்மீகம் என்பது உண்மையில் என்ன? அரவிந்தர் விளக்குகிறார்:

1. (இந்திய) ஆன்மீகம் என்பது தனித்த ஒரு மனப்போக்கு: ஆதியும் அந்தமுமற்ற தன்மை (infinite) பற்றிய உணர்வை இயல்பாகவே பெற்றது.

---

[7] Renaissance in India-முதலில் 1918ஆம் ஆண்டு "ஆர்யா" பத்திரிகையில் வெளிவந்த இந்தக் கட்டுரை இப்போது அரவிந்த ஆசிரமத்தாரால் தனி நூலாக வெளியிடப்பட்டுள்ளது.

2. பௌதிக உலகு, நியதிகள்; இந்நியதிகளுக்கு அப்பாற்பட்ட சூட்சும உலகம்-இரண்டையும் அளாவிய பார்வை அது.

3. மனித மனத்தின் மேநிலைகள்; எனவே அவன் தன்னை மேம்படுத்திக் கொள்ளும் சாத்தியக் கூறுகள்-(அதாவது) மனிதனுக்கு அப்பாற்பட்ட 'தெய்வங்கள்' சாதாரண மனித வாழ்க்கைக்கு அப்பாற்பட்ட வாழ்க்கை நிலைகள், இன்றைய மனதுக்கு அப்பாற்பட்ட பக்குவமான, சூட்சுமமான பிரக்ஞை நிலைகள்-இவை பற்றிய உணர்வு.

4. அறிவுத்திறன் மற்றும் திட சங்கற்பத்தின் மூலம் யார் வேண்டுமானாலும் தம் மனவெளிப் பயணத்தின் எல்லைகளை விரிவுபடுத்தி, மென்மேலும் உயர்ந்த மட்டங்களுக்கு எழும்பி, பிருமத்துடன் அல்லது 'தெய்வத்துடன்' ஒன்றிப் போகிற நிலையை எய்தலாமென்ற நிச்சயம்.

5. அபரிமிதமான ஆற்றல் மற்றும் அறிவுத்திறனின் துணைகொண்டு இந்திய ஆன்மீகம்-இந்நாட்டின் ஆதார இயல்பு-மூவாயிரம் ஆண்டுகளுக்கு மேலாகப் பல்வேறு கலைத்துறைகளிலும் அறிவுத் துறைகளிலும் விஞ்ஞான, வணிக, அரசியல், நிர்வாக துறைகளிலும் தனித்தன்மையுள்ள சாதனைகளை நிகழ்த்தியிருக்கிறது. அசோகர் காலத்திலிருந்து மகம்மதியர் காலம் வரை-அச்சுக்கலை மற்றும் இதர நவீன சாதனங்கள், வசதிகளின் வரவுக்கு முன்பே-இந்தியா அறிவுத்துறை மற்றும் மனித வாழ்வு சார்ந்த பல்வேறு துறைகளில் நிகழ்த்தியுள்ள சாதனைகள் உலக வரலாற்றிலேயே ஈடிணையற்று விளங்குவன.

"விண் மட்டுங்கடவுளன்று, மண்ணுமஃதே"

"இத்தரை மீதிநிலேயிந்த நாளினில்
இப்பொழுதே முக்தி சேர்ந்திட நாடிச்
சுத்த அறிவு நிலையிற் களிப்பவர்"

போன்ற பாரதியின் வரிகள் மனிதனின் மேல்நிலைப் பரிணாம சாத்தியக் கூறுகளைப் பற்றிய அரவிந்தரின் சிந்தனையை ஒட்டியதாக அமைந்துள்ளதைக் கவனிக்க வேண்டும். இந்திய ஆன்மீகம் (மற்றும் இந்தியக்கலை, சிந்தனைப் பாரம்பரியம்), அதன் உயர்நிலைகள், சாதனைகள் தொடர்பாக, அதன் கொச்சையான

வெகுஜன பிம்பங்களைக் கடந்த எவ்விதத் தெளிவை அரவிந்தர் இந்தக் கட்டுரையில் வெளிப்படுத்துகிறாரோ அதே தெளிவைத் தமது எழுத்து வாழ்வின் ஆரம்பக் கட்டங்களிலேயே-1906 முதல் 1908 வரையிலான காலகட்டத்திலேயே-பாரதி பெற்றிருந்தாரென அவருடைய தொடக்கக் காலப் பாடல்களிலிருந்து அறியலாம். உதாரணமாக:

1. *வேதவுபநிடத மெய்ந்நூல்களெல்லாம் போய்*
   பேதைக்கதைகள் பிதற்றுவரிந் நாட்டினிலே
   ஆதிமறைக்கீதம் அரிவையர்கள் சொன்னதுபோய்
   வீதி பெருக்கும் விளையடிமையாயினரே.

(‘எனது தாய்நாட்டின் முன்னாட் பெருமையும் இந்நாட்சிறுமையும்’
– சுதேசமித்திரன், 11.04.1906)

2. *தேவர்கள் வாழ்விடந்திறனுயர் முனிவர்*
   ஆவலோடடையுமரும் புகழ் நாடு
   ஊனமொன்றறியா ஞான பூமி
   வானவர் விழையும் மாட்சியார் தேயம்.

(‘சிவாஜி’ தனது சைனியத்தாரிடம் கூறியது–இந்தியா, 17.11.1906)

3. *மாரத வீரர் மலிந்த நன்னாடு*
   மாமுனிவோர் பலர் வாழ்ந்த பொன்னாடு
   ………… ………… ………… …………
   பூரண ஞானம் பொழிந்த நன்னாடு.

(‘எங்கள் நாடு’–“ஸ்வதேச கீதங்கள்” தொகுதி, 1908)

4. *நூறு கோடி நூல்கள் செய்து* …………
   ஈறு நிற்குமுண்மையொன்றி
   றைஞ்சி நிற்பள் வாழ்கவே!

(‘ஜெய பாரத’–“ஜன்ம பூமி” தொகுதி, 1909)

5. *இச்சகத்திற்பூரணமா ஞானப்புகழ் விளக்கை*
   நாட்டுவித்த பாரதமாதேவி.

(“பாரத தேவியின் திருத்தசாங்கம்”–“ஜன்ம பூமி” தொகுதி)

6. *யோகத்திலே நிகரற்றவளுண்மையு*
   மொன்றென நன்றறிவாள்-உயர்

போகத்திலேயு நிறைந்தவளெண்ணரும்
பொற்குவை தானுடையாள்

(‘எங்கள் தாய்’–“ஜன்ம பூமி” தொகுதி)

இந்தியாவின் முந்நாளைய மேனிலைகளை செறிவான, விரிவான தளத்தில் இளைஞன் பாரதி புரிந்து கொண்டிருந்தான் என்பதை அவனுடைய தொடக்க கால உரைநடைப் படைப்புகளிலிருந்தும் அறியலாம்:

“நாகரிகமும், ஞானமும், கீர்த்தியும் பெருமையும் கீழ்த்திசையிலே (ஆசியாக் கண்டத்திலே) தான் உதயமாயின. இங்குதான் மிகச் சிறப்புடன் விளங்கின. பிறகு மாலைப் பொழுது வந்து... ஆசியாக் கண்டத்தினர் அநாகரிகத்தில் அழுந்தத் தொடங்கினார்கள். ஆசியாவின் சிறந்த ரத்தினமாக விளங்கிய இந்தியா பராதீனமடைந்து போயிற்று...”

(“இந்தியா”, 24.09.1906)

“பிரம ஞாநியாகிய ஸ்ரீ கிருஷ்ண பகவான் மஹா பாரதப் போரிலே சேர்ந்தது போலவும், ஸர்வ பந்தங்களையும் துறந்த ராமதாஸ் முனிவர் மஹாராஜா சிவாஜிக்கு ராஜ தந்திரங்கள் சொல்லி வெற்றி கொடுத்தது போலவும் தற்காலத்தில் அநேக துறவிகள் நமது சுதேசீய முயற்சியிலே சேர்ந்திருக்கிறார்கள்... விவேகானந்த பரமஹம்ஸ மூர்த்தியே இந்த சுயாதீனக் கிளர்ச்சிக்கு அஸ்திவாரம் போட்டவரென்பதை உலகமறியும்... ஞானி தனது சொந்த நலனைக் கருதி உழைக்கக் கூடாதேயொழிய உலக கர்மங்களை முற்றிலும் விட்டுவிட வேண்டுமென்பது சாஸ்திரக் கருத்தன்று... மூச்சைப் பிடித்துக்கொண்டு சும்மா இராமல் உலக நன்மையின் பொருட்டு ஞான வழிகள் கற்பித்த ரிஷிகளை நாம் லௌகிகர்களென்று கூறத்தகுமா?”

(“இந்தியா”, 13.06.1908)

“ஆத்மத் தேட்டத்திற்கு மனிதப் பிறவி மிகவும் சௌகர்யமானதாக அமைக்கப் பட்டிருக்கின்றது. ‘திருப்தி எதிலும் ஏற்படாதிருத்தல்’-இந்த ஒரு குணமே மனிதப் பிறவிக்குக் காப்பாகவும் அதன் பெருஞ்சிறப்பாகவும் விளங்குகிறது... பெரும்பான்மையோர் அறிவைப் பலவாறு

குழப்பிக் கொண்டு உண்மை நினைப்பேயன்றிப் புழுக்கள் போல மடிவது மெய்யேயாயினும், ஒரு சிலர் பரமநிலை கண்டு விடுகிறார்கள்... உங்கள் உலகத்துச் சங்கரன், சுகன், ஜனகன், கிருஷ்ணன், புத்தன், இயேசு,[8] முதலியவர்களைப் போன்ற அற்புதப் பெரியோர்கள் எங்கள் நாட்டிலே தோன்றுவது சாத்தியமில்லை.”

- கந்தர்வ லோக சம்பாஷணை.

ஞானம், துறவு, ஆத்மீகம் போன்ற சொற்களை (படிமங்களை) நாட்டின் முன்னேற்றம், தேசீயம், அறிவுத்தேட்டம் போன்ற (ஆரோக்கியமான) இலக்குகளைச் சார்ந்து பாரதி பயன்படுத்துவது கவனிக்கத்தக்கது. முழுமையான பல தளங்களை (அளாவிய) பார்வை. தெளிந்த சிந்தனை, ஆழ்ந்த மனிதாபிமான நோக்கு ஆகியவை ஆரம்ப முதலே பாரதியிடம் குடி கொண்டிருந்ததையே அவருடைய முதல் கவிதைகள், உரைநடைப் படைப்புகள் உணர்த்துகின்றன. எனவே அவர் “தேச பக்தராக இருந்து... வேதாந்தியாகப் பழுத்ததாகச் சொல்வது ஒரு மேலோட்டமான வர்ணனையே ஆகும். அவருடைய “ஞானரத”த்தைப் படித்தாலே போதும். 1908ஆம் ஆண்டில் தனது 26 ஆவது வயதிலேயே அவர் வேதாந்தியாக (அல்லது ஞானியாக) இருந்தாரெனத் தெரிந்து கொள்வதற்கு. புழக்கத்திலுள்ள ஏதோ ஒரு சார்பினை அல்லது கருத்துப் பிரவாகத்தினை ஆதரிக்கும் வழியைப் பாரதி தேர்ந்தெடுக்காமல் உண்மையை அதன் முழுமையான பரிமாணங்களில் எதிர்கொள்கிற, மக்களை உள்ளும் புறமும்

---

8 இந்திய மகான்களுடன் இயேசுவின் பெயரையும் பாரதி குறிப்பிட்டிருப்பது அவருடைய துவேஷமின்மையைக் காட்டுகிறது. ஆங்கிலேயரின் மதம் அல்லது கலாச்சாரத்தை அவர் வெறுக்கவில்லை. இதே காலகட்டத்தில் எழுதப்பட்ட “வேல்ஸ் இளவரசருக்கு நல்வரவு” என்ற பாடலில் இந்நாட்டின் ஆங்கிலேயக் கலாசாரத்தின் தாக்கத்தினால் ஏற்பட்ட (அரவிந்தர் கூறியதுபோல சமயசீர்த்திருத்த ரீதியான) நல்விளைவுகளை ஆர்வமுடன் வரவேற்க அவர் தயங்கவில்லை. இதே போல, கிறிஸ்தவ மதாலயங்களில் உள்ள பாதிரிமார்கள் தமது மத சம்பந்தமாய் நன்கு படித்தவர்களாகவும் பாதிரி உத்தியோகம் அவர்கள் சமூகத்தில் கௌரவமான ஒன்றாகவும், விளங்குவதையும்; ஆனால் நமது கோவில்களில் அர்ச்சகர்களின் தரமும் நிலையும் அவ்வாறு இல்லாமலிருப்பதையும், இன்னொரு கட்டுரையில் சுட்டிக் காட்டுகிறார். (“ஆலயங்கள்” இந்தியா, ஆகஸ்ட் 1906-பாரதி தமிழ், பக். 23)

மேன்மைப்படுத்த முயலுகிற, கடினமான வழியைத் தேர்ந்தெடுத்தார். அந்த ஆரம்ப நாட்களில் அவருடைய கருத்துலகின் அம்சங்களை இவ்வாறு வரிசைப்படுத்தலாம்:

1. நமது மதம், நமது ஞானச் சேமிப்பு, வெறும் மூட ஆசாரங்கள், அனுஷ்டானங்கலாகத் தேய்ந்து விட்டது குறித்து வெறுப்பு ("நமது சாஸ்திரங்கலெல்லாம் செல்லரித்துப் போய்விட்டன. தேசத்து ஞானக் களஞ்சியத்திற்குக் காப்பாளியாக இருந்த பிராமணர் மடைத் தவளைகளைப் போலச் சிற்சில மந்திரங்களைச் சம்பந்தமில்லாமல் யாதொரு பொருளும் அறியாமற் கத்துகிறார்கலேயல்லாது, உண்மையான ஞானப் பெருமை இவர்களுக்கு லவலேசமும் இல்லாமல் போய் விட்டது"-ஞானரதம்)

2. நமது நாட்டின் பண்டைய காலத்து மேன்மை குறித்த தெளிவான சரித்திர அறிவு, அந்த மேன்மையை மீண்டும் எய்துகிற வழி குறித்த தர்க்க ரீதியான சிந்தனைகள். இந்த மேன்மையை மக்களுக்கு நினைவூட்டியவாறிருத்தல்.

3. விரிவான ஆங்கிலேயக் கலாச்சாரம் மீது துவேஷமில்லை (அவ்வாறு துவேஷங்கொள்ளுதல் நமது பண்பாடில்லை): ஆனால் இந்தியாவை அடக்கி ஆள்கிற அவர்களுடைய துறைத்தனத்தின் மீதும் இந்தியாவைச் "சுரண்டுகிற" கொள்கைகள் மீதும் கோபம்.

4. மக்களுடைய அடிமைப் புத்தியும் அறியாமையும் அகன்று அவர்கள் துணிவும் ஞானமும் பெற வேண்டுமென்ற அவா.

5. மக்களிடையே பேத உணர்ச்சிகள் நீங்கி அவர்களை ஒன்றுபடுத்துகிற சாத்தியக்கூறுகள் பற்றிய சிந்தனை. இந்த அம்சங்களே அவருடைய 'தேசியப் பாடல்களி'லும் இடம் பெற்றுள்ளன. சுதந்திரம் என்கிற உருவகத்தில் உணர்ச்சிவசப்பட்டு, அது பற்றிய ஏக்கத்தினால் உந்தப்பட்டு ஆவேசமாகச் சொற்களை உதிர்க்கிற 'ரொமண்டிக்' கவியை அல்ல. சுயராஜ்யம் பெறுதலுக்கு அப்பாலும், அதைச் சார்ந்தும், பரந்த நோக்கில் நாம் துரத்த வேண்டிய கனவுகளும் தீர்க்க வேண்டிய பிரச்சனைகளும் வேறு பல உள்ளன என்பதை உணர்ந்த முழுமையான பிரக்ஞை நிலையை இப்பாடல்களில் காண்கிறோம். "கனயந்திரத் தொழிலைப் பற்றியும், தேசீயத்

திட்டத்தைப் பற்றியும், தொழிலாளர் மேம்பாட்டைப் பற்றியும் சுதந்திரம் கிடைப்பதற்கு எத்தனையோ ஆண்டுகளுக்கு முன்னரே தீர்க்கதரிசனத்தோடு பாடிய கவி பாரதிதான்" என்று இப்பாடல்களைப் பற்றிப் பரவசத்துடன் கூறுகிறார் ஜீவா.

"இந்தப் பாடல்கள் கவிதா ரீதியிலும் இலக்கிய ரீதியிலும் அதிகச் சிறப்புடையன அல்ல என்றும், சுதந்திர பிற்காலத்தில், இவைகளுக்குத் தேவையில்லை. எனவே மங்கி விடும் என்றும் சிலர் நினைக்கிறார்கள்... தற்கால வாழ்க்கையின் அம்சங்கள், சுக-துக்கங்கள், சமுதாய லட்சியங்கள், மக்கள் போராட்டங்கள்-சாதனைகள்-ஆகியவற்றைக் கவிதைக்குப் பொருளாகக் கையாள்வது சிலருக்குப் பிடிக்கவில்லை. நாட்டன்பும் இதர உலகியல் வாழ்வியல் குறிக்கோள்களும், கவிதைக்கு உகந்த பொருளாக ஏன் இருக்க முடியாது? கட்டாயம் இருக்க முடியும் என்பதைப் பாரதி நன்றாக நிரூபித்திருக்கிறான்" என்று ஜீவா மேலும் கூறுகிறார்.[9] இங்கு அமெரிக்கக் கவிஞர் வால்ட் விட்மனை நினைவு கூர்வது பொருத்தமாயிருக்கும். புதிய யந்திர சமுதாயத்தையே நாயகனாக்கி, அதன் நவீனத் தோற்றங்கள், ஒலிகள், பலதரப்பட்ட தொழிலாளிகள் இணைந்து உருவாக்கும் அதன் (வியப்பைத் தூண்டும்) பிரும்மாண்டமான இயக்கங்கள் ஆகியவற்றைப் போற்றி விட்மன் சில கவிதைகள் எழுதியிருக்கிறார். கவிஞனின் பரந்த மனிதாபிமானமும். புதிய சமுதாயத்தின் எழுச்சியில் பரவசமாகி அதற்கேற்பத் தன்னைப் புதுமையாக வார்த்துக் கொள்கின்ற (சகோதர பாவத்துடன் தனது 'தானை' அதில் கரைத்துக் கொள்கிற) பக்குவமும் இந்தப் பாடல்களில் வெளியாகின்றன. பாரதியின் தேசீயப் பாடல்களும் இந்த வகையைச் சேர்ந்தவைதாம்.[10] பல தளங்களை அளாவிய செறிவும், வரலாற்று அறிவும், ஒருங்கிணைந்த

---

9 "பாரதியும் இலக்கியமும்"-ப. ஜீவானந்தம்; "மகாகவி பாரதி மஞ்சரி" (சங்கம் புக்ஸ்) என்ற தொகுப்பு நூலின் ஒரு பகுதி.

10 பாரதியின் 'வசன கவிதை'இல்தான் விட்மனின் தாக்கம் புலப்படுவதாகப் பல ஆசிரியர்கள் குறிப்பிட்டுள்ளார்கள். ஆனால், விவேகானந்தர், நிவேதிதா இருவருமே விட்மனைப் படித்திருந்தவர்கள், அவருடைய சிந்தனைகளில் வெளியான இந்திய 'வேதாந்த' மரபின் சாயல்களை உணர்ந்திருந்தவர்கள் என்பது குறிப்பிடத்தக்கது. எனவே அழகிய சிங்கபெருமாள் போன்றோருடன் நெருங்கிய தொடர்பு கொண்டிருந்த பாரதி சென்னையில் 1906-1908 காலகட்டத்திலேயே விட்மனைப் படித்திருக்கக் கூடும்.

பார்வையும், தெளிவும் நேர்மையும், தளைகளில் சிக்கிக் கொள்ளாத ஒரு சுதந்திரமான மனதின் துணிவும் பரவசமும் இப்பாடல்களில் பொங்கிவழிகின்றன; எனவேதான் வி.கிருஷ்ணஸ்வாமி ஐயரிலிருந்து தொடங்கி ஜீவா வரை பல்வேறு சார்புகளைச் சேர்ந்தவர்களை இப்பாடல்கள் கவர்ந்து வந்துள்ளன.

“வேல்ஸ் இளவரசருக்கு நல்வரவு” என்ற-பலர் அரசியல் நோக்கில் மட்டுமே பார்த்துச் சங்கடம் கொள்கிற-தொடக்கக்காலப் பாடலிலும்கூட, இந்த முழுமையான பிரக்ஞை நிலையே.

“போர்தொகை அடங்கி என் ஏழைப் புத்திரர்
அமைதி பெற்றுய்வராயினர்”

“பொருள் செயற்குரிய
தொழிற்கணம் பலப்பல தோன்றின்”

“கொடுமதப்பாவிகள் குறும்பெலாம் அகன்றன”

போன்ற வரிகளில் வெளிப்படுகிறது. ஆங்கில நாட்டு இளவரசனுடனும் அவனுடைய காதலங்கிளியுடனும் பாரதத் தாய்க்கு விரோதமெதுவுமில்லை. “நல்குரவாதி நவமான்தொல்லைகள்” ஆங்கிலேயர் வரவால் அவளுக்கு ஏற்பட்டிருந்தபோதிலும் “இறைவன் அருளால்” அவை “நீங்குவனவன்றி நிலைப்பனவல்ல” என்ற (தனது ஆன்மீக பலத்தைச் சார்ந்த) தன்னம்பிக்கை அவளுக்குண்டு. “பழமை போல் திருவருள் பொழி தர” தொடங்கிவிட்ட அவளுக்கு அந்நிய நாட்டு நண்பர் முன்பு யவனர், கிரேக்கர் இப்போது ஆங்கிலேயர் புதியவரல்லர், அவர்களை மிலேச்சராய் ஒதுக்கும் “கொடுமதப்பாவிகளின்” மனநிலையுடன் அல்ல, “ஞான ஒண் பெருங்கதிரின்... கிரணங்களாய்”க் காணும் மனப்போக்குடன்தான் அவளுக்கு உடன்பாடு.

எனவே இப்பாடலில் பாரதியின் (இதற்குமுன் விவரிக்கப்பட்ட) முழுமையான பார்வையின் கூறுகளே இடம் பெற்றுள்ளன. ஜி.சுப்பிரமணிய ஐயர் பணித்து இப்பாடலைப் பாரதி (விருப்பமில்லாமலேயே) எழுதினாரென பொதுவாகக் கூறப்படுகிற விளக்கம் அவருடைய பரிமாணங்களை எளிமைப்படுத்துவதாகும். காசியில் குடுமியை எடுத்து மீசை வைத்துக்கொண்டு அத்தை புருஷரை அதிர்ச்சியில் ஆழ்த்திய-எட்டயபுரம் ஜமீன் வேலையை

உதறிவிட்டு வந்த-இதற்கு முந்தின கட்டங்களுடன் இந்த விளக்கம் பொருந்துவதாக இல்லை. ஜி.சுப்பிரமணிய ஐயர் சமூக சீர்திருத்த விஷயத்தில் தீவிர போக்கைக் கடைபிடித்தவர். இது தொடர்பாகத் தமது கூட்டாளியுடன் கருத்து வேறுபாடு ஏற்பட்டு "ஹிந்து"வை விட்டே விலகி வந்தவர்.[11] பாரதிக்கு, தனது முந்தின அனுபவங்களின் பின்னணியில் (தமிழாசிரியர் வேலை உட்பட) இந்தக் கட்டத்தில் ஜி.சுப்பிரமணிய ஐயரின் "நம்மைப் பொய்ச் சாத்திரங்களிலிருந்து விடுவிக்க வந்தவர்கள் ஆங்கிலேயர்கள்" என்ற கருத்து பிடித்திருக்க வேண்டும். இதே காலகட்டத்தில் 'செல்லிதாசனாக' 'சக்கரவர்த்தினி'யில் கதைகள் எழுதிவந்த அவர் இந்தக் கட்டத்திலோ இதன் பிறகோ ஆங்கிலேயர் என்ற இனத்தையே தூஷிக்கிற குறுகிய மனப்பான்மையுள்ளவராக மாறிவிடவில்லையென்பதும் உண்மை. 1910-11இல் அவர் எழுதிய "சாதாரண வருஷத் தூமகேது" பாடலில் "உனதியல் அந்நியருரைந்திடக் கேட்டே தெரிந்தனம்" என்று அந்நியரின் விஞ்ஞான அறிவை-யந்திர நுட்ப சாதனைகளை-அவர் போற்றுவதைக் காண்கிறோம். 1910இல் வெளியான "ஸ்வசரிதை"யில்,

"சாத்திரங்கள் கிரியைகள் பூசைகள்
சகுன மந்திரத்தாலி மணியெலாம்
யாத்தெனைக் கொலை செய்தனரல்லது
யாது தர்ம முறைஎனல் காட்டிலர்"

என்று மூட சம்பிரதாயங்கள் தனக்கு இளமையில் வழங்கிய காயங்களைப் பற்றிப் பிரலாபிக்கும் பாரதி 1905இல் "கொடுமதப்

---

11 ஜி.சுப்பிரமணிய ஐயர் ஆங்கிலக் கல்வி கற்றவர். ஆங்கிலேயக் கலாச்சாரத்தின் ரசிகர். ஆங்கிலேயரையும் இந்தியரையும் அடிக்கடி ஒப்பிட்டுப் பேசி, ஆங்கிலேயரின் உயர்வுகளை அவர் சிலாகித்துப் பேசுவாராம். குறிப்பாக இந்தியர்களின் 'பரலோகம்' பற்றிய எதிர்பார்ப்புகளில் மூழ்கி 'இகலோக'ச் சவால்களைச் சந்திக்க மறுக்கும் மனப்போக்கையும், இந்திய சமூகத்தில் மதம் வெறும் மூட அனுஷ்டானங்களாகத் தேய்ந்து விட்ட நிலையையும் அவர் வெறுத்தார். இந்து சமூகத்தின் பிற்போக்கான அம்சங்களாகிய பால்ய விவாகம், இளம் விதவைகள், பெண்களுக்குக் கல்வியும் சுதந்திரமும் மறுக்கப்படல், 'கீழ்ச்சாதி' எனச் சிலரை ஒதுக்கி வைக்கும் கொடுமை ஆகிய பலவற்றை எதிர்த்து 'ஹிந்து'வில் காரசாரமாக எழுதி, அன்றைய வைதிக சமூகத்தின் அதிருப்தியைச் சம்பாதித்துக்கொண்டார் அவர். (ஆதாரம்: 'ஹிந்து' காரியாலயத்தினர் வெளியிட்டுள்ள A Hundred Years of the The Hindu என்ற நூல்)

பாவிகள் குறும்பு" என உண்மையான, உணர்ச்சி பூர்வமான ஈடுபாட்டுடன்தான் எழுதியிருக்க வேண்டுமென்பதில் சந்தேகமில்லை.

பாரதி சுதேசமித்திரனை விட்டு விலகிவந்த பிறகும் அவருக்கும் சுப்பிரமணிய ஐயருக்குமிடையேயான உறவுகள் முறிந்து போய்விடவில்லையென்பதையும் இங்கே குறிப்பிடுவது அவசியம். தாம் ஆசிரியராயிருந்த "இந்தியா" பத்திரிகையில் அவ்வபோது சுப்பிரமணிய ஐயரின் சேவையையும் தியாகத்தையும் நாட்டுப்பற்றையும் பற்றி உயர்வாகக் குறிப்பிட்டுள்ளார் அவர். உதாரணமாக:

ஜி.சுப்பிரமணிய ஐயரின் உண்மையான சுதேசப் பற்று, "சுதேசிய"ப் பிரசங்கங்கள், சுதேசிய நிதி சேகரிப்பு முயற்சிகள், பள்ளிகளில் மாணவர்கள் 'வந்தே மாதரம்' கூவுவதை ஊக்குவிக்கும் அவருடைய தலையங்கம், ஆகியவற்றைப் பாராட்டும் குறிப்புகள். "இந்தியா 22.09.1906, 6.10.1906, 13.10.1906, 15.12.1906 ஆகிய தேதியிட்ட இதழ்களில் இடம் பெற்றுள்ளன.

(பாரதி தரிசனம் 1-பக். 148-154, 226-227)

31.1.1907 அன்று திருவல்லிக்கேணியில் "பிரிட்டிஷ் குடியேற்றங்களிலுள்ள இந்தியர்கள் அவமதிப்பாக நடத்தப் பெறுதல்" பற்றிய கண்டனக் கூட்டமொன்று நடந்தது பற்றிய குறிப்பு "இந்தியா" 2.2.1907 இதழில் வெளியாகியிருக்கிறது. இக்குறிப்பில், கூட்டத்தில் பேசிய 'இந்தியன் பேட்ரியட்' பத்திராதிபர் கருணாகர மேனனின் கோழைத்தனத்தைக் கண்டிக்கும் பாரதி, "சுதேசமித்திரன் பத்திராதிபதியாகிய ஜி.சுப்பிரமணிய ஐயர் தைரியமாகவே உண்மைகளை எடுத்துக் கூறியதாக'ப் பாராட்டுகிறார்.

(பாரதி புதையல் பெருந்திரட்டு)

27.4.1907 'இந்தியா' இதழில் வெளிவந்த 'சென்னையில் பழைய கட்சியார்' (Madras Moderates) என்ற கட்டுரையில், "ஜி. சுப்பிரமணிய ஐயரும் அவரைப் பின்பற்றி ஒழுகும் சிலரும் தவிர" மற்றவர்கள் சுயலாபம் கருதியே 'பழைய கக்ஷி'யைச்

சார்ந்தவர்களாக வேஷம் போடுவதாகக் குறிப்பிடுகிறார் பாரதி. அதாவது 'மிதவாத' கும்பலில் ஜி.சுப்பிரமணிய ஐயரே நேர்மையானவரென்று தெரிவிக்கிறார்.

(பாரதி புதையல் பெருந்திரட்டு)

1907இல் விபின் சந்திர பால் சென்னை வந்து சொற்பொழிவாற்றிய போது, பாரதி ஏற்பாடு செய்திருந்த அக்கூட்டத்துக்கு சுப்பிரமணிய ஐயரே தலைமை தாங்கினாரென்பதையும் நாம் மறக்கலாகாது.

அதே சமயத்தில் 'புதிய கட்சி' (திலகரின் கட்சி)யின்பால் 'சுதேசமித்திரன் பத்திராதிபரின்' கொள்கையை விமர்சித்து "இந்தியா"வில் எழுதவும் பாரதி தவறவில்லை. 13.10.1906 "இந்தியா" இதழில், சுதேசமித்திரன் பத்திராதிபர் இந்தப் புதிய கட்சி ஏற்பட்ட நாள் முதலாக இதைப் பற்றி ஒன்றும் எழுதாமல் சாமர்த்தியமாக இருந்து வருகிறார். (பாரதி தரிசனம்-ப. 38) என்று ஜி.சுப்பிரமணிய ஐயரை உசுப்பி விட்ட பாரதி, பின்பு ஜி.சுப்பிரமணிய ஐயர் சுதேசமித்திரனில் "(புதிய கட்சியார் சொல்வது போல) பிரிட்டிஷார் இந்தியாவை விட்டு வெளியேறும் பட்சத்தில் இங்குள்ள வெவ்வேறு மதத்தினர், மொழியினரிடையே பூசலும் குழப்பமும்தான் மிஞ்சுமென்றும்" எனவே "பிரிட்டிஷ் ராஜ்ஜியம் (இந்தியாவில்) ஓய்ந்து போக வேண்டுமென்று சொல்கிறவன் பைத்தியக்காரனாகவே இருக்க வேண்டும்" என்றும் எழுதியதைத் தொடர்ந்து, 22.12.1906 "இந்தியா இதழில் (பாரதி தரிசனம்-பக். 50-51) இவ்வாறு எழுதினர்: "இன்றைக்கே பிரிட்டிஷார் இல்லாமல் போய்விடும் பக்ஷத்தில் பெங்காலிகள், மகாரஷ்ட்டிரர், சீக்கியர் முதலிய ஜாதியார் வந்து நம்மைக் கழுத்தைத் திருகி விடுவார்களென்று இப்பத்திரிகை எழுதியிருப்பதை நினைக்க நினைக்க நமக்கு நகைப்புண்டாகிறது. ஐயோ, பாவம்! பெங்காலி பிசாசுகளின் கைவசப்பட்டால், நாம் அமிர்த ரூபமான பிரிட்டிஷ் சகோதரர்களின் கீழிருக்கும் ஆனந்தத்தை சுதேசமித்திரன் பத்திரிகைத் தலைவர் நெடுங்காலம் அனுபவித்துக் கொண்டிருக்கட்டும். ஆனால் அவர் தாதாபாய் முதலியவர்களை தம்முடன் சேர்த்துப் பேசிக்கொள்ளக் கூடாதென்று நாம் வணக்கத்துடன் கேட்டுக் கொள்கிறோம்.

எனவே "மிதவாதியான ஜி.சுப்பிரமணிய ஐயருக்கும் தீவிரவாதியான பாரதிக்குமிடையே அரசியல் அணுகுமுறைகள் தொடர்பாக ஏற்பட்ட கருத்து வேற்றுமைகளே பாரதி சுதேசமித்திரனை விட்டுவிலகக் காரணமானதாக"க் கூறுவது ஓரளவு உண்மைதானெனினும், இதை ஒரு குறுகிய நோக்கில், கொச்சையான தளத்தில் நாம் புரிந்து கொள்ளக்கூடாது. ஐயர் ஒரு "சுய லாபமே குறியான, கோழைத்தனமுள்ள" சராசரி மிதவாதியல்லவெனப் பாரதியே ஒப்புக் கொண்டுள்ளதைப் பார்த்தோம்.[12] இதே போல பாரதியும் ஒரு "அனல் கக்குகிற" பயங்கரவாதத்தைக்கூட மன்னிக்கிற, அதி தீவிரவாதியல்ல. (இதைப் பற்றி விரிவாக அடுத்த பகுதியில்) ஐயர் நோய்வாய்ப்பட்டிருந்த போது, 1914இல் பாரதி புதுவையிலிருந்து "ஹிந்து"வுக்கு ஒரு கடிதமெழுதினார். அக்கடிதத்தில் ஐயரை ஒரு நேர்மையான, ஆனால் கொஞ்சம் பழைய பாணி தேசீயவாதியாக அவர் பாராட்டுகிறார். இளமையில் வேறு பல இந்தியர்களைப் போல ஐயரும் தாய்மொழியை அலட்சியப் படுத்தியிருந்தாலும், பிற்காலத்தில் தமிழ் நாளேடு ஒன்றை-தமிழ் மக்களை உயர்த்த வேண்டுமென்ற இலட்சிய வேகத்தினால்-அவர் துவக்கி நடத்தி ஒரு முன்னோடியாகத் திகழ்ந்ததை பாரதி இக்கடிதத்தில் பாராட்டுகிறார்.[13] "இரண்டு பேரும் மனம் ஒப்பிய பிறகே பாரதியார்-'சுதேசமித்திரன்'

12 *ஜி.சுப்பிரமணிய ஐயரின் கருத்துலகம் பற்றிய முழுமையான சித்திரத்தை A Hundred Years of The Hindu என்ற நூலில் காணலாம். ஐயரின் 'ராஜ விசுவாசம்' ஆங்கிலேயர் ஆட்சிதான் இந்திய மக்களை ஒன்றுபடுத்தவும், அவர்களை 'பொய்ச் சாத்திரங்களிலிருந்து' கரையேற்றவும் வல்லது என்ற ஆழ்ந்த நம்பிக்கையின் பயனாக உருவானதென இந்நூலிலிருந்து அறியலாம். ஆனால் 1907 வாக்கில், ஆங்கிலேயரின் கௌரவமற்ற அடக்குமுறை நடவடிக்கைகளின் பயனாக, ஐயருக்கு அவர்களுடைய நேர்மையிலும் நல்லெண்ணத்திலும் இருந்த நம்பிக்கை சிதைந்து போயிற்று! லஜ்பத் ராயை நாடு கடத்தியதை வன்மையாகக் கண்டித்து அவர் "ஹிந்து"வுக்கு கடிதமெழுதினார். தமிழ் நாடெங்கும் சுற்றுப் பயணம் மேற்கொண்டு, அந்நிய துணி பகிஷ்காரம், அந்நியர் அளித்த பட்டங்கள், பதவிகளைத் துறத்தல், ஆகியவற்றை வலியுறுத்தி தீவிரப் பிரச்சாரம் செய்தார். ஆகஸ்ட் 1908இல் "ராஜத் துரோக"த்துக்காக பிரிட்டிஷ் அரசால் சிறையிலிடப்பட்டு, சிறையில் உடல் நலம் குன்றி, 'இனி ராஜத்துரோகமான செயல்களில் ஈடுபட மாட்டேனென்ற' வாக்குறுதியின் பேரில் விடுதலை செய்யப்பட்டார். நோயாளியாகப் பலநாள் துன்பப்பட்டு, 1916இல் ஐயர் இறந்தார்.*

13 *A Hundred Years of The Hindu, பக். 143-144*

பத்திரிக்கையை விட்டு விலகிக் கொண்டார்... பாரதியார் மனக்கசப்பால் 'சுதேசமித்திரனை' விட்டார் என்ற வதந்திக்கு ஆதாரமில்லை" என்றுதான் வ.ரா.வும், தமது நூலில் குறிப்பிடுகிறார். பின் ஏன் விலகினார்? வ.ரா. கூறுகிறார். (மகாகவி பாரதியார்-வ.ரா. பக். 37):

> *"............'பெரிதினும் பெரிது கேள்' என்று அவர் (பாரதி) எழுதியிருக்கிறார். இதையே அவர் வாழ்க்கைத் தத்துவமாகவும் வைத்துக் கொள்ளலாம். பெரிதினும் பெரிதை விரும்பும் பாரதியாருக்கு, 'சுதேசமித்திரன்' பத்திரிகையில் இடம் இல்லாமல் போனது ஆச்சர்யமல்ல"*

ஆம். பாரதி புதிய வேடங்களை அணிந்து பார்க்க, தனக்குள் ஆர்ப்பரித்த சாத்தியக் கூறுகளின் எல்லைகளைச் சோதித்துணர, பரபரத்த கட்டம். தன்னைவிடப் பத்திரிகைத் துறையிலும் பொது வாழ்விலும் மூத்தவராகவும் தாம் வெறுக்க இயலாத அறிவாற்றலும் கொள்கைத்திடமும் உள்ளவராகவும் விளங்கிய சுப்பிரமணிய ஐயரின் அருகில் தனது முழு ஆகிருதியை உணரவோ வெளிப்படுத்தவோ முடியாத சங்கடம்.

ஆனால் "இந்தியா" புதிதாகத் தொடங்கப் போகிற பத்திரிக்கை, அவரது சமவயதுக்காரர்கள் நடத்தப்போவது, இவர்கள் மத்தியில் அவர் உரிமைகளை எடுத்துக்கொள்ளலாம். புதிது புதிதாகத் தன்னை வார்த்துக் கொள்ளலாம். இலக்கியப் பரிச்சயமுள்ளவரும் தாகூரின் எழுத்துக்கள் சிலவற்றைத் தமிழ்ப்படுத்தியிருப்பவருமான மண்டயம் ஸ்ரீநிவாஸாச்சாரியார் இஷ்டம் போல அலுவலகத்துக்கு வந்து போகிற சுதந்திரத்தைப் பாரதிக்கு அளித்திருந்ததாகவும் தெரிகிறது.[14]

---

14 பிற்பாடு 1910இல் புதுவையில் ஸ்ரீநிவாஸாச்சாரியார் ஊரிலில்லாத சந்தர்பத்தில் ரங்காச்சாரி என்பவர் "இந்தியா" அலுவலகத்தை மேற்பார்வை பார்த்து வந்த கட்டத்தில் பாரதியை "வேளா வேளைக்கு" ஆபீஸ் வருமாறு இவர் நிர்பந்திக்க, பாரதி, "நான் விஷய தானம் செய்கிற ஆசிரியர்தான் (Contributing Editor). எனது சன்மானமும் அத்தகையதே. முழுநேரமும் ஆபீசில் இருக்கவேண்டுமானால் அதற்கேற்பச் சம்பளம் தர வேண்டும்" என்று கூறி அலுவலகத்திலிருந்து வெளியேறியதாக ரா.அ. பத்மநாபனின் "சித்திர பாரதி"யில் காணப்படுகிறது. பாரதி 1914இல் ராம்சே மாக்டனால்டுக்கு எழுதிய கடிதத்திலும் தம்மை "இந்தியா" பத்திரிக்கையின் Special Contributor என்றுதான் குறிப்பிட்டுக் கொள்கிறார்.

எனவே பாரதியின் விருப்பப்படியே, அவர் முழு நேரமும் பத்திரிக்கைப் பொறுப்பில் கட்டுண்டு கிடக்க விரும்பாததாலேயே, அவர் பெயரை "ஆசிரியராக" இந்தியா பத்திரிகையில் போடாமல் இருந்திருக்கலாம். (கல்கத்தா காங்கிரஸுக்காக சென்னைப் பிரதிநிதிகளின் தேர்வு பற்றிய செய்தியை வெளியிடும்போது மட்டும், பாரதி "நமது தமிழ்ப் பத்திரிக்கையின் ஆசிரியர்" (பாரதி தரிசனம். பக். 48) என்று தம்மைத்தாமே குறிப்பிட்டுக் கொள்கிறார். ஆனால் இதுவும் "இந்தியா'வில் அவர் விசேஷ" கௌரவமும் சலுகைகளும் பெற்றிருந்ததையே காட்டுகிறது.

திலகரின் "கேசரி" பாணியில் தமிழில் ஒரு வாரப் பத்திரிகையின் தேவையை உணர்ந்ததாலேயே பாரதியும் நண்பர்களும் "இந்தியா" பத்திரிக்கையைத் துவக்கியிருக்க வேண்டும். தினசரிப் பத்திரிகையில் அன்றாடச் செய்திகளைத் தொகுத்து (மொழிபெயர்த்து) வெளியிடத்தான் நேரமும் (பத்திரிகையில் இடமும்) சரியாக இருக்கும். சராசரி வாசகர்களிடையே கருத்துக்களை விதைக்கவும் "சார்பு"களை உருவாக்கவும் கூடிய "கனமான" கட்டுரைகளை வெளியிட வாய்ப்பிருக்காது. இது ஒரு வாரப் பத்திரிக்கையில்தான் சாத்தியம். அங்கே, "செய்தி"களில் கட்டுண்டு கிடக்க வேண்டியதில்லை. எனவே பாரதி போன்ற ஒரு எழுத்தாளருக்கு, வாரப் பத்திரிக்கையில்தான் வாய்ப்பு அதிகம், "சுதந்திரம், சகோதரத்துவம், சமத்துவம்" பற்றி ஆழ்ந்த, நுட்பமான தளத்தில் மக்களைச் சிந்திக்கத் தூண்ட விரும்பிய பாரதி, இப்பணிக்கு ஒரு வாரப் பத்திரிக்கையே ஏற்றதெனக் கண்டு அதில் சேர்ந்ததில் வியப்பில்லை. அரசுக்கெதிராக "கனல் பறக்க" எழுதும் பொருட்டே பாரதி "இந்தியா"வில் சேர்ந்ததாகச் சொல்வது அவருடைய இந்தக் கட்டத்தைக் கொச்சைப்படுத்துவதாகும். பாரதி "இந்தியா"வில் எழுதிய கட்டுரைகள் வெவ்வேறு தொகுப்புகளாக வெளி வந்துள்ளன.[15] இந்தக் கட்டுரைகள், ஒட்டு மொத்தமாக மக்களிடையே விழிப்புணர்ச்சியும் துணிவும் தன்னம்பிக்கையும் தோன்றவும், அவர்களை ஒன்றுபடுத்தவும் "உயர்த்தவும்" முயல்கிற ஒரு பக்குவமான சிந்தனையாளரை

15 "பாரதி தரிசனம்" 1 & 2 (என்.சி.பி.எச். வெளியீடு); "பாரதியாரின் மும்மணிகள்" (சி. விசுவநாத ஐயர் தொகுப்பு, வானவில் பிரசுரம் வெளியீடு); "கட்டுரைக் கொத்து" (சீனி. விசுவநாதன் தொகுப்பு, ஸ்ரீ புவனேசுவரி பதிப்பகம் வெளியீடு).

நமக்கு அறிமுகப்படுத்துகின்றனவே தவிர, வெறும் 'தீவிரவாத'ப் பிரசாரகரையல்ல.

இந்தக் காலகட்டம்தான் பாரதி பொது வாழ்வில் மிகத் தீவிரமாக ஈடுபடத் தொடங்கிய காலமென்பதையும் மறக்கக்கூடாது. பால பாரத சங்கம், "ஞானரத"த்தில் குறிப்பிடப்படும் சென்னை-ஜன சங்கம் ஆகியவை தொடர்பான நடவடிக்கைகள்; பாரதி திலகருக்கு எழுதிய கடிதத்தில் குறிப்பிடப்படும் இந்தி வகுப்புகள்; புதிய கட்சியின் கொள்கைகளைப் பரப்புதல்-போன்ற பல பணிகளில் அவர் மும்முரமாயிருந்த தருணம் இது. அவ்வப்போது பிரசிடென்ஸி காலேஜில் சொற்பொழிவாற்றி வந்ததும் உண்டு என "இந்தியா" பத்திரிக்கைக் குறிப்புகள் தெரிவிக்கின்றன. இதற்கு சற்று முந்தின-அவர் "சக்கரவர்த்தினி" ஆசிரியராக இருந்தகட்டத்தில் அவர் ஸோஷல் ரிஃபார்ம் அசோசியேஷன், ராடிகல் கிளப் போன்ற 'சமூக சீர்திருத்த' சங்கங்களின் (சம பந்தி போஜனம் முதலிய) நடவடிக்கைகளில் பங்கு பெற்று வந்ததாகவும் அறிகிறோம். தேசம் மற்றும் மக்களின் முன்னேற்றத்துக்காக ஒரே சமயத்தில் பல தளங்களில் செயலாற்ற வேண்டிய அவசியத்தை உணர்ந்த அவருடைய முழுமையான பார்வையையே இந்த பரந்துபட்ட நடவடிக்கைகள் உணர்த்துகின்றன. அதே சமயத்தில் தமது நண்பர்கள் யாவரும் இவ்வாறு எல்லாத் தளங்களிலும் காலூன்றி நிற்பவர்களாய் இருக்க வேண்டுமெனவும் அவர் எதிர்பார்க்கவில்லை. ஒரு பக்கம் மகேசகுமார் சர்மா போன்ற ஒரு 'பிரும்ம சமாஜி'யுடன் 'சக்கரவர்த்தினி'யின் பக்கங்களைப் பகிர்ந்து கொள்வார். அவருக்காக 'வந்தே மாதரம்' பாடலின் தமிழாக்கத்தை மேற்கொள்வார்[16] ஒரு பக்கம் மு. ராகவ ஐயங்காரின் சுதேசிய உணர்வைப் பாராட்டி அவருக்கு கடிதமெழுதுவார்; ஒரு பக்கம் திலகரின் பிறந்த தினத்தை பவானி பூஜையுடன் வீட்டில் கொண்டாடுவார்; ஒரு பக்கம் சிதம்பரம் பிள்ளை, சர்க்கரைச் செட்டி, துரைசாமி ஐயர், யதிராஜ் சுரேந்திரநாத் ஆகியோருடன் புதிய கட்சி விவகாரங்களில்

16 பாரதி சென்னையிலிருந்தபோது அவருடைய சிறந்த நண்பர்களில் ஒருவர், மகேச குமார் சர்மா. "ஞானரதம்" நூல் வடிவில் முதலில் வெளிவந்த போது அதற்குப் பாரதி எழுதியுள்ள முன்னுரையில். "ஞானரதம்" "இந்தியா"வில் தொடராக வெளி வந்து கொண்டிருந்தபோது 'தம்மைப் பாராட்டி உற்சாகமூட்டி வந்த' மகேச குமார் சர்மாவுக்கு அம்முன்னுரையில் விசேஷ நன்றி தெரிவிக்கிறார்.

ஈடுபட்டிருப்பார்; காங்கிரஸ் கூட்டத்துக்குப் போனவர் அப்படியே நிவேதிதா தேவியைச் சந்தித்து விட்டு வருவார்; விபின் சந்திர பாலருக்குக் கூட்டம் ஏற்பாடு செய்வார். 'விடுதலை தின' *(9.3.1908)* ஊர்வலத்துக்குத் தலைமை தாங்குவார். இவ்வளவுக்குமிடையில் 'ஞானரதம்' போன்ற ஒரு அற்புதமான வசனப் படைப்பையும் தம் வகையில் நிகரற்ற தேசிய கீதங்களையும் உருவாக்குவார். உற்சாகத்துடன் பலதளங்களில் பலதரப்பட்டவர்களுடன் இணைந்து செயலாற்றுகிற இந்தக் காலகட்டத்து பாரதியார் 'ஸ்வசரிதை'யில் சித்தரிக்கப்படுகிற-விளையாட்டுத் தோழர்களற்றுத் தனிமையில் வாடுகிற-பாரதியாரிடமிருந்து மிகவும் வேறுபடுகிறார். அதே சமயத்தில் இந்தப் 'பன்முக' வெளிப்பாடுகளிடையே, வெளியுலக இரைச்சலிடையே, அவருள்ளிருந்த எழுத்தாளன் கூர்மையிழந்து தொலைந்து போய்விடுவதில்லை. அவருடைய படைப்புலகின் செழுமையான பரிமாணங்களை ஏற்கனவே கண்டோம். சாதாரணப் பத்திரிக்கைக் குறிப்புகளில்கூட மனிதர்கள், நிகழ்ச்சிகளைப் பற்றின அவருடைய மதிப்பீடுகள் எப்போதும் துல்லியமான, தெளிவான ஆதரிசங்களைச் சார்ந்து அமைந்திருக்கக் காண்கிறோம். ஜி.சுப்பிரமணிய ஐயரின் குறை நிறைகளை அவர் மிகச் சரியாகக் சுட்டிக் காட்டியது போலவே, வி.கிருஷ்ணஸ்வாமி ஐயர் விஷயத்திலும், அவருடைய கொள்கைகள் வழிமுறைகளை அவ்வப்போது கடுமையாக விமரிசித்து வந்த பாரதி, அவர் இறந்த பிறகு அவரைப்பற்றி துவேஷக் கலப்பற்ற சிறந்த மதிப்பீடு ஒன்றை வழங்கினார். இதே போல, வேறிரண்டு உதாரணங்கள்:

> **லேடி கர்ஸன் மறைவு:** "லேடி கர்ஸன் இளம் வயதிலேயே மறைந்தது பாரத மக்களைக் கொடுமைப்படுத்திய கர்ஸன் பிரபுவுக்குக் கடவுளே அளித்த தண்டனை" என்று அமிர்தபஜார் பத்ரிகா எழுதியது. "கொள்கைத்தளத்தில் ஒருவர் நமக்கு எதிரி என்பதற்காக அவருடைய சொந்த வாழ்க்கைத் துயரம் குறித்து களித்து மகிழுதல் கோழைத்தனம், அநாகரிகம்" என்று பாரதி அப்பத்திரிக்கையின் பாணியை விமர்சித்து "இந்தியா"வில் எழுதினர்.[17]
>
> **போப் தமிழ் அகராதி தயாரித்தல்:** டாக்டர் போப்புக்கு தமிழ் அகராதி தயாரிப்பதற்காக சென்னை அரசாங்கம்

---

17 பாரதி தரிசனம்; பக். 267

ரூ.30,000 நிதியுதவி செய்ய முன்வந்ததை பாரதி ஆதரிக்கவில்லை. "டாக்டர் போப் சிறந்த தமிழ் வித்வான்தான்... ஆனால் தமிழ் அகராதி தொகுக்கத் தமிழரே ஏற்றவர்' என்று கூறி, "மகா மகோபாத்தியாய சாமிநாதய்யர் போன்றவர்கள் அப்பணியைச் செய்தால் சிறப்பாயிருக்கும்" என்கிறார்.[18]

இந்த இரண்டு குறிப்புகளிலுமே, ஆங்கிலேயர்-இந்தியர் என்ற பேத உணர்வின்றி, நிகழ்ச்சியின் தன்மையை ஒட்டியே பாரதியின் விமரிசனம் அமைந்துள்ளதைக் காண்கிறோம்.

இறுதியாக, தனது முதல் மூன்று நூல்களையும்[19] பாரதி ஐரிஷ் மாதான நிவேதிதா அம்மையாருக்குச் சமர்ப்பணம் செய்திருப்பது; ஓர் எழுத்தாளர் என்ற முறையில் பாரதி எத்தகைய உயர்ந்த ஆதரிசங்களைச் சார்ந்து செயல்பட்டாரென்பதை இந்த 'சமர்ப்பண'ங்களிலிருந்தும் நாம் அறிந்து கொள்ளலாம். சென்னையில் (திலகரின்) புதிய கட்சியின் ஒரே 'பிரதிநிதியாக'[20] விளங்கியவரும், அக்கட்சியின் சார்பில் "இந்தியா"வின் பக்கங்களிலும் பொது மேடைகளிலும் தீவிரமாய் பிரசாரம் செய்து வந்தவருமான பாரதி, தனது 'தேசிய கீதங்களின்' முதல் இரு தொகுதிகளைத் திலகருக்கு அல்லவா (நியாயமாக) சமர்ப்பணம் செய்திருக்க வேண்டும்? இதை அவர் செய்யாதது, கலை, சமூகம், அரசியல், ஆன்மீகம் முதலிய பல தளங்களை அளாவிய அவருடைய பரந்த அக்கறைகளையும், இந்த அக்கறைகளின் சாதகமான எதிரொலியை அவர் நிவேதிதாவிடமே பெற்றதையும் சுட்டிக்காட்டுகின்றன. நிவேதிதா தேவியார் மிதவாதி, தீவிரவாதி, பயங்கரவாதி என்ற பேதமின்றி தேசீய உணர்வு கொண்ட முதிய, இளைய தலைமுறையைச் சேர்ந்த பல புள்ளிகளின் அன்புக்கும் மதிப்புக்கும் உரியவராக விளங்கியதாகவும், இத்தகையவர்கள் ஞாயிறு காலைகளில் அவர் வீட்டில் வந்து பேதமின்றிக் கூடி மணிக்கணக்கில் அளவளாவரென்றும் லிஜல் ரேமண்டின் நூல் தெரிவிக்கிறது.[21] அரவிந்தர் நியமித்த (புரட்சிச் சங்கங்களின்) ஒருங்கிணைப்புக் குழுவில் ஒரு பத்திரிக்கையாளர் (Journalist) என்ற முறையிலேயே நிவேதிதா இடம் வகித்தது,

---

18 *பாரதி தரிசனம்; பக். 277*

19 *'ஸ்வதேச கீதங்கள்", "ஜென்ம பூமி", 'ஞானரதம்"*

20 *பாரதி தரிசனம் 1; பக். 48*

21 *The Dedicated-A Biography of Nivedita-by Lizelle Raymond.*

இந்தியாவின் பாரம்பரிய, நாடோடி, கலைவடிவங்கள், கைவினைப்பொருள்களில் அவருடைய நாட்டம், ஓர் ஓவிய விமர்சகரென்ற முறையில் அவநீந்திரநாத் தாகூர் போன்றோருக்கு நிவேதிதா ஒரு ஆலோசகராகத் திகழ்ந்தது, விஞ்ஞானி ஜகதீச சந்திரபோஸின் நூல்களைப் பதிப்பிப்பதில் அவருடைய பெரும்பங்கு, இந்திய மக்களனைவருக்கும் பொதுவான சமய, கலாச்சார இழைகளின் அடிப்படையில் அவர்களை ஒன்றுபடுத்த வேண்டும், ஆன்மீகமென்பது நடைமுறை வாழ்வு, இயக்கங்களோடிணைந்ததாக இருக்க வேண்டும் என்று (விவேகானந்தர் போலவே) நிவேதிதா விரும்பியது, பெண்களுக்காகப் பள்ளிக்கூடம் நடத்தியது, நோய் நிவாரணப் பணிகளில் ஈடுபட்டது-போன்ற நிவேதிதாவின் பலதரப்பட்ட ஈடுபாடுகளின் விவரங்களை இந்நூலிலிருந்து அறியலாம். நிவேதிதாவே எழுதியுள்ள பல நூல்கள்,[22] இந்திய நாட்டின்பால் அவருடைய பாசமும், பிணைப்பும் ஆழ்ந்த, தத்துவார்த்த அடிப்படையில், அதன் கலை ஆன்மீக மரபுகளின் தனித்தன்மையில் லயித்து ஒன்றி அந்த ஒன்றிப்பிலே மலர்ந்தவை என்பதை உணர்த்துகின்றன. இத்தகைய ஒருவர் பாரதியின்மீது (நேரடிச் சந்திப்பின் போது) எத்தகைய ஆழமான, பல முகங்கள் கொண்ட பாதிப்பை ஏற்படுத்தியிருக்க வேண்டுமென நாம் ஊகிக்க முயலும்போதே பரவசம் உண்டாகிறது. ஏனெனில் பாரதியும், நான் ஏற்கனவே சுட்டிக் காட்டியது போல, பல தளங்களில் இயங்கியவர், முழுமையான தேசீய எழுச்சியையும் மறுமலர்ச்சியையும் யாசித்தவர் (வெறும் அரசியல்ரீதியான மாற்றத்தையல்ல). நிவேதிதாவைப் போலவே பாரதியும் 'தேசிய' நோக்குள்ளவர்கள் வெவ்வேறு குழுக்களாகச் சிதறி விடாமல் இணைந்து பணியாற்ற வேண்டுமென்ற கருத்தைக் கொண்டிருந்தவர். அவருடைய பாடல்கள், அவர் காலத்திலும் சரி, அதன் பிறகும் சரி, தேசிய நோக்குள்ளவர்களை ஒன்று படுத்துகிற வீரியம் மிக்க மந்திரங்களாக அமைந்தன. (ஒரு பக்கம் தீவிர மிதவாதியான வி.கிருஷ்ணஸ்வாமி ஐயர், இன்னொரு பக்கம் அதி தீவிரவாதியான வ.வே.ஸு. ஐயர் போன்றவர்கள்-இரு சாராரையுமே பாரதியின் தேசீயப் பாடல்கள் கவர்ந்தன). பலதரப்பட்டவரை 'அரவணைக்கும்' பாரதியின் இந்தத் தன்மை நன்கு கவனித்து, புரிந்து கொள்ள வேண்டிய ஒன்றாகும். ஆரம்ப கால பாரதியிடம் பிற்கால பாரதியின் அதே தெளிவும்

---

22 *Cradle Tales of Hinduism, Kali the Mother, Shiva and Buddha, The Web of Indian Life, Footfalls of Indian History,* மற்றும் பல.

பக்குவமும் முதிர்ச்சியும் முழுமையுணர்வும் இடம் பெற்றிருந்ததை அவர் நிவேதிதாவுக்குத் தமது முதல் நூல்களைச் சமர்ப்பணம் செய்திருப்பதும், அந்த 'சமர்ப்பணங்'களின் சொல்லமைப்பும் நன்கு உணர்த்துகின்றன:

1. ஸ்ரீ கிருஷ்ணன் அர்ஜுனனுக்கு விசுவரூபம் காட்டி ஆத்தும நிலை விளக்கியதொப்ப[23] எனக்கு பாரததேவியின் ஸம்பூர்ண ரூபத்தைக் காட்டி, ஸ்வதேச பக்தியுபதேசம் புரிந்தருளிய குருவின் சரண மலர்களில் இச்சிறு நூலை சமர்ப்பிக்கிறேன்.

("ஸ்வதேச கீதங்கள்"-1908)

2. எனக்கு ஒரு கடிகையிலே, மாதாவினது மெய்த் தொண்டின் தன்மையையும், துறவுப் பெருமையும் சொல்லாமலுணர்த்திய குருமணியும், பகவான் விவேகானந்தருடைய தர்ம புத்திரியும் ஆகிய ஸ்ரீமதி நிவேதிதா தேவிக்கு இந்நூலை சமர்ப்பிக்கிறேன்.

("ஜன்ம பூமி"-1909)

"ஜன்ம பூமி" சமர்ப்பணத்தில் 'மாதாவினது மெய்த்தொண்டு, துறவுப் பெருமை' என்ற சொற்கள் விவேகானந்தரின் "*The National ideals of India are Renunciation and Service. Intensify her in those channels and the rest will take care of itself*" என்ற கருத்தின் மொழிபெயர்ப்பே என்பது தெளிவு. இதே போல, "ஸ்வதேச கீதங்கள்" சமர்ப்பணத்தில் 'ஸ்ரீ கிருஷ்ணன் அர்ஜுனனுக்கு விசுவரூபம் காட்டி ஆத்மநிலை விளக்கிய' படிமம் கவியின் ஆழ்ந்த தேட்டங்களை-நடைமுறை அரசியல் போக்குகளின், தாற்காலிகத் கருத்தோட்டங்களின் தன்மைகளுக்கு அப்பால் சென்று பாரத தேவியின் சாசுவத இயல்புகளில் தேசீயத்தைக் காண்கிற தெளிவை-உணர்த்துகின்றன. (பாரததேவியின் 'ஸம்பூர்ண ரூபம்' பாரதியின்

---

23 துர்யோனாதிகளைக் கொல்லும்படி அர்ஜுனனைத் தூண்டிய வெறும் கொலை நூலாகத் தாம் பகவத் கீதையைக் கருதவில்லையென்று பாரதி தமது பகவத் கீதை முன்னுரையில் தெளிவுபடுத்தியிருக்கிறார். "கொலை செய்யச் சொல்ல வந்தவிடத்தே இத்தனை வேதாந்தமும், இத்தனை சத்வ குணமும், இத்தனை துக்க நிவர்த்தியும், இத்தனை சாகாதிருக்க வழியும் பேசப்படுவதென்னே... (எனவே இக்கருத்து தவறு)" என்று அவர் அம்முன்னுரையில் கூறுகிறார்.

தேசீய கீதங்களிலும் தொடக்க கால உரை நடைப் படைப்புகளிலும் வெளிப்படுகின்ற நேர்த்தியை ஏற்கனவே கண்டோம்.)

எனவே, ஐரிஷ் மாது ஒருவரைத் தம் குருவாகப் பாரதி வரித்து, தமது முதல் நூல்களை அவருக்குச் சமர்ப்பித்துள்ளதிலிருந்து நாம் அறிந்துகொள்ள வேண்டியவற்றை இவ்வாறு வரிசைப்படுத்தலாம்:

1. தேச எல்லைகளைக் கடந்து, தனி மனிதர்களின் சிறப்பைப் போற்றினார் பாரதி. அந்நியர்களை 'மிலேச்சர்கள்' என்று ஒதுக்குகிற ஸநாதனப் போக்குகளுடன் அவருக்கு உடன்பாடில்லை.

2. அறிவொளி பெற்ற, மன விடுதலையடைந்த, புதிய பெண்மையை அவர் போற்றினார்.

3. நிவேதிதா விவேகானந்தரின் சிஷ்யை. விவேகானந்தரின் வீரம் செறிந்த, (மக்களுக்கு) சேவை புரிதலையே குறிக்கோளாய்க் கொண்ட, அதே சமயத்தில் பாரதத் தாயின் புதியதொரு எழுச்சியில் ஆர்வமுள்ள, ஒருவகை 'ஆன்மீக தேசீய'த்தின் வாரிசாக அறியப்பட்டவர். 'மக்களுக்கு (அல்லது தேசத்துக்கு) சேவை புரிதல் வேதாந்தம் படிப்பதை விடவும் முக்கியமானது' என்று வலியுறுத்திய விவேகானந்தரின் தேசீய நோக்கு எந்த ஒரு அரசியல் கட்சியையும் சாராதது மட்டுமல்ல, ராமகிருஷ்ண மடத்திலிருந்த 'ஆசாரமான' சந்நியாசிகளும்கூட ஏற்க மறுத்த ஒன்று. (எனவே நிவேதிதா தனது 'தேசீய' கொள்கைகள் காரணமாக ராமகிருஷ்ண மடத்திலிருந்து விலக நேர்ந்தது) எந்த ஒரு அமைப்பின்தளைகளிலும் சமரசங்களிலும் சிக்கிக் கொள்ளாமல் சுதந்திரமாக, தன் வழியில், தேசீய மறுமலர்ச்சிக்காக உழைத்த நிவேதிதாவின் உதாரணம் பாரதியைக் கவர்ந்தது.

4. இந்தியாவின் ஆன்மாவை-இந்திய தத்துவத்தின், ஆன்மீகப் பாதையின் உயர்வை-விவேகானந்தர்மூலம் உணர்ந்து இந்நாட்டின்பால் கவரப்பட்ட பக்குவமும் முதிர்ச்சியும் மிக்க வெளிநாட்டு அறிவுஜீவி நிவேதிதா. இளைஞன் பாரதி நிவேதிதாவில் தனது நாட்டின் ஓர் உன்னத எதிர்காலத்தை-அதன் தத்துவ சாரம் உலகுக்கே வழிகாட்டியாக விளங்கப்போகிற ஒரு காலத்தை-உணர்ந்து பரவசமானான்.

3

"அரசியலில் வன்முறைப் பாதையை-வெடிகுண்டு வீசுதல், தனிநபர் கொலைகள் போன்ற பயங்கரவாத (terrorist) வழிமுறைகளை-பாரதி ஆதரித்தாரா?"

"குறிப்பாக, கலெக்டர் ஆஷை வாஞ்சி கொலை செய்த நிகழ்ச்சியில் பாரதியின் பங்கு என்ன?"

பாரதியை ஆயப்புகும் எவர் மனதிலும் ஒரு கட்டத்தில் எழுகிற நியாயமான சந்தேகங்கள் இவை. முக்கியமான பாரதி ஆய்வாளர்களிடையே இது பற்றி எவ்வித கருத்து ஒருமைப்பாடுமில்லை. ரா.அ. பத்மநாபன், 1909-லேயே பாரதி, காந்தியின் (தென்னாப்பிரிக்க) 'சாத்வீகப் போராட்ட முறையை' ஆதரித்து "இந்தியா" பத்திரிகையில் குறிப்புகள் எழுதியுள்ளதையும், மதன்லால் திங்கரா என்ற இந்திய இளைஞர் ஒரு ஆங்கிலேய அதிகாரியைச் சுட்டுக்கொன்ற நிகழ்ச்சியைப் பாரதி ஆதரிக்காததையும் சுட்டிக்காட்டி, 'பாரதி ஒரு அகிம்சாவாதியே' என முடிவு கட்டுகிறார்.[24]

ரகுநாதனோ, பயங்கரவாதத்தைக்கூட அன்று நாட்டில் நிலவிய சூழலில் பாரதி ஆதரித்ததாகக் கூறி, ஆஷ் கொலைக்கான சதித்திட்டத்தில் பாரதிக்கும் பங்கு இருந்திருக்க வேண்டுமென கருத்தத் தெரிவிக்கிறார்.[25]

இந்தக் கூற்றுகளை நாம் ஆராயுமுன் ஒரு முக்கியமான விஷயத்தை நினைவு கொள்ள வேண்டும். அரசியல் இயக்கத்திலும் பத்திரிகைத் துறையிலும் தீவிரமாக ஈடுபட்டிருந்த காலத்திலும் பாரதி அடிப்படையாக ஒரு கவி, என்பதுதான் அது. கவியின்

---

24 "பாரதி புதையல் பெருந்திரட்டு"-ரா.அ. பத்மநாபன் (வானதி பதிப்பகம்)

25 "பாரதி காலமும் கருத்தும்"-ரகுநாதன் (மீனாட்சி புத்தக நிலையம்)

பார்வை கால, தேச எல்லைகளைக் கடந்த வீச்சும் ஆழமும் உள்ளது. வெறும் பௌதிக வடிவங்கள், இயக்கங்களைச் சார்ந்ததாகத் தேங்கிக்கிடக்காமல் சூட்சுமமான தொனிகள், தொடர்புகள், படிமங்கள் ஆகியவற்றின் உலகில் சஞ்சரிப்பது. பாரதி தன்னைத்தானே விலகியிருந்து பார்த்துச் சிரித்துக் கொள்கிற பக்குவமும் நகைச்சுவையுணர்வும் உடையவராயிருந்தாரென்பதையும் ஞானரதத்தின் 'மண்ணுலகம்' பகுதியும் "சின்ன சங்கரன் கதை"யும் நிரூபிக்கின்றன. 1907-08 காலகட்டத்திய அவருடைய பாடல்களில் வெளியாகும் அதே பரந்த பார்வையும் பல தளங்களை அளாவிய பூரணத்துவமும் 1909-10 கட்டத்துப் பாடல்களிலும் வெளியாகக் காண்கிறோம். உதாரணமாக, 'வெறி கொண்ட தாய்'[26] என்ற பாடல்: 'பித்தனைக் காதலிக்கும் பித்துடையளை'ப் பற்றியும், இசை கவிதை, வேதம் சாத்திரம் ஆகியவற்றிலும் கூடவே பார்த்தன் கை வில்லிலும் நடமாடுகின்ற அன்னையைப் பற்றிக் கூறுகிறது இப்பாடல். இது நிச்சயம் 'விள்ளற்கரியவளும் அனைத்திலுமேவியிருப்பவளுமான' பராசக்தியைப் பற்றின பாடல்தான். ஆனால் இன்று வரை பாரதி பாடல் தொகுப்புகள் யாவிலும் 'தேசீயப் பாடல்'களுடேனேயே இது சேர்க்கப்பட்டு வருகிறது. பாடலின் கடைசி இரண்டு பாராக்கள் இது பாரதத் தாயைப் பற்றின பாடலென்ற மயக்கத்தை ஏற்படுத்துவதே காரணம்

"ஓதருஞ்சாத்திரங்கோடி-உணர்ந்
தோதியுலகெங்கும் விதைப்பாள்
………… ………… ………… …………
மாரதர் கோடி வந்தாலும்-கணம்
மாய்த்துக் குருதியிற்றிளைப்பாள்

காளி, பாரதத்தாய் இருவருக்குமே பொருந்துகின்ற இப்பாடலில் அன்னையின் போர்க்கோலம் மட்டுமல்ல, இசையிலும், கவிதையிலும் பரவசமடைகின்ற ரூபம், உண்மையைத் துணை கொண்டு சாத்திரங்கள்[27] கோடியுணர்ந்து அவற்றை உலகெங்கும்

---

26 'வெறிகொண்ட தாய்' பாடல் 4.9.1909 தேதியிட்ட "இந்தியா" இதழில் முதலில் வெளிவந்ததாக சீனி. விசுவநாதன் தாம் டி.வி.எஸ். மணியுடன் கூட்டாகத் தொகுத்துப் பதிப்பித்துள்ள பாரதி பாடல் நூலின் பின்னிணைப்பில் தெரிவித்துள்ளார்.

27 பாரதியார் காலத்தில் சாத்திரம் என்ற சொல் Science என்ற பொருளில் பயன்படுத்தப்பட்டது.

பரப்புகின்ற மாட்சி, ஆகியவையும் வலியுறுத்தப்படுகின்றன. இதர பல சக்திப் பாடல்களிலும் முழுமையின் பல வண்ணக்கோலம் பாங்காக அளிக்கப்படுகிறது. சோர்வு, பிணி, ஐயம், அச்சம் ஆகியவை அகன்று கல்வி, ஆண்மை-திரவியம், தொழில்வளம் ஆகியவை இந்நாட்டில் பெருகச் செய்ய உதவுமாறு ஒரு பாடல் சக்தியை வேண்டுகிறது. "அன்பு கனிந்த கனிவே சக்தி, ஆண்மை நிறைந்த நிறைவே சக்தி... சோம்பர் கெடுக்கும் துணிவே சக்தி" என்கிறது ஒரு பாடல். இன்னொரு பாடல் காளியின் அருளால் ஆற்றல்களைப் பெருக்கிக் கொண்டு, "மண்ணில்லார்க்குத் துயரின்றிச் செய்வேன், வருமை என்பதை மண்மிசை மாய்ப்பேன்" என்கிறது. "கல்லினுக்குள் அறிவொளி காணுங்கால்... புல்லினில்வயிரப்படை தோன்றுங்கால்... பூதலத்தில் பராசக்தி தோன்றுமே" என்கிறது மற்றொரு பாடல். அதாவது மக்கள் ஆக்கபூர்வமான இயல்புகளை (ஆண்மை, சுறுசுறுப்பு) பெருக்கிக் கொண்டு, அதன் மூலம் நாட்டை வெற்றிப் பாதையில் அழைத்துச் செல்ல உதவுகிற "மந்திரங்களாக" இப்பாடல்கள் விளங்குகின்றன. எனவே மக்களுடைய நல்ல விழைவுகள், செயல்களின் ஒருமித்த வடிவே பாரதியின் "சக்தி".

அவள் ரத்த பலி கேட்கும் உக்கிர வடிவினள் மட்டுமல்ல. மக்களின் குறைபாடுகள், சோர்வுகளை நீக்கி அவர்களுக்குத் துணிவும் தன்னம்பிக்கையும் ஊட்டி அவர்களுடைய ஆற்றல்களை ஆக்கப்பூர்வமாய்த் திரட்டி அவர்கள் தம்மைத்தாமே மேம்படுத்திக் கொள்ள உதவுகிற-அல்லது தமது பெருமையைப் புரிந்து கொள்ள உதவுகிற ("வேதங்கள் பாடுவள் காணீர்-உண்மை வேல் கையில் பற்றிக் குதிப்பாள்") கவர்ச்சியான ஆளுமை பாரதி தனது சொந்த அக உலகம் மென்மேலும் தூய்மையடையவும் பண்படவும் பராசக்தியின் துணையை நாடியவாறிருந்ததும் கவனிக்கத் தக்கது.

"வல்லமை தாராயோ இந்த மாநிலம் பயனுற வாழ்வதற்கே?"

"மனமென்னும் பெயர் கொள் கண்ணிலாப் பேயையெள்ளுவேன்,
இனியெக்காலுமே அமைதியிலிருப்பேன்...
தாயுனைச் சரண் புகுந்தேனால்"

"பந்தத்தை நீக்கி விடு-அல்லாலுயிர்ப்
பாரத்தைப் போக்கி விடு
சிந்தை தெளிவாக்கு-அல்லாலிதைச்
செத்த வுடலாக்கு"

இவையெல்லாம் மிகப் பக்குவமான தளத்தில் சஞ்சரிக்கும் சிந்தனையாளர் ஒருவரை நமக்கு இனம் காட்டுகின்றனவே தவிர, பயங்கரவாதத்தைக்கூட மன்னிக்கும் இறுகிப் போன புரட்சியாளனையல்ல. 1906ஆம் ஆண்டிலேயே தமது வீட்டில் பவானி பூஜை செய்யத் தொடங்கிவிட்ட பாரதி[28] ஆஷ் கொலை நடந்த 1911ஆம் ஆண்டுக்குள்ளாக தமது பராசக்தி பாடல்கள் பலவற்றைப் பாடி முடித்திருக்க வேண்டும்.

"அரவிந்தரின் சேர்க்கைக்குப் பின்தான் பாரதி, சக்தி உபாசகராகி, சக்திப் பாடல்களை எழுதினாரா?" என்ற கேள்விக்குப் பதில் காண முற்படும் ப.கோதண்டராமன் "1910இல் அரவிந்தரைச் சந்திக்கு முன்பே பாரதி தனது சக்திப் பாடல்கள் பலவற்றை எழுதி விட்டார்" என தக்க ஆதாரங்களுடன் சுட்டிக் காட்டுகிறார்.[29] இன்னொன்று 1906ஆம் ஆண்டு *'சக்ரவர்த்தினி'* பத்திரிகையில் ராஜாராம் மோகன்ராய் பற்றி பாரதி எழுதியுள்ள கட்டுரையில்[30] காளிப்பொம்மை முன்பு நூற்றுக்கணக்கான எருமைகள் வரிசையாக வெட்டப்பட்ட கோரக்காட்சியைத் தாம் காசியில் காண நேர்ந்ததை வர்ணித்து விட்டு, "ஐயோ ராம் மோஹன்ராயரும், கேசவ சந்திரரும் வாழ்ந்த நாட்டார் இன்னும் இந்தப் பாதகச் செயல்களை நிறுத்தவில்லையேயென்று எமது மனம் பொங்கத் தொடங்கி விட்டது" என்று எழுதுகிறார். காளி ரத்தபலிகளை யாசிப்பவள், அவற்றில் மகிழ்பவள், என்ற வெகுஜனக் கற்பனை அல்லது உருவகம் பாரதிக்கு உடன்பாடில்லாத ஒன்று என்பது இதன் மூலம் தெளிவாகிறது. ஏனென்றால் இது பூசாரிகள் கற்பித்த பொய்ச் சாத்திரம், 'கொடுமதப் பாவிகளின் குறும்பு.'

பூசாரிகள் குறுகிய பார்வையுடையவர்கள், மக்களின் மூட நம்பிக்கைகளைத் தம் சுயலாபத்துக்காகப் பயன்படுத்துபவர்கள். இத்தகைய மூட நம்பிக்கைகள் என்றென்றும் நீடித்திருக்க வேண்டுமென்பது இவர்கள் ஆசை, அதில்தான் இவர்களுடைய பாதுகாப்பு அடங்கியிருப்பதால் உண்மை பரந்துபட்டது, சிக்கலானது, எளிய முகங்கள் இல்லாதது. மக்களுடைய கவனத்தைப்

28 பாரதி தரிசனம் 1, பக். 33.

29 புதுவையில் பாரதி: பக். 66.

30 'சக்ரவர்த்தினி' கட்டுரைகள்-சீனி. விசுவநாதன், டி.வி.எஸ். மணி பதிப்பித்தவை-வானவில் பிரசுரம், 1982 பக். 93.

பரபரப்பான முறையில் இது ஈர்க்காது. கொச்சையான துவேஷங்கள், கோஷங்கள், சடங்குகள் இவைதாம் இப்பணிக்கு (பூசாரிகள் நோக்கில்) ஏற்றவை. மதத்தை உண்மையை நோக்கி அழைத்துச் செல்லும் பாதையாக அல்ல, போதையில் ஆழ்த்துகிற ஒரு கவர்ச்சிப் பொருளாக, உணர்ச்சிகளைக் கிளறி மூடமான ஒரு ஆவேச நிலைக்கு அழைத்துச் செல்கிற சாதனமாகவே பூசாரிகள் பயன்படுத்தினர். ஏதோ ஒரு அமானுஷிக தளத்தில் சஞ்சரிப்பது போன்ற ஒரு பிரமையை மக்கள் இவ்வழிகளில் பெற்று அதுவே மனிதனின் உயர்நிலை என மயங்கினர்.

அரசியல் தளத்திலும் அக்காலகட்டத்தில் நிகழ்ந்தது இதுவேதான். மதம் போலவே அரசியலும் பலருக்கு ஒரு 'எஸ்கேப்'பாக விளங்கியது-போலியான ஓர் உயர் நிலைக்கு அழைத்துச் செல்கிற சாதனமாக. மதம் பற்றிய கொச்சையான உருவகங்களும் தேசீயம் பற்றிய கொச்சையான உருவகங்களும் ஏதோ ஒரு தளத்தில் இரண்டறக் கலந்தன. "என்னுடைய தேசத்துக்குச் செய்யப்படுகிற ஒவ்வொரு தீமையும் என் கடவுளை அவமதிப்பதாக ஹிந்துவாகிய நான் உணருகிறேன்..." என்ற மதன்லால் திங்கராவின் வாக்குமூல வாசகம் இந்தக் கலவையில் உருவானதுதான்.

உணர்ச்சி வசப்பட்ட சொற்கள் மதம், ஓர் உயர்ந்த தளத்தில், சமத்துவ உணர்வுகளை, பிரபஞ்சத்தின் முழுமையுடன் 'தான்' ஒன்றிக் கலக்கிற பேதமற்ற நிலையை, உருவாக்க வேண்டும். ஆனால் இங்கு மதம் உருவாக்குவது பின்னப்பட்ட, துவேஷ வயப்பட்ட மனதை, போலியான புனித தோரணையை.

ஆஷ் துரையைக் கொலை செய்து விட்டுப் பிறகு தன்னைத்தானே சுட்டுக் கொண்டு இறந்த வாஞ்சியின் செயலை ஊக்குவித்ததும் இத்தகைய (மதம் சார்ந்த) கொச்சையான உணர்ச்சி வேகம்தான். அவனுடைய சட்டைப்பையில் கிடைத்த கடிதத்தின்[31] கீழ்கண்ட வரிகளைக் கவனியுங்கள்:

"மிலேச்ச இங்கிலீஷ்காரர்கள் நம் பாரதநாட்டைக் கைப்பற்றியதோடு, நம் இந்துக்களின் சனாதன தர்மத்தை அழிக்கின்றனர். ஒவ்வொரு இந்தியனும், வெள்ளையனை

---

31 "வீரவாஞ்சி"-ரகமி, பக். 24.

வெளியேற்றி ஸ்வராஜ்யத்தையும், ஸநாதன தர்மத்தையும் நிலைநாட்ட முயன்று வருகிறான்...”

இங்கிலீஷ்காரர்களை ‘மிலேச்சர்’களாகக் குறிப்பிடுகிற தீவிர வைதிகப் போக்கை இங்கு காண்கிறோம். அக்காலத்தில் மிலேச்சர்களின் தேசத்துக்குப் போய் வந்தவர்களைக்கூட ஜாதிப்பிரஷ்டம் செய்த குறுகிய மனப்போக்கு இது. வாஞ்சி அங்கத்தினனாக இருந்ததாகச் சொல்லப்படுகிற அபிநவ பாரத சமாஜம் என்ற ரகசியச் சங்கத்தின் பிரமாணமும்[32] இதே பாணியில்தான் அமைந்திருக்கிறது. ‘கொடுமதப் பாவிகளின் குறும்பு’ என பாரதி வர்ணித்த மூட ஆசாரங்கள், நம்பிக்கைகளுடன் சேர்ந்ததுதான் மிலேச்சர்கள், பறையர்கள் என்ற பாகுபாடுகளும் இத்தகையவர்களைத் ‘தூய்மையில்லாதவர்களாக’ ஒதுக்கி வைத்தலும், ஒரு ‘மிலேச்ச’ மாதுவான சகோதரி நிவேதிதாவைத் தமது ஞான குருவாகக் கொண்டு தமது முதல் மூன்று நூல்களை அவருக்குச் சமர்ப்பணம் செய்துள்ளவரான பாரதி இத்தகைய, கொச்சையான மத வெறியை ஆதாரமாகக் கொண்ட, இயக்கம் அல்லது இயக்கங்களுடன் சம்பந்தப்பட்டிருப்பாரென்று தோன்றவில்லை. ஆங்கிலேய இனத்தின்பால் அவருடைய துவேஷமின்மையை முந்தின பகுதியில் ஏற்கனவே விளக்கியுள்ளேன்.

“கனவு” (ஸ்வசரிதை) பாடலில் ஊணர் கல்வியால் ‘தீதெனக்குப் பல்லாயிரம் சேர்ந்தது’ அவர் என கூறுவதுகூட, இந்நாட்டில் இந்தியக் கலாச்சாரத்தின் வேர் பரவிய ஒரு கல்வி முறை இல்லாத ஏக்கத்தின் வெளிப்பாடே தவிர ஆங்கில இனத்தின்பால் துவேஷப் பிரசாரம் அல்ல. (ஆனால் அன்று நிலவிய கொந்தளிப்பான சூழ்நிலையில் அது சில இளைஞர்களுக்கு இத்தகைய பிரசாரமாகத் தோன்றியிருக்கலாம்). தத்துவார்த்த தளத்தில் விவேகானந்தர், நிவேதிதா, அரவிந்தர் ஆகியோருக்கு நெருங்கியவர் பாரதி. இவர்கள் எல்லாருமே இந்தியப் பண்பாடு அல்லது நாகரிகத்தின் தொன்மை, அதன் முந்நாளைய உச்ச கட்டங்கள், சாதனைகள் ஆகியவை பற்றிய தெளிவான சரித்திர அறிவு பெற்றவர்கள். இந்தியா இந்தியாவாக-அதன் பிரத்தியேகத் தன்மையில் ஸ்திரமாக-இருப்பதன் மூலமாகவே உலகில் மீண்டும் தனது பழைய உயர் நிலையை அடையக் கூடுமென்ற நம்பிக்கையுள்ளவர்கள். “தமிழ்நாட்டு மாதருக்கு” என்ற

---

32 “பாரதி காலமும் கருத்தும்”-ரகுநாதன், பக். 479.

தம் கட்டுரையில் இரு நாகரிகங்கள் கூடுகிற தருணத்தில் ஏற்படும் விளைவுகளைப் பற்றிப் பாரதி பின்வருமாறு எழுதுகிறார்:

"...வெவ்வேறு வகைப்பட்ட இரண்டு நாகரிகங்கள் வந்து கூடும்போது அவற்றுள் ஒன்று மிகவும் வலியதாகவும் மற்றொன்று மிகவும் பலவீனமாகவும் இருக்குமாயின், வலியது வலிமையற்றதை இருந்த இடம் தெரியாமல் விழுங்கிவிடும்... ஆனால் நம்முடைய ஹிந்து நாகரிகம் இங்ஙனம் சக்தியற்ற வஸ்துவன்று. பிற நாகரிகங்களுடன் கலப்பதனால் இதற்குச் சேதம் நேருமென்று நாம் சிறிதேனும் கவலைப்படவேண்டிய அவசியமில்லை. உலகத்திலுள்ள நாகரிகங்கள் எல்லாவற்றிலும் நம்முடைய நாகரிகம் அதிக சக்தியுடையது. இது மற்றெந்த நாகரிகத்தையும் விழுங்கி ஜீரணித்துக் கொள்ளும் திறன் வாய்ந்தது. ஆதலால், ஐரோப்பிய நாகரிகத்தின் கலப்பிலிருந்து ஹிந்து தர்மம் தன் உண்மையியல்பு மாறாதிருப்பது மட்டுமேயன்றி முன்னைக் காட்டிலும் அதிக சக்தியும் ஒளியும் பெற்று விளங்குகிறது..."

"மேற்றிசை... ஞான ஒண்பெருங்கதிரின்" ஆக்கப் பூர்வமான விளைவுகள் பற்றிய (வேல்ஸ் இளவரசர் பாடலில் நாம் கண்ட) அதே சிந்தனைதான் இங்கும், கடைசி வரியில் வெளிப்படுகிறது. கூடவே, நம்முடைய நாகரிகத்தின் உயர்வு பற்றி ஆணித்தரமாக எடுத்துக் கூறவும் அவர் தவறவில்லை.

இதையெல்லாம் மனதில் கொண்டால் மதன்லால் திங்கரா சம்பவம்[33] பற்றி பாரதி எழுதிய தலையங்கத்தின்[34] வரிகள் எத்தனை பக்குவமான, முதிர்ந்த சிந்தனையின் வெளிப்பாடு எனப் புரிந்து கொள்ளலாம்.

"லண்டன் நகரத்தில் சர் கர்ஸன்-வில்லியையும் டாக்டர் லால்காக்காவையும் கொலை செய்ததைக் கேட்டு மிகவும் மன வருத்தமுறுகிறோம். இக்கொலைகளைக் குறித்து இந்தியாவிலும் இங்கிலாந்திலும் ஒரு கக்ஷியார் மற்றொரு கக்ஷியார் மீது குற்றஞ்சாட்டுகிறார்கள். இப்படிப்பட்ட

---

33 இச்சம்பவத்தின் விவரங்களை இறுதியிலுள்ள குறிப்புகளில் காணலாம்.

34 *இந்தியா, 10.7.1909-மேற்கோள்: "வ.வே.ஸு. ஐயர்-ரா.அ. பத்மநாபன், பக். 75.*

கொலையினால் ஒரு ஜாதியாரின் அபீஷ்டம் நிறைவேறி விடுமென்று நினைக்கிற மூடர்கள் ஒரு கக்ஷியிலும்மில்லை. எவனோ ஒருவன் கொலை செய்துவிட்டால், அதை கொண்டு ஒரு கட்சியார் மற்றொரு கக்ஷியாரைப் பழிப்பது நலமாய்த் தோன்றுகிறதில்லை. வீண் துவேஷமே அதிகரிக்கின்றது...”

இதையடுத்து 1909 ஆகஸ்ட் 28 “இந்தியா” இதழில் வ.வே.ஸு. ஐயர் தமது லண்டன் கடிதத்தில் “கிளாஸ்கோ பருத்திச் சாலையில் பெரு நஷ்டத்தை விளைவித்த தீ விபத்து, மதன்லால் திங்கராவின் உடலை இந்து முறைப்படி தகனம் செய்யச் சிறை அதிகாரிகள் அனுமதிக்காததால் அக்னி பகவான் அளித்த தண்டனை” என்கிற ரீதியில் எழுதியதைத் தொடர்ந்து இதற்கு மறுப்புத் தெரிவிக்கும் வகையில் அடுத்த “இந்தியா” இதழில் (4.9.1909) பாரதி பின்வருமாறு எழுதினார்[35]

“கிளாஸ்கோவில் பருத்திச் சாலையில் நெருப்புப் பற்றி அது நஷ்டமடைந்து விட்டதால் திங்க்ரா உயிர்த்தெழுந்து விட்டாரா? நம் பாரதவாசிகளுக்கு அதனால் என்ன அனுகூலமாய் விட்டது? நாமேன் அதையோர் பழி வாங்குதலைப்போல் கொள்ள வேணும்?”

“அற்பத்துக்கெல்லாம் சந்ததோஷித்துப் பழி வாங்கும் இழிவான குணம் ஆரியர்களுடையதல்ல. நமது நாட்டில் ஒரு நாளும் கேட்டிருக்க முடியாத வெடிகுண்டு முதலிய பயங்கரமான செயல்கள் அநாகரிகமானவைகள். இவையெல்லாம் பிரிட்டிஷ் ஏகாதிபத்தியத்தின் நிரந்தர நிரங்குசப் பிரபுத்வ சட்ட திட்டங்களின் பயந்தானே...?”

இந்த இரண்டு குறிப்புகளும் மீண்டும் பாரதியின் உணர்ச்சி வசப்படாத, தெளிவான சிந்தனைப் போக்கைக் காட்டுகின்றன. வீண் துவேஷத்தையும் ‘ஒரு ஜாதியின் அபீஷ்டம் நிறைவேறுவதற்காக, கொலை புரிவதையும் அவர் கண்டித்தார். ஆரியர்களாகிய இந்தியர்கள் தமது பழைய பெருமைக்கும் கீர்த்திக்கும் பங்கம் விளைவிக்கக் கூடிய ‘இழிவான, அநாகரிகமான’ செயல்களில் ஈடுபடுவதை அவர் விரும்பவில்லை. கூடவே, பிரிட்டிஷ் ஏகாதிபத்தியம் இந்தியர்கள் மீது கட்டவிழ்த்து விட்டிருந்த

---

35 வ.வே.ஸு. ஐயர்-ரா.அ. பத்மநாபன். பக். 78.

'பிரபுத்வ' சட்டதிட்டங்களுக்கு எதிர்ப்புத் தெரிவிக்கவும் அவர் தவறவில்லை. துல்லியமான பாகுபாடுகள் உள்ள கருத்துலகில் அவர் சஞ்சரித்ததை இச்சொற்கள் காட்டுகின்றன. கொச்சையான மதவெறி அல்லது (இன்னோர் இனம் தொடர்பான) துவேஷப் பிரசாரத்துக்கு அவருடைய கருத்துலகில் இடமேயில்லை. எனவே ஆஷ் கொலை திட்டத்திலோ, அபிநவ பாரத சமாஜத்தின் நடவடிக்கைகளிலோ அவர் சம்பந்தப்பட்டிருந்தாரென்று தீர்மானமாகக் கூறுவதற்கு அவருடைய கருத்துலகம் இடந்தரவில்லையென்பதே உண்மை. அண்மையில் வரலாற்று ஆதாரங்களின் அடிப்படையில் ஆஷ் கொலை பற்றி விவான நூல்[36] எழுதியுள்ள ரகமி அவர்களும் இந்தக் கொலை திட்டத்தில் பாரதிக்கு எந்த விதத்திலும் தொடர்பு இருந்ததாகக் குறிப்பிடவில்லை.

ஆஷ் கொலை நடந்த 1911ஆம் வருடம் ஜூன் மாதம் பாரதிக்கு அந்நிகழ்ச்சி பற்றித் தம் கருத்துக்களை வெளியிடப் பத்திரிக்கைச் சாதனம் ஏதும் இருக்கவில்லை. "இந்தியா" முதலிய பத்திரிக்கைகள் 1910ஆம் ஆண்டு மார்ச் மாதத்துடன் நின்று போயிருந்தன. ஆனால் இதற்கு முன் சந்தர்பம் கிடைத்தபோதெல்லாம் பயங்கரவாத செயல்கள் குறித்து தம் அதிருப்தி அல்லது கண்டனத்தை அவர் தெளிவாகத் தெரிவித்துள்ளார். மதன்லால் திங்கரா சம்பவம் பற்றிய அவர் கருத்துக்களை ஏற்கனவே பார்த்தோம். இதே போல அலிப்பூர் வெடிகுண்டு வழக்கில் கைதான அரவிந்தர் விடுதலையானபோது, "இவர் வெடிக்காய் வியாபாரத்தில் சம்பந்தப்பட்டிருக்க மாட்டாரென்பது நமக்கு ஆதி முதலே நிச்சயம்" என்று பாரதி எழுதினார்.[37]

1906ஆம் ஆண்டு ஸ்பெயின் தேசத்து அரசரின் திருமண ஊர்வலத்தின் மீது வெடிகுண்டு எறிந்த பிறகு தன்னைத்தானே மாய்த்துக் கொண்ட மாத்யூ மாரல் என்ற இளைஞனின் 'அனார்க்கிஸ'ச் செயலைக் கண்டித்து பாரதி "சக்கரவர்த்தினி"[38] பத்திரிகையில் எழுதினர். பின்னாளில் அவர் எழுதிய *Political Evolution in the Madras Presidency* என்ற விரிவான கட்டுரையில் வாஞ்சியின் செயல் பற்றிக் கண்டனம் தெரிவிக்கவும் அவர் தவறவில்லை.

---

36 "வீர வாஞ்சி"-ரகமி

37 "இந்தியா" 15.5.1909 (பாரதி புதையல் பெருந்திரட்டு, பக். 348)

38 "சக்கரவர்த்தினி" கட்டுரைகள், சீனி. விசுவநாதன் தொகுத்தது-பக். 75.

“இந்து மதத்தின்படி, அருகருகே உள்ள எந்தத் தம்பதியரும் சக்தியும் சிவனும் போன்றவர்கள். எனவே வாஞ்சியின் செயல் இந்து மதத்துக்கே விரோதமானது” என்று பாரதி இக்கட்டுரையில் எழுதுகிறார். பாரதியின் மதப்பற்று அல்லது நாட்டுப்பற்று கொச்சையான சடங்குகள் அல்லது உருவகங்களை (ரத்த பலி கேட்கும் காளி) சார்ந்தது அல்ல, ஆழ்ந்த தத்துவார்த்த அடிப்படையில் அமைந்தது என்பதை அவருடைய இந்தக்கூற்று மீண்டும் நிரூபிக்கிறது.

ஆனால் ரகுநாதன்,[39] பயங்கரவாதத்தைக் கண்டித்து பாரதி எழுதியுள்ள (மேலே குறிப்பிட்ட) குறிப்புகள் அக்காலத்திய பத்திரிக்கைச் சட்டங்களை ஏய்ப்பதற்காக ‘சாமர்த்தியமாக’ எழுதியவை என்றும், பின்னாளில் ஆஷ் கொலையைக் கண்டித்து அவர் எழுதியது “பிற்பாடு யோசித்து” எழுதியதென்றும் தமது நூலில் கூறுகிறார். அதாவது பாரதியை இன்றைய பாணி ‘ஹிப்போக்ரைட்’ பொது மனிதர்களின் பட்டியலில் சேர்க்கிறார். பாரதியின் பராசக்தி எழுத்துக்கள் யாவும் புலப்படுத்துகிற அவருடைய கருத்துலகின் முழுமையான பரிமாணங்களுடன் பரிச்சயமுள்ள யாரும் இந்த வாதத்தை ஏற்க மாட்டார்கள். பாரதியின் பராசக்தி அல்லது காளி வெறும் பாமர ரஞ்சகமான ரத்தப்பலி கேட்கிற காளி அல்லது பைரவிதான் என்கிற எளிமைப் படுத்தப்பட்ட விளக்கத்தையும் (பாரதி ஆயுதப் புரட்சி, தனிநபர் கொலைகள், ஆகியவற்றை ஆதரித்தாரென்ற தம் வாதத்துக்குப் பலம் சேர்ப்பதற்காக) ரகுநாதன் தமது நூலில் வழங்கியுள்ளார். இது தவறானதென்று நான் ஏற்கனவே சுட்டிக் காட்டியுள்ளேன்.

ஆஷ் கொலைத் திட்டத்தில் பாரதிக்கும் பங்கு உண்டு என நிறுவுவதற்கு ரகுநாதன் அளிக்கும் வாதங்கள் மிகவும் பலவீனமானவை.[40]

1. ஆஷ் கொலைத் திட்டத்தில் பங்கேற்றவர்களாக அறியப்படுகிற (அல்லது அவ்வாறு போலீஸாரால் குற்றஞ்சாட்டப்பட்ட) சங்கரகிருஷ்ணன், நீலகண்டபிரும்மச்சாரி, வ.வே.ஸு. ஐயர், ஆகியோர் பாரதியின் நண்பர்கள். அவருடன் நெருங்கிய தொடர்பு வைத்திருந்தவர்கள். எனவே பாரதிக்கு மட்டும் ஆஷ்

---

39 “பாரதி காலமும் கருத்தும்”-ரகுநாதன்.

40 “பாரதி காலமும் கருத்தும்”-ரகுநாதன். பக். 405-412

கொலைத்திட்டத்தில் தொடர்பிருக்கவில்லை என்று கூறுவது பொருத்தமாயில்லை என்பது ரகுநாதனின் முதல் பாயிண்ட்.

2. இரண்டாவதாக, சுத்தானந்த பாரதி எழுதிய கட்டுரை ஒன்றை ரகுநாதன் ஆதாரமாக காட்டுகிறார். இந்தக் கட்டுரை வ.வே.சு ஐயர் வீட்டில் ஆஷ் கொலை நடந்ததற்குச் சுமார் ஒரு மாதம் முன்பு நடந்த ஒரு காளி பூஜையை விவரிக்கிறது. நிறைய இளைஞர்கள் கூடியிருந்தனராம். இரத்தத் திலகமிட்டுக் கொண்டு, சீட்டு குலுக்கிப் போட்டு, ஆஷைச் சுட வேண்டியது வாஞ்சிநாதன் என்று தீர்மானமாயிற்றாம். பிறகு ஆஷ் கொலை நடந்ததற்கு மூன்று நாட்கள் முன்பு புதுச்சேரி கிருஷ்ணபிள்ளை தோட்டத்தில் இன்னொரு காளி பூஜை நடந்ததாம், நாற்பது பாரத மாதா சங்க வீரர் ஒரு மாமரத்தடியில் கூடியிருக்கின்றனராம். மாடசாமி தோட்டத்தைக் காவல் காத்து நிற்க, பாரதி "நெஞ்சுக்கு நீதியும் தோளுக்கு வாளும்" என்ற பாட்டைப் பாட, வாஞ்சிக்கு செம்பூமாலை சூட்டி இரத்தக் குங்குமப்பொட்டு வைத்தாரம் ஐயர்...

முதலாவது பாயிண்ட்டைப் பொறுத்த வரையில், பாரதி சிந்தனை ரீதியாகவோ கொள்கை ரீதியாகவோ தமக்கு ஒத்த கருத்துடையவர்களுடன் மட்டுமேதான் தோழமை கொண்டாரென்பதில்லை என்பதை நினைவு கொள்ள வேண்டும். பல மட்டங்களில், தளங்களில் இருந்தவர்களுடன் தோழராக விளங்கிய சஹிருதயர் அவர். ஒரு பக்கம் வ.ரா., நெல்லையப்பர், பாரதிதாசன் போன்ற எழுத்தாளர்கள்; ஒரு பக்கம் வ.உ.சி., சக்கரைச் செட்டியார், சுரேந்திரநாத் ஆர்யா போன்ற அரசியல் இயக்கத்தில் நேரடியாக ஈடுபட்டிருந்தவர்கள்; ஒரு பக்கம் அரவிந்தர், நிவேதிதா போன்றவர்கள்; ஒரு பக்கம் மண்டயம் சகோதரர்கள், யதுகிரி, குவளைக் கண்ணன், சுவாமிநாத தீட்சிதர், குள்ளச்சாமி போன்றவர்கள். இவர்கள் எல்லாருடைய கருத்துக்களையும் பாரதி அப்படியே ஒத்துக் கொண்டாரென்பதில்லை. அவர் புதுவையில் அரவிந்தரை ஒரு கட்டத்துக்குப் பிறகு சந்திப்பதை நிறுத்திவிட்டதாக வ.ரா. குறிப்பிடுகிறார்.[41] விவேகானந்தரின் பெண்கள் தொடர்பான கருத்துக்களில் சில முரண்பாடுகளைச் சுட்டிக் காட்டி பாரதி "இந்தியா"வில் எழுதியிருக்கிறார். ஜி.சுப்பிரமணிய

---

41 மகாகவி பாரதியார்-பக். 149.

ஐயரைப் பாராட்ட வேண்டியவற்றுக்காகப் பாராட்டி, விமர்சிக்க வேண்டியவற்றுக்காக அவர் விமர்சித்துள்ளதையும் நாம் ஏற்கனவே பார்த்தோம். திலகரைப் பொறுத்தவரையில்கூட, அரசியல் தளத்தில் பாரதி அவரை தலைவராக ஏற்றுக் கொண்ட போதிலும் சமூக சீர்திருத்த தளத்தில் திலகருடையவற்றிலிருந்து மிகவும் மாறுபடுகிற கருத்துக்களைப் பாரதி உடையவராயிருந்தாரென்பதையும் நாம் அறிவோம். எனவே பாரதி மிக இளமையிலேயே சிந்தனையில் பக்குவமும் தெளிவும் பெற்றுவிட்டவர். தம்மோடு பழகியவர்களைக் பற்றிக்கூட பாரபட்சமின்றி விமர்சிக்கக்கூடிய சுயேச்சைத் தன்மை உள்ளவர். யாரையும் கண்மூடித்தனமாகப் பின்பற்றாதவர் என்பதே அவருடைய இளமை பற்றின வரலாற்றுச் செய்திகளும் அவருடைய (ரகுநாதனே மேற்கோள் காட்டுகிற) “இந்தியா” பத்திரிகை எழுத்துக்களும் அவரைப் பற்றி நமக்குத் தெரிவிக்கும் செய்திகளாகும். இத்தகைய பாரதியைத் தமக்கென ஒரு தனித்த ஆளுமையோ திசைகளோ இன்றி கவர்ச்சியான, பரபரப்பான வேடங்களை அணியத் துடித்த ‘ரொமான்டிக்’ இளைஞர்களான நீலகண்ட பிரும்மச்சாரி, சங்கரகிருஷ்ணன், போன்றவருடன் ஒரே தளத்தில் வைத்து, ‘இவர்கள் ஈடுபட்டிருந்த ஒரு செயலில் பாரதியும் ஈடுபடாமலா இருந்திருப்பார்?’ என்று கேட்பது பொருத்தமில்லாத கேள்வியாகும். பாரதியின் பாரத நாடு மற்றும் அதன் மக்கள் தொடர்பான ஆழ்ந்த பறந்து அக்கறைகளை அவமதிக்கும் கேள்வியாகும்.

ஷாம்ஜி கிருஷ்ணவர்மா, ஸாவர்க்கர், மதாம் காமா போன்றோருடன் வெளிநாட்டில் ரகசியப் புரட்சி வேலைகளில் ஈடுபட்டு, பயங்கரவாதத்தையும் சுதந்திரம் பெறுவதற்கான ஒரு நியாயமான அணுகுமுறையாகக் கருதிய வ.வே.ஸு. ஐயரும்கூட பாரதியுடன் ஒப்பிடக் கூடியவரல்ல. ஸாவர்க்கர் தீவிர தேசபக்தர். தேச விடுதலைக்காக பலாத்கார நடவடிக்கைகளின் அவசியத்தை வலியுறுத்தியவர். ‘சிப்பாய்க் கலகம்’ என ஆங்கிலேயரால் வர்ணிக்கப்பட்ட 1857ஆம் வருடத்துப் போர் உண்மையில் இந்திய மக்களின் முதலாவது சுதந்திரப் போர் என (இந்திய தேசிய கண்ணோட்டத்தில்) விளக்கும் நூலொன்றை எழுதினார் ஸாவர்க்கர். மக்களை இன்னொரு சுதந்திரப் போருக்குத் தயார் செய்வதே இந்நூலின் நோக்கம். லண்டன் இந்தியா ஹவுசில் ஸாவர்க்கர் தலைமையில் ‘அபிநவ் பாரத்’ என்ற ரகசிய சங்கம் இயங்கி வந்தது. பிரிட்டிஷ் அரசுக்கெதிராகப் பல நாடுகளில் ஆயுதப்

புரட்சிகளைத் தூண்டி விடுதல், பயங்கரவாதச் செயல்களைத் திட்டமிடுதல், போன்ற காரியங்களில் இச்சங்கம் ஈடுபட்டிருந்தது. இந்தச் சங்கத்தின் உபதலைவராகவும் மொத்தத்தில் ஸாவர்க்கரின் வலது கையாகவும் விளங்கியவர் ஐயர். லண்டனின் ஒரு ஆங்கிலேய அதிகாரியைச் சுட்டுக் கொன்ற மதன்லால் திங்கரா, ஸாவர்க்கர், ஐயர், இவருடைய நெருங்கிய கூட்டாளியாக விளங்கியவர். மதன்லால் திங்கராவின் இறுதி வாக்குமூலத்துக்கும் வாஞ்சியின் இறுதி வாக்குமூலத்துக்குமிடையேயுள்ள (தேசத்துக்காக மட்டுமல்ல, மதத்துக்காக, மதத்தைக் காப்பதற்காக கொலை செய்யத் தயாராகிற மதவெறியை வெளிப்படுத்தும்) ஒற்றுமையை ஏற்கனவே பார்த்தோம். இந்த இரண்டு இளைஞர்களும் ஒரே விதமான காரணிகளால் தூண்டப்பட்டவர்கள் என்பதை இது காட்டுகிறது. இந்தக் காரணிகள் ஸாவர்க்கரும் ஐயரும்தான் என்பது தெளிவு. இந்த இருவருமே எதிராளிகள் மீது ஆழ்ந்த பாதிப்புகளை ஏற்படுத்தி அவர்களை மூளைச் சலவை செய்யும் வசீகரமும் வல்லமையும் படைத்தவர்களென அவர்களைப் பற்றின சமகாலத்தவர்களின் குறிப்புகள் தெரிவிக்கின்றன. “எல்லா ஜனங்களும் நாட்டைப் பற்றிச் சிந்திக்கச் செய்வது அவசியமேயில்லை... ஒருவன் சிந்தனை செய்ய மற்றவர்கள் அவன் கட்டளைப்படி செயலில் நடந்தால் போதுமானது. ஜனங்களுக்கு யோசனை கூறும் அந்த ஒரு மனிதன், நேர்மையுடன் சுயநலம் கருதாது நாட்டு மக்களுக்காகப் பாடுபடுபவனாக இருக்க வேண்டும். அதுதான் உத்தமம்.” என்று வ.வே.ஸு. ஐயர் நீலகண்ட பிரும்மச்சாரியிடம் கூறியதாக ரகமி ஒரு கட்டுரையில் தெரிவிக்கிறார்.[42] அதாவது தம்முடைய திட்டங்களை நிறைவேற்றுவதற்கேற்ற வெறும் கருவிகளையே ஐயர் தமது “சீடர்களிடம்” யாசித்தார், பெற்றார். ஆனால் பாரதியோ இருண்ட உள்ளங்கள் ஒவ்வொன்றிலும் ஒளி பாய்ச்ச வேண்டுமென்ற உத்வேகத்துடன் செயல்பட்டவரென்பதே அவருடைய எழுத்தும் வாழ்க்கையும் நமக்கு அறிவிக்கும் செய்தி. சமூக சீர்திருத்தம் தொடர்பான இந்த இருவருடைய வித்தியாசமான அணுகுமுறைகளின் பின்னணியும் இதுதான்.

“முதலில் சுயராஜ்யம், பிறகு சமூக சீர்திருத்தம்” என்ற திலகர், ஸாவர்க்கர் முதலியோரின் கொள்கையை ஐயர் அப்படியே பின்பற்றியதன் விளைவாக, பிற்காலத்தில் அவர் நிறுவிய

---

42 “வீரவாஞ்சிக்கு அஞ்சலி”-ரகமி; தினமணி 17.06.1985

சேரன்மாதேவி குருகுலத்தில் தர்மசங்கடமான ஒரு நிலைமையில் அவர் சிக்கிக் கொண்டார். "ஜாதி வித்தியாசம் பாராட்டுகிறவர்" என்ற பழிச்சொல்லுக்கு ஆளானார்.[43] ஆனால் பாரதி சமூகச் சீர்திருத்த விஷயத்தில் காலக்கெடு எதுவும் வைத்துக் கொள்ளவில்லை. "பொய்ச் சாத்திரங்களை", "கொடுமதப்பாவிகளின் குறும்பை", அந்தந்தக் கட்டத்தில் துணிச்சலாக விமரிசிக்க அவர் தயங்கவில்லை. தமது சொந்த வாழ்விலும்கூட, பூணூலை கழட்டியெறிந்து, வைதிகச் சடங்குகளைத் தவிர்த்து, பிராமணரல்லாதவருடன் அமர்ந்து உண்டு, ஒரு ஹரிஜனனுக்கு பிரும்மோபதேசம் செய்து வைத்து, பிற பிராமணர்களின் புறக்கணிப்புக்கு ஆளானதைப் பொருட்படுத்தாமல் தமது கொள்கைகளைச் செயலில் காட்டி உதாரண புருஷனாகத் திகழ்ந்தவர் அவர். பின்னாளில் தமிழகம், மகாராஷ்டிரம் மற்றும் இதர பிரதேசங்களில் உருவான பிராமண எதிர்ப்பு அலைகள் பாரதியின் தீர்க்க தரிசனத்தையும் அவரது அணுகுமுறை எத்தனை சரியானது என்பதையும் உணர்த்துகின்றன. பாரதியின் அரசியல் குருவான திலகரோ என்றால், மாண்டலே சிறையிலிருந்து மீண்டு வந்த பிறகு, தமது (பிராமண) ஜாதியினரின் நிர்ப்பந்தத்துக்கு இணங்கி, கடல் கடந்து சென்று, "தீட்டாகி"ப் போன தன்னை "சுத்தகரிப்பு" சடங்குக்கு உட்படுத்திக் கொண்டார். இதே போலத்தான், ஐயரும், சீர்திருத்த விஷயத்தில் விட்டுத்தான் பிடிக்க வேண்டும், என்ற தவறான நல்லெண்ணம் காரணமாக, தமது குருகுலத்தில் உயர்ஜாதிக் குழந்தைகள் சிலர் தனித்து அமர்ந்து உண்ண அனுமதியளித்து, அதன் காரணமாக வீண் பொல்லாப்புக்கு ஆளானார். (வ.வே.ஸு. ஐயர் லண்டனில் இருந்தபோது புலால் உணவுகூட உண்டு வந்ததாக டி.எஸ்.எஸ். ராஜன் "நினைவு அலைகள்" நூலில் குறிப்பிடுகிறார். எனவே குருகுலத்தில் "தனிப்பந்தி" வைத்ததற்கு ஐயரின் துவேஷ உணர்வு எதையும் காரணமாய்ச் சொல்வது பொருத்தமில்லை).

பாரதி, வ.வே.ஸு. ஐயர் இருவரையும் ஒப்பிட்டுச் சுவையான கட்டுரை ஒன்று எழுதியிருக்கும் மண்டயம் ஸ்ரீநிவாஸாச்சாரியார், இந்த இருவரையும் புதிதாகச் சந்திக்கிறவர்கள் மீது அவர்கள் நிகழ்த்திய பாதிப்பை இவ்வாறு விளக்குகிறார்:

---

43 ஆர்வமுள்ளோர் இந்நிகழ்ச்சி பற்றிய விவரங்களை ரா.அ. பத்மநாபன் எழுதிய "வ.வே.ஸு. ஐயர்" என்ற நூலில் காணலாம்.

"பாரதியாரின் பெருமையை உணரப் புதிதாக வந்த ஒருவன் அவரோடு இரண்டு மூன்று நாட்களாவது பழக வேண்டியிருக்கும்; அவருடைய தேக மெலிவினாலோ அல்லது இயற்கையான எளிய சகோதரத் தன்மையாலோ அவரிடத்தில் கம்பீரமான தோற்றம் வெளிப்பார்வைக்கு அதிகம் தெரியாது. ஆனால், ஐயரிடத்திலோ, இரண்டு மூன்று மணி நேரத்திற்குள் அது புலப்பட்டு விடும். அவரது திடகாத்திரமும் முகச் சாயலும் ஊடுருவும் பார்வையும் அயலாரை எளிதில் வசப்படுத்தும்..."

இதே கட்டுரையில் புதுவையில் முதல் இரண்டு ஆண்டுகளில் இந்த இருவரிடையே சுமுகமான உறவு நிலவவில்லையென்று ஸ்ரீநிவாஸாச்சாரியார் குறிப்பிட்டிருக்கிறார் (அதாவது 1910, 1911 ஆண்டுகளில்). இந்த இருவரிடையே நிலவிய இன்னொரு முக்கியமான வித்தியாசத்தையும் இக்கட்டுரை எடுத்துக் கூறுகிறது. பாரதி 'அட்டவணை'ப்படி செயல் புரிவதை வெறுப்பவர். சாப்பிடுவது, குளிப்பது, எல்லாம் அவர் இஷ்டப்பட்டபோதுதான். சுதந்திரப் பறவை, அவர். ஐயர் இதற்கு நேர் விரோதம். எல்லாவற்றிலும் ஒரு ஒழுங்கு ஏற்படுத்திக் கொண்டு அதன்படி நடப்பவர். ஸ்நானம், சாப்பாடு, படிப்பது, எழுதுவது, எல்லாவற்றுக்கும் நேரங்களை முன்னதாகக் குறிப்பிட்டு அதன்படி செய்பவர்.

இந்தக் குறிப்புகளிலிருந்தும், ஐயர் மற்றும் பாரதியின் அந்தக் காலகட்டம் வரையிலான முற்றிலும் ஒன்றுக்கொன்று மாறுபட்ட பின்னணிகளிலிருந்தும், ஐயரின் திட்டம் எதையும் பாரதி அங்கீகரித்து முழுவதுமாக கட்டுப்பாட்டுடன் அதில் பங்கேற்றிருப்பது என்பது அவருடைய இயல்புக்குச் சிறிதும் பொருந்தாதது என நாம் எளிதில் உணரலாம். ஸ்ரீநிவாஸாச்சாரியாரின் வர்ணனையிலிருந்து புதுவையில் ஆஷ் கொலை முன்பு நடந்திருக்கக்கூடியது என்னவென்று நாம் ஒருவாறு ஊகிக்க முடிகிறது. ஐயரின் கவர்ச்சியான தோற்றமும் பாணிகளும் புதுச்சேரி இளைஞர்களைக் கவர்ந்திருக்கும். முன்பு பாரதியின் சீடராக இருந்தவர்கள்கூட இப்போது ஐயரின் கட்சியில் சேர்ந்திருப்பார்கள். பாரதியின் 'மக்களை ஒன்றுபடுத்தி மேம்படுத்துகிற' விழைவுகளை விடவும் ஐயரின் 'மிலேச்சர்களை சம்ஹாரம் செய்கிற' செயல்திட்டம் அவர்களைக் கவர்ந்திருக்கும். எல்லா பாரதி ஆய்வாளர்களும் (ரகுநாதன் உட்பட) ஆஷ் கொலையைத் திட்டமிட்டவரும் வாஞ்சிக்குப் பயிற்சியளித்தவரும்

வ.வே.ஸு. ஐயரே என்பதை ஒப்புக் கொள்கிறார்கள். ஆனால் பாரதியை பொறுத்தவரையில், நான் ஏற்கனவே சுட்டிக்காட்டியபடி, அவர் சுயேச்சையான போக்குடையவர், சமூக-அரசியல் தளத்தில் வ.வே.ஸு. ஐயருக்கு முற்றிலும் மாறுபட்ட கருத்துக்களைக் கொண்டிருந்தவர். எனவே அவர் அந்தச் சமயத்தில் புதுச்சேரியில் இருந்தாரென்பதாலேயே அவருக்கு ஆஷ் கொலைத் திட்டத்தில் பங்கிருந்ததாகக் கூற இயலாது.

அடுத்து, ரகுநாதன் மேற்கோள் காட்டும் சுத்தானந்த பாரதியின் கட்டுரை. வ.வே.ஸு. ஐயரின் இந்தியா ஹவுஸ் பின்னணியை அறிந்த யாருக்கும் சுத்தானந்த பாரதியின் வர்ணனையைப் படித்தால் சிரிப்புத்தான் வரும். இந்தியா ஹவுஸில் கீர்த்திகர், கோரேகாவ்கர் என்ற இரண்டு போலீஸ் உளவாளிகளை எதிர்கொண்டவர் ஐயர். அவர்களுடைய சதியை முறியடிக்க உதவியவர். இவர்கள் இருவரும் அபிநவ் பாரத் சங்கத்தினுள் ரகசியமாக ஊடுருவி அதன் ரகசியங்களை ஸ்காட்லண்ட் யார்டுக்குத் தெரிவிக்க முயன்றவர்கள். இந்தப் பின்னணி காரணமாகப் புதுச்சேரியில், அங்கு சென்னைப் போலீஸாரின் உளவாளிகள் ஏராளமாக நிரம்பிக் கிடந்த சூழ்நிலையில், ஆஷ் கொலைத் திட்டத்தை ஐயர் பரம ரகசியமாக வைத்திருப்பாரென நாம் நிச்சயம் எதிர்ப்பார்க்கலாம். எனவே சுத்தானந்த பாரதி கூறுவது போல் "நாற்பது வீரர்களுக்கு நடுவே, பாரதி பாட்டுப் பாடியவாறு நிற்க, வாஞ்சிக்கு வீரத்திலகம் வைக்கப்பட்டது" தர்க்க அறிவுக்குப் பொருந்துவதாக இல்லை. ஸாவர்க்கர், மதாம் காமா ஆகியோரின் நம்பிக்கைக்குப் பாத்திரமானவராக விளங்கி, அவர்கள் துணையில் இந்திய விடுதலைக்கான சில ரகசியமான (பிரிட்டிஷ் அரசுக்கெதிரான) சதித் திட்டங்களில் பங்கு பெற்றவரான வ.வே. ஸு. ஐயரை இந்த வர்ணனை வெறும் கேலிச் சித்திரமாக்குகிறது.

எனவே, பாரதிக்கு ஆஷ் கொலைத் திட்டத்தில் எவ்விதப் பங்கும் இருந்ததாகக் கூறுவதற்கு அவருடைய எழுத்துக்களிலும் சரி, வேறு வகையிலும் சரி, எவ்வித ஆதாரமுமில்லை. அதே சமயத்தில் பாரதி காந்தி பாணி அகிம்சாவாதியுமல்ல என்பதையும் இங்கே சுட்டிக்காட்டுவது அவசியம். அவருடைய பல பாடல்களிலும் கட்டுரைகளிலும் விவேகானந்தர் பாணி துணிவையும் ஆண்மையுமே அவர் வலியுறுத்திகிறார். "தராசு" கட்டுரைகளிலும் ஓரிடத்தில் காந்தியின் கொள்கைகள் சிலவற்றுடன் தமக்கு உடன்பாடில்லையென்று பாரதி தெளிவாகக் குறிப்பிட்டிருக்கிறார்.

“(காந்தி) சொல்கிற ஸத்ய விரதம், அகிம்சை, உடைமை மறுத்தல், பயமின்மை-இந்த நான்கும் உத்தம தர்மங்கள்... ஆனால் ஒருவன் என்னை அடிக்கும்போது நான் அவனை திருப்பி அடிக்கக்கூடாதென்று சொல்வது பிழை” என்கிறார் பாரதி.[44] இதே கட்டுரையில் காந்தியின் ‘நாக்கை கட்டுதல், பிரும்மச்சரியம்’ என்ற இரு கொள்கைகளும் ஏழைகளுக்கு உகந்தவையல்லவென்று பாரதி சுட்டிக்காட்டி, “ஏழைகளுக்கு ஏற்கனவே நாக்கைக் கட்டித்தான் வைத்திருக்கிறது” என்றும், பிரும்மச்சரியத்தை ஜாதி முழுமையும் அனுஷ்டித்தால் “தேசத்தில் சீக்கிரம் மனிதரில்லாமல் போய்விடும்” என்றும் சொல்கிறார். இதே கட்டுரையின் இறுதியில், “காந்தி பதினோரு விரதம் சொன்னார். நான் பன்னிரெண்டாவது விரதமொன்று சொல்கிறேன். அது யாதெனில், ‘எப்பாடு பட்டும் பொருள் தேடு; இவ்வுலகத்திலே உயர்ந்த நிலை பெறு’ என்கிறார். இன்னொரு கட்டுரையில் விதவைகளின் எண்ணிக்கையைக் குறைக்க, புருஷர்கள் மறுமணம் செய்து கொள்ளக்கூடாது என்ற காந்தியின் யோசனையைப் பாரதி நிராகரித்து, “ஆணுக்கேனும் பெண்ணுக்கேனும் இளமைப் பிராயம் கடந்த மாத்திரத்தில் போக விருப்பமும் போக சக்தியும் இல்லாமர்போகும்படி கடவுள் விதிக்கவில்லை” என்கிறார். பாரதியின் சிந்தனையும் அணுகுமுறையும் காந்தியிடமிருந்து பல விதங்களில் வேறுபடுவதை இவ்வுதாரணங்கள் மூலம் அறியலாம்.

---

44 “தராசு” 12 ஆவது பகுதி-சங்கம் புக்ஸ், 1982 பக். 54-57.

4

"விக்டோரியா மகாராணி காலத்தில் விபரீதம் ஏதாவது தோன்ற முடியுமா என்று ராஜபக்தி ஓங்கி நின்ற காலம்... 'நம்முடைய மதத்தில் அவர்கள் தலையிடுகிறார்களா? நமது பெண்களை அவர்கள் கல்யாணம் செய்து கொள்ள ஆசைப்படுகிறார்களா? நம்முடைய ஆசாரங்களை அவர்கள் கெடுக்கிறார்களா? ஏதோ கொஞ்சம் பணம் எடுத்துக் கொள்கிறார்கள். அதனாலென்ன?" என்று இங்கிலீஷ்காரர்களுக்குப் பரிந்து பேசும் கூட்டந்தான் இந்த நாட்டில் பெரும்பான்மையாய் இருந்தது என்று பாரதி தோன்றிய காலத்தில் நிலவிய சூழ்நிலையை வ.ரா. வர்ணித்துள்ளார்.[45]

ஆம். மூட ஆசாரங்கள்தான் மதமென்று பலர் நம்பியதோடு மட்டுமின்றி, இந்த ஆசாரங்களைக் காப்பாற்றிக் கொள்ள அனுமதிக்கிற எவ்வகை அரசியலமைப்பும் தமக்குப் போதுமானதென்று நினைத்த காலகட்டம். அதாவது, பிரிட்டிஷாரால் தமது ஆசாரங்களுக்குப் பங்கம் விளைந்ததாகத் தோன்றினாலன்றி அவர்களுக்கெதிராக இத்தகையவர்கள் வெகுண்டெழ மாட்டார்கள். எனவேதான் "மிலேச்ச இங்கிலீஷ்காரர்கள் நமது ஸநாதன தர்மத்தை அழித்து வருகிறார்கள்" என்கிற கருத்தோட்டம் (வெகுஜன வதந்தி?) நேரடியாக இல்லாவிடினும் மறைமுகமாகவேனும் சில தலைவர்களால் ஊக்குவிக்கப்பட்டது. அரவிந்தர் தமது உத்தரபாரா பிரசங்கத்தில் "ஸநாதன தர்மமே தேசீயம்" என்று முழங்கியதன் உட்பொருள் இதுதான். ஸாவர்க்கர், ஐயர் முதலானோர் இந்தக் கருத்தோட்டத்தை-அது கொச்சையான ஜாதி பேத உணர்வுகளைச் சார்ந்தது என்பதையும் பொருட்படுத்தாமல்-தமது அரசியல் நோக்கங்களுக்காகப் பயன்படுத்தத் தயங்கவில்லையென்பதையும் நாம் ஏற்கனவே பார்த்தோம். இது அவர்களுக்கு ஒரு உத்தி, Strategy.

---

45 "மகாகவி பாரதியார்"-பக். 174-175.

ஆனால் பாரதியைப் பொறுத்தவரையில் பிரிட்டிஷாரை இந்தியாவிலிருந்து வெளியேற்றும் நிமித்தம்கூட நம்மவர்களின் மூட ஆசாரங்கள் அல்லது கொச்சையான மத உணர்வுகளுடன் (Fundamentalism) அவர் சமரசம் செய்து கொள்ளத் தயாராக இல்லையென்றும் நான் முந்தின பகுதிகளில் சுட்டிக் காட்டினேன். வேல்ஸ் இளவரசரை வரவேற்கும் தனது தொடக்க காலப் பாடலில் "கொடுமதப் பாவிகளின் குறும்பை" இகழும் பாரதி அதன் பிறகு எந்தக்கட்டத்திலும் இந்த நிலையிலிருந்து பிறழுவதேயில்லை. "தேசீய கீதங்கள்" பலவற்றில் 'பொய்ச் சாத்திரங்களை'க் கடுமையாக விமரிசிக்கவும் ஜாதி, மொழி பிரிவுகளைக் கடந்த சமத்துவ உணர்வுகளை மீண்டும் மீண்டும் வலியுறுத்தவும் அவர் தவறுவதில்லை. தமிழ்நாடு, தமிழ்த்தாய் பற்றி 'துதிப்பாடல்'கள் இயற்றிய பாரதி, ஒரு பாடலில் தமிழ்ச்சாதியின் அவலநிலை பற்றி-கொள்கைத்திடமும் பார்வையில் தெளிவும் உள்ள அறிவுத்தலைமை இன்றி அது சீரழிந்து கொண்டிருப்பது பற்றி-பிரலாபிக்கவும் தவறவில்லை. 'அறிவுத்தலைமை' என பாரதி குறிப்பிடுவது 'நால்வகைக் குலத்தாரில்' 'சாத்திரம்' வகுப்பவரை, அதாவது நீதி, தெளிந்த மதி, கல்வி, அன்பு ஆகிய யாவும் நிறைய உடையவர்களாக,[46] மக்களிடையே வழிகாட்டிகளாகத் திகழுபவர்களை ஒரு காலத்தில் அறிவுத் தலைவர்களாக இருந்த பிராமணர்கள் "வெறும் மடத்தவளைகளைப் போலச் சிற்சில மந்திரங்களைச் சம்பந்தமில்லாமல் யாதொரு பொருளும் அறியாமல் கத்துகிற"வர்களாய் சீரழிந்து விட்டதை பாரதி விமர்சித்துள்ளதை ஏற்கனவே கண்டோம். 'இந்நாளிலே பொய்மைப் பார்ப்பார், இவர் ஏதுசெய்துங் காசுபெறப் பார்ப்பார்' என்ற கவிதை வரி வர்ணாசிரம தர்மம் வகுத்த முந்நாளைய சமூகப் பாகுபாடுகளும் மதிப்பீடுகளும் சிதறிவிட்டதைச் சுட்டிக் காட்டுகிறது. இந்நாளையப் பார்ப்பார்கள் 'எதுவும் செய்து' காசு சம்பாதிக்கத் தொடங்கி விட்டார்கள். (சிலர் போலீஸ் படையிலும் சேர்ந்து தேச பக்தர்களைக் கொடுமைப் படுத்துகிறார்கள்) எனவே, 'எவன் வீட்டில் மறுநாள் ஆகாரத்திற்கு இன்றே நெல் சேர்த்து வைக்கப்பட்டிருக்கிறதோ அவன் பிராமணன் ஆக மாட்டான்'[47] என்ற விதியின் படி இவர்களை இனி பிராமணர்களாகக் கருத இயலாது.

---

46 நீதி, தெளிந்த மதி கல்வி-அன்பு நிறைய உடையவர்கள் மேலோர்.- பாப்பாப் பாட்டு.

47 "ஞானரதம்"-தர்ம லோகத்தில் கண்வருடன் சம்பாஷணை.

பின் பிராமணன் யார்? 'ஹிந்துக்களின் கூட்டம்', 'ஜாதிக் குழப்பம்' 'பிராமணர் யார்' 'நாற்குலம்' என்று தமது கட்டுரைகளில்[48] பாரதி இக்கேள்விக்கு விடை தருகிறார்.

1. பூணூல் இருந்தாலும் ஒன்று போலே, இல்லாவிட்டாலும் ஒன்று போலே, ஹிந்துக்களெல்லாம் ஒரே குடும்பம்... இஷ்டமான ஹிந்துக்கள் எல்லாரும் பூணூல் போட்டுக் கொள்ளலாம்.

2. எல்லா வகுப்பு மக்களுக்கும் சரியானபடி படிப்புச் சொல்லிக் கொடுத்தால் எல்லோரும் ஸமான அறிவுடையோராய்விடுவார்கள்... கீழ் ஜாதியாரை நல்ல ஸம்ஸ்காரங்களால் பிராமணர்களாக்கிவிட முடியுமென்பதற்கு நம்முடைய வேத சாஸ்திரங்களில் தக்க ஆதாரங்களிருக்கின்றன. எந்த ஜாதியாயிருந்தாலும்... அவனுக்கு ஒரு பூணூல் போட்டு, காயத்திரி மந்திரம் கற்பித்துக் கொடுத்துவிட வேண்டும். பிறகு அவன் பிராமணனாகவே கருதப்பட வேண்டும்.

3. ஒருவன் தன்னைப் பிராமணன் என்று சொல்லிக் கொள்கிறான். அங்ஙனம் பிராமணன் என்பது அவனுடைய ஜீவனையா? தேகத்தையா? பிறப்பையா? அறிவையா? செய்கையையா? தர்ம குணத்தையா? (இவை எதுவுமல்ல) எவனொருவன் இரண்டற்றதும், பிறவி, குணம், தொழில் என்பவை இல்லாததும், உள்ளும் புறமும் ஆகாசம் போல கலந்திருப்பதும் அளவிடக் கூடாததும், அனுபவத்தால் உணரத்தக்கதுமாகிய இறுதிப் பொருளை, நேருக்கு நேராகத் தெரிந்து காமம், ராகம், முதலிய குற்றங்களில்லாதவனாய், பாபம், மாற்சரியம், விருப்பம், ஆசை, மோகம் முதலியவை நீங்கினவனாய், இடம்பம், அகங்காரம் முதலியவை பொருந்தாத நெஞ்சமுடையவனாய் இருக்கிறானோ, இங்ஙனம் கூறப்பட்ட இலக்கணமுடையவனே பிராமணன்.

4. உண்மை தேடுவதே முதற்காரியமென்றும், மற்றதெல்லாம் அதற்குப் பிறகுதான் என்றும் உணர்ந்து நடப்பவரே தலை மக்கள்.

இந்தக் கருத்துக்களின் அழகிய விளக்கமாக, கனகலிங்கம் என்ற ஹரிஜனுக்கு பாரதி பூணூல் அணிவித்தார். இன்று சிலருக்கு

48 பாரதியார் கட்டுரைகள்.

இச்செய்கை பைத்தியக்காரத்தனமாகத் தோன்றும். ஆனால் பாரதி இச்செயல்மூலம் தனது (பிராமண) ஜாதியினரின் போலியான குலப்பெருமை அறிவுப் பாசாங்கு ஆகியவை தொடர்பாகத் தனது அதிருப்தியையும் எதிர்ப்பையும்தான் தெரிவிக்க முயன்று கொண்டிருந்தார் என்பதை நாம் புரிந்து கொள்ள வேண்டும். அன்றைய சூழலில் இது மிகவும் துணிச்சலான செயலென்பதையும் புரிந்துகொள்ள வேண்டும். அன்றைய 'அக்ரகாரத்'தின் பிற்போக்கான, இறுக்கமான (மூட ஆசார அனுஷ்டானங்கள், கட்டுப்பாடுகளின்) சூழ்நிலையை டி.எஸ்.எஸ். ராஜன் தமது நூலில் சித்தரித்துள்ளதை ஏற்கனவே பார்த்தோம். இதேவிதமான சூழ்நிலைதான் பாரதியின் மறைவுக்குச் சுமார் இருபது ஆண்டுகளுக்குப்பின் எழுதப்பட்ட கல்கியின் 'தியாகபூமி' நாவலில் சித்தரிக்கப்படுகிறது. வெள்ளத்தால் தமது குடிசைகளிலிருந்து விரட்டப்பட்ட ஹரிஜனங்களுக்குத் தமது வீட்டில் ஒதுங்க இடம் கொடுப்பதால் சம்பு சாஸ்திரிகள் அக்ரஹாரத்தாரால் ஒதுக்கி வைக்கப்படுகிறார். சம்பு சாஸ்திரிகளுக்கு நேர்ந்ததுதான் பாரதிக்கும் தனது காலத்தில் தனது ஜாதியரிடையே நேர்ந்திருக்குமென நாம் எளிதில் ஊகிக்கலாம்.

தாழ்ந்த ஜாதி என்ற ஒரு சாராரை ஒதுக்கி வைப்பதை எதிர்த்த பாரதி பெண்களுக்கெதிரான அநீதிகளையும் எதிர்த்தாரென்பதை அறிவோம். தனது சொந்த மகள்கள் இருவருக்கும் அறியாப் பருவத்திலேயே பொம்மைக் கல்யாணம் நடந்து விடாமலிருக்க அவர் தனது மனைவி மற்றும் சுற்றத்தாருடன் தொடர்ந்து போராட வேண்டியிருந்தது. 'பொய்ச் சாத்திரங்கள்' பற்றி அவருக்கும் செல்லம்மாளுக்குமிடையே அடிக்கடி நடந்த வாக்குவாதங்களை யதுகிரி அம்மாள் தனது நூலில் குறிப்பிட்டுள்ளார். பாரதி கடைய வாசத்தின்போது 'துணிவாக'த் தன்னுடன் கைகோர்த்துக் கொண்டு தெருவில் நடந்தது பற்றிச் செல்லம்மாள்பாரதி தமது நூலில் குறிப்பிட்டுள்ளார். (இன்றும், இப்படிச் செய்வதற்கு நமது தென்னிந்தியாவில் துணிவு தேவை!) பாரதி செல்லம்மாளின் தோளின் மேல் கை போட்டுக் கொண்டு நிற்கும் பிரபல புகைப்படத்தையும் நாம் அறிவோம். இதெல்லாம் வெறும் 'ஸ்டண்ட்' அல்ல.

பாரதி தொடக்க காலத்திலிருந்தே மிக அதிகமான சுதந்திர வேட்கையுள்ளவர். 'இன்று புதிதாய்ப் பிறந்தோமென்று' 'தின்று விளையாடி இன்புற்றிருந்து வாழ்வதில்' நம்பிக்கையுள்ளவர். மனிதன் உருவாக்கிய மூடக் கட்டுப்பாடுகளைத் துச்சமாக மதித்தவர்.

அதே சமயத்தில் சக மனிதர்கள்பால் ஆழ்ந்த பரிவுணர்ச்சியும் சகோதர உணர்வும் கொண்டவர். செல்லம்மாளின் தோளின் மீதோ அல்லது கனகலிங்கத்தின் தோளின் மீதோ அவர் கை போட்டு அணைக்கும்போது 'உயிர்களிடத்தில் அன்பு வேணும்' என்கிற இயல்பான சகோதரத்துவமே வெளியாகிறது. எழுதியது போல் வாழ்ந்தவர் அவர். ஆனால் எழுத்துக்கும் வாழ்க்கைக்குமிடையே ஒரு கெட்டிக்காரத்தனமான இடைவெளியை அனுஷ்டித்துப் பழகிவிட்ட நம்மில் பலருக்கு இன்று அவர் ஒரு கிறுக்கராகத் தோன்றுகிறார்.

"பாரதி பாமரர்களின் கவி. இது உலக இலக்கியத்தில் ஒரு அற்புதமாகும். பொது ஜனங்களின் கவி என்னும் பட்டதிற்குரியவர்கள், ஆங்கில ஷேக்ஸ்பியர், அமெரிக்க வால்ட் விட்மன், தமிழ்நாட்டு பாரதி போன்ற சிலர்தான்" என்று தங்களுடைய "கண்ணன் என் கவி" என்ற நூலில் கு.ப.ரா.வும் சிட்டியும் குறிப்பிடுகிறார்கள். "மக்கள்பால் கவியின் இதயம் உருகி ஓடிற்று. அதனால்தான் மக்களுக்குப் புரியும் சிறிய எளிய சொற்களைக் கையாண்டான் அவன். எளிய சொற்கள் அவனுடைய பரம ஞானத்திலும் அன்பிலும் புடம் ஏறிப் புதிய ஒளியுடன் பாய்ந்தன. பழைய தேய்ந்துபோன சொற்களுக்குப் புதிய தொனிகளும் வீரமும் தோன்றின. சொல் மட்டும் இன்றி, பாடும் பாட்டும் மக்கள் பாட்டாக சிந்து, ஆனந்தக்களிப்பு, கண்ணி என்ற வடிவுகளில் பொழிந்து மக்கள் எல்லாரையும் ஈர்த்துப் பரவசப்படுத்திற்று" என்று இதே கருத்தை மேலும் விளக்குகிறார் தி. ஜானகிராமன்.

மக்களுக்காக உருகி, அவர்களில் வெவ்வேறு சாராரின் சுகதுக்கங்களில் ஒன்றி அந்தந்தச் சாராராகவே மாறி குரலெழுப்புகிறது பாரதியின் ஆன்ம நேயம் அல்லது அதீதமான கருணை (Compassion). இந்த ஒன்றிப் போகிற (கவியின் 'தான்' அழிந்து அவன் இன்னொருவரின் முகமும் குரலும் அணிகிற) போக்கையே 'பள்ளர் களியாட்டம்', 'சிவாஜி தன் சைநியத்திற்குச் கூறியது' 'கலெக்டர் வின்ச் ஸ்ரீசிதம்பரம் பிள்ளைக்குச் சொல்லுதல்' 'மேத்தா திலகருக்குச் சொல்வது' மற்றும் பல பாடல்களில் காண்கிறோம். 'பெண்கள் விடுதலைக் கும்மி'யும் இதே பாணியில் அமைந்ததுதான்.

'காக்கை குருவியெங்கள் ஜாதி' என்ற பிரபல வரிகளைக் கொண்ட 'ஜெயபேரிகை!' என்ற பாடலும் உண்மையில் பறையர்

பாடுவது போல் அமைந்ததுதான். பாரதியாரின் 'பறையர்' என்ற கட்டுரையின்[49] கீழ்க்கண்ட வரிகளிலிருந்து இது தெளிவாகும்:

> *"...பறை என்பது பேரிகை. பூர்வ காலத்தில் நமது ராஜாக்கள் போர் செய்யப் போகும்போது ஜெயபேரிகை கொட்டிச்செல்லும் உத்தமமான தொழில் இந்த ஜாதியார் செய்து வந்தபடியால் இவர்களுக்கு இப்பெயர் வழங்குவதாயிற்று... அவர்களை மிருகங்களைப் போல் நடத்துவது குற்றமேயொழிய பறையர் என்று சொல்வது குற்றமில்லை."*

இன்று தாழ்த்தப்பட்டவர்களின் குரல் 'தலித் இலக்கியம்' என்ற பெயரில் இலக்கியத்தில் தனித்த செல்வாக்குப் பெற்று விளங்குகிறது. இந்தத் தாழ்த்தப்பட்டவர்களின் குரலை அன்றே நவீன தமிழிலக்கியத்தில் ஒலிக்கச் செய்த முன்னோடிகளில் ஒருவராகப் பாரதி விளங்குகிறார்.

ஒரு பக்கம் மக்களிடையே (குறிப்பாக பிராமணர்களிடையே) நிலவிய 'பொய்ச் சாத்திரங்களுடன்' சமரசம் செய்து கொள்ள மறுத்தல், அவற்றைக் கடுமையாக விமரிசித்தவாறிருத்தல்; இன்னொரு பக்கம் எல்லா உயிர்களின்பாலும்-தவறு செய்யும் மனிதர்கள் உட்பட[50] சகோதர பாவம். பாரதியின் இந்த இரு நிலைகளையும் சரிவரப் புரிந்து கொண்டால் சிலர் போல அவருடைய 'தோத்திரப் பாடல்களை'க் கண்டு மிரட்சி கொள்ள வேண்டியதில்லை. இப்பாடல்கள் வைதிகர்களுக்காக எழுதப்பட்ட வெறும் நாமாவளிகள் அல்ல. மக்களை நல்வழிப்படுத்தி உயர்த்தி அவர்களுக்கு 'வானகமிங்கு தென்பட'மாறு செய்ய விரும்பிய அறிவுஜீவி ஒருவனின் நயமான கருத்துக் கோர்வைகள்.

பக்தி இலக்கியம் தமிழில் நெடிய பாரம்பர்யமுள்ளது. தேவாரம், திருவாசகம், திருப்புகழ், திருப்பாவை, திருவெம்பாவை ஆகிய நூல்களிலுள்ள பாடல்களைத் தலைமுறை தலைமுறையாகத் தமிழ் மக்கள் வீடுகளிலும் கோவில்களிலும் பாடி வந்திருப்பவர்கள். காசியில் ஒரு திருவாதிரை நாளன்று ஓதுவார் வராதபோது பாரதி திருவெம்பாவை பாடல்களையும் நந்தன் சரித்திரக் கீர்த்தனை

---

49 'பாரதியார் கட்டுரைகள்', பூம்புகார் பிரசுரம். பக். 332.

50 நெஞ்சு பொறுக்குதிலையே-இதை நினைந்து நினைந்திடினும் வெறுக்குதிலையே.

ஒன்றையும் நெஞ்சுருகப் பாடித் தன்மீது கோபமாக இருந்த அத்தை புருஷனின் நெஞ்சம் குளிர்வித்த நிகழ்ச்சியைப் பற்றி செல்லம்மா பாரதி தமது நூலில் குறிப்பிட்டுள்ளார். 'நந்தன் சரித்திர' பாடல்களின் மெட்டில் பாரதி சில தேசபக்திப் பாடல்களை இயற்றியிருப்பதையும் அறிவோம். 'இறைவன் சந்நதியில் பார்ப்பானும் பறையனும் ஒன்று' என்ற செய்தியைச் சொல்லும் நந்தன் சரித்திரம், பாரதியை இளம் வயதிலேயே கவர்ந்து விட்டது ஆச்சர்யமில்லை. கோபாலகிருஷ்ண பாரதியார் பக்தியும் இசையும்கூடி உருவாகிற பரிச்சியமான, பாமர ரஞ்சகமான கலவையைப் பயன்படுத்தி சீர்த்திருத்தக் கருத்துக்களைப் பரப்பிய பாணியும் பாரதியின் உள்மனதில் ஆழ்ந்த சுவடுகளைப் பதித்திருக்க வேண்டும். இதே பாணியில் செயல்பட்ட ராமலிங்கர் பாடல்களையும் பாரதி இளமையில் நிறையப் பாடக் கேட்டிருக்க வேண்டும்.[51] வாய்மொழியாக தமக்கு வந்து சேர்ந்த இந்த (பக்தி) மரபில் சிந்தனையாளர் பாரதி மக்களுடன் தனது ஆக்கபூர்வமான, முன்னேற்றக் கருத்துக்களைப் பகிர்ந்து கொல்வதற்கேற்ற ஒரு 'ரெடிமேட்' சாதனத்தைக் கண்டார். 'பக்தி'யின் மூலம் கல்வி புகட்டுகிற சாத்தியக்கூறுகளை தமது எழுத்து வாழ்வின் ஆரம்ப கட்டத்திலேயே பாரதி 'அசை' போடத் தொடங்கி விட்டாரென்பதை 1906இல் அவர் எழுதிய 'ஆலயங்கள்' என்ற கட்டுரை[52] உணர்த்துகிறது:

> *"... பக்தியும் கல்வியும் ஒருவாறு புணர்ந்திருக்கப் பட்டனவென்பதை விளக்குவதற்காகக் கிறிஸ்துவப் பாதிரிகளைத் திருஷ்டாந்தாமாகக் காண்பிக்கலாகும். அவர்கள் மதத்தை விருத்தி செய்வதற்காக வந்திருந்த போதிலும் பல இடங்களில் பெரிய பாடசாலைகளை ஏற்படுத்திக் கல்வி விருத்தியைச் செய்கிறார்கள்"*

கிருஸ்துவர்களிடையே மதம் கல்வியை, மன வளர்ச்சியை, சார்ந்து அமைந்திருக்க, இந்துக்களிடையே (நடைமுறையில்) மதம் என்பது அறியாமையை, மூடநம்பிக்கைகள் அல்லது அனுஷ்டானங்களைச் சார்ந்த ஒன்றாகச் சீரழிந்து விட்ட நிலை பாரதியை வருந்தச் செய்தது. இந்த நிலையை மாற்ற வேண்டுமென்ற அவருடைய ஆவேசத்தில் பிறந்தவையே 'தோத்திரப் பாடல்கள்'. பாரதி தோன்றிய காலம் அரசியலில் விழிப்புணர்ச்சி தோன்றி வந்த காலம் என்பதுடன்

---

51 "பாரதி தமிழ்", பெ.தூரன். பக். 23.

52 எட்டயபுரத்தில் சோமசுந்தர பாரதியுடன் தமிழ் நூல்கள் படித்த காலம்.

(1857ஆம் வருடம் 'சிப்பாய்க் கலகம்' எனப்படும் முதலாவது சுதந்திரப் போர் நிகழ்ந்தது; 1885ஆம் வருடம் காங்கிரஸ் பிறந்தது) சமய சீர்திருத்தங்களின் காலமும்கூட, என்பதை நாம் நினைவில் கொள்ள வேண்டும்-ராஜாராம் மோகன் ராய், தயானந்த சரஸ்வதி, இராமலிங்க அடிகள், இராமகிருஷ்ணர்-விவேகானந்தர் ஆகியோர் பாரதிக்கு முந்தின ஒன்று அல்லது இரண்டு தலைமுறைகளுக்குள் தோன்றியவர்கள்.

'தோத்திரப் பாடல்'களிலிருந்து சில உதாரணங்களைப் பார்ப்போம்:

1. *கல்வி வளரும்-பல*
காரியங்கையுறும், வீரியமோங்கிடும்,
அல்லலொழியும்,-நல்ல
ஆண்மையுண்டாகும், அறிவு தெளிந்திடும்
....
....
பொய்ப் பாம்பு மடியும்-மெய்ப்
பரம்வென்று நல்ல நெறிகளுண்டாய் விடும்
பக்தியினாலே

("பக்தி" என்ற பாடல்)

விளக்கம் தேவையில்லை

2. *மந்திரத்தை முணுமுணுத் தேட்டை*
வரிசையாக அடுக்கி யதன் மேல்
சந்தனத்தை மலரை யிடுவோர்
சாத்திரமிவள் பூசனையன்றாம்
வீடு தோறும் கலையின் விளக்கம்
வீதி தோறும் இரண்டொரு பள்ளி
நாடு முற்றிலும் உள்ளன வூர்கள்
நகர்க ளெங்கும் பலபல பள்ளி...

("ஸரஸ்வதி தேவியின் புகழ்")

வருடா வருடம் "ஏடுகளை அடுக்கி" மந்திரங்களை முணுமுணுப்பதல்ல சரஸ்வதி பூஜை; நாடெங்கிலும் சிறு சிறு ஊர்களிலெல்லாம் பள்ளிகள் திறந்து கலைகளும் கல்வியும் பெருகச்

செய்வதே உண்மையான சரஸ்வதி பூஜை, என்கிறார். இதே பாடலின் பிற்பகுதியில், 'பதினாயிரம் ஆலயங்களை நாட்டுவதை விடவும், ஏழை ஒருவனுக்கு எழுத்தறிவிப்பதே புண்ணியமான செயல்' என்கிறார். துணிச்சலான கருத்து:

3. செல்வமெட்டுமெய்தி-நின்னாற்
செம்மையேறி வாழ்வேன்;
இல்லை என்ற கொடுமை-உலகில்
இல்லையாக வைப்பேன்.

("லக்ஷ்மி பிரார்த்தனை")

தனக்கு நிறையச் செல்வம் அருளுமாறு லக்ஷ்மியை வேண்டுகிறார் கவிஞர்-ஏழைகளுக்கு உதவுவதற்காக! காந்தியடிகளின் 'உடைமை மறுத்தல்' கொள்கையுடன் பாரதி வேறுபட்டு, 'எப்பாடுபட்டும் பொருள் தேடி இவ்வுலகில் உயர்நிலை பெறுகிற' இலட்சியமே இந்நாட்டு ஏழைகளுக்கு அவசியமான ஒன்றாகக் கருதினாரென்பது நினைவு கூறத்தக்கது. 'யோக சித்தி' என்ற பாடலில் இந்த-நாடு முழுவதற்குமாக வளமை நாடும்-கருத்துத்தான் இடம் பெறுகிறது:

கூடுந்திரவியத்தின் குவைகள்-திறல்
கொள்ளுங்கோடி வகைத் தொழில்கள்-இவை
நாடும்படிக்கு வினை செய்து-இந்த
நாட்டோர் கீர்த்தியெங்குமோங்கக்-கலி
சாடுந்திறனெனக்குத் தருவாய்!

4. நீறு படக் கொடும் பாவம் பிணி பசியாவையும்-இங்கு
நீக்கியடியரை நித்தமுங்காத்திடும் வேலவா!

("வேலன் பாட்டு")

"வேலன் அல்லது சுப்பிரமணியக் கடவுள் என்பது ஆத்மாவின் வீர்ய ரூபமாகிய அக்னி தேவனுக்குப் பெயர். இஃது வேதப் பொருள்" என்று வேலவன் பாட்டுக்குப் பாரதி ஒரு அடிக்குறிப்பு எழுதியிருக்கிறார். எனவே அவரவர் வெற்றியுடன் விளங்குவதற்கான சாத்தியக் கூறுகள் அவரவருக்குள்ளேயே உள்ளன (ஆத்மாவின் வீரிய ரூபம்) என்ற தன்னம்பிக்கையூட்டும் நடைமுறைத் தத்துவமே முருகன் பாடல்களில் அடங்கியுள்ளது.

5. *(அ) காயிலே புளிப்பதென்னே ? கண்ண பெருமானே!-நீ*
கனியிலே இனிப்பதென்ன ? கண்ண பெருமானே!

("கண்ணன் துதி")

(ஆ) பார்க்கும் மரங்களெல்லாம் நந்தலாலா-நின்றன்
பச்சை நிறம் தோன்றுதையே நந்தலாலா

("நந்தலாலா")

"தெய்வம் உயிர்; உலகம் அதன் வடிவம்... இந்த உலகம் நாராயணனுடைய லீலை. அவன் தனது சக்தியுடன் விளையாடும் விளையாட்டு" என்று ஒரு கட்டுரையில்[53] பாரதி கூறியிருப்பதே இங்கு கவிதையாக வெளிப்படுகிறது. எல்லா உயிர்களிலும் நாராயணன் இருப்பதாகச் சுட்டிக் காட்டுவதன் மூலம் இப்பாடல்கள்-'கண்ணன் பாட்டு' தொகுப்பு உட்பட-சமத்துவ உணர்வையும், சகல உயிர்களின்பாலும் அன்பையும் போதிக்கின்றன. 'தானி'ன் அகந்தையிலிருந்து விடுபட்டு பிரபஞ்சத்தின் ஒருமை அல்லது முழுமையில் கரைந்து ஆனந்திக்குமாறு ஒவ்வொருவரையும் அழைக்கின்றன. கண்ணனின் வாழ்க்கை பற்றிய புராணக் தகவல்கள்கூட சமத்துவத்தையே வலியுறுத்துவதாக பாரதி கீழ்க்காணும் வரிகள் மூலம் உணர்த்துகிறார்:

"பிறந்தது மறக்குலத்தில்-அவன்
பேதமுற வளர்ந்ததும் இடைக்குலத்தில்;
சிறந்தது பார்ப்பனருள்ளே;-சில
செட்டி மக்களோடு மிகப் பழக்கமுண்டு;
நிறந்தனிற் கருமை கொண்டான்; அவன்
நேயமுறக் களிப்பது பொன்னிறப் பெண்கள்;
துறந்த நடைகளுடையான்;-உங்கள்
சூனியப் பொய்ச் சாத்திரங்கள் கண்டு நகைப்பான்"

("கண்ணன்–என் தந்தை")

6. *காலமாம் வனத்திலண்டக் கோலமாமரத்தின் மீது*
காளி சக்தியென்று பெயர் கொண்டு-ரீங்
காரமிட்டுலவுமொரு வண்டு...

("மாகாளியின் புகழ்")

---

53 *"சக்தி தர்மம்" பாரதி தமிழ், பெ.தூரன், பக். 136.*

காலமாம் வனம்; அண்டக் கோலமாமரம்-time and universe பற்றி இதை விட அழகாகத் தமிழில் யாராவது கூறியதுண்டா? இந்த time மற்றும் universe-இடையே ரீங்காரமிடும் வண்டுதான் காளி-அதாவது உயிரியக்கம். பிரபஞ்ச இயக்கம், யாவற்றையும் காளியின் வெளிப்பாடுகளாக, குறியீடாக இக்கவிதை உருவகப்படுத்துகிறது. காளிதான் சக்தி, "மேலுமாகிக் கீழுமாகி வேறுள திசையுமாகி விண்ணுமண்ணுமான சக்தி வெள்ளம்." எங்கும் நிறைந்துள்ள matter, பேரண்டத்தின் எல்லையற்ற தன்மை, போன்ற பௌதிக இயலில் குறிப்பிடப்பெறும் சில உண்மைகளையே கவிஞர் உணர்ச்சிமயமான சங்கேத மொழியில் விவரிக்கிறார். வசன கவிதையின் "சக்தி" பகுதியில்:

"*சக்தி அநந்தம், எல்லையற்றது, முடிவற்றது;*
அசையாமையில் அசைவு காட்டுவது

....
....

சக்திக் கடலிலே ஞாயிறு ஓர் நுரை;
சக்தி வீணையிலே ஞாயிறு ஒரு வீடு; ஒரு ஸ்வரஸ்தானம்
சக்திக் கூத்திலே ஒளி ஒரு தாளம்."

மீண்டும், "கோமதி மகிமை" என்ற பாடலில்:

"*தொக்க பேரண்டங்கள்-கொண்ட*
    தொகைக்கெல்லை இல்லையென்று சொல்லுகின்ற
தக்க பல சாத்திரங்கள்;-ஒளி
    தருகின்ற வானமோர் கடல் போலாம்;
அக்கடலதனுக்கே-எங்கும்
    அக்கறை யொன்றில்லையாம்.

இக்கட லதனகத்தே-அங்கங்
    கிடையிடை தோன்றும்புன் குமிழ்கள்போல்
தொக்கன உலகங்கள்; திசைத்
    தூவெளி யதனிடை விரைந்தோடும்;
மிக்கதொர் வியப்புடைத்தாம்-இந்த
    வியன்பெரு வையத்தின் காட்சி கண்டீர்;
மெய்க்கலை முனிவர்களே!-இதன்
    மெய்ப்பொருள் பரசிவன் சக்தி-கண்டீர்."

Cosmos அல்லது பிரபஞ்சம் பற்றிய தெளிவான, விஞ்ஞான பூர்வமான சித்திரத்தை இவ்வரிகள் அளிக்கின்றன. பாரதியின் "சக்தி" ஈடுபாடு வெகுளியான உருவ வழிபாடு அல்ல; விஞ்ஞான பூர்வமான உண்மைகளைச் சார்ந்த, விஞ்ஞானிகளும் ஒப்புக்கொள்கிற, "விளக்கமற்ற, முடிவற்ற"னவற்றைச் சார்ந்த நுட்பமான உருவகமே, என இவ்வரிகள் தெளிவாக உணர்த்துகின்றன.

"வசன கவிதை" அவருடைய விஞ்ஞான அணுகுமுறையின் மற்றுமொரு நிரூபணமாக விளங்குகிறது; "ஞாயிறே, நின் முகத்தைப் பார்த்த பொருளெல்லாம் ஒளி பெறுகின்றது. பூமி, சந்திரன், செவ்வாய், புதன், சனி, வெள்ளி, வியாழன், யுரேனஸ், நெப்த்யூன் முதலிய நூறு வீடுகள்-இவையெல்லாம் நின் கதிர்கள் பட்ட மாத்திரத்திலே ஒளியுற நகை செய்கின்றன... அவனொளியை இவை மலரிலும் நீரிலும் காற்றிலும் பிடித்து வைத்துக் கொள்ளும். ஞாயிறு மிகச் சிறந்த தேவன். அவன் கைபட்ட இடமெல்லாம் உயிருண்டாகும்" என்று ஒரு பக்கம் ஞாயிறு பற்றிய விஞ்ஞான பூர்வமான தகவல்களைத் தருகிறார்.

இன்னொரு பக்கம், "வலிமையின் ஊற்றே, ஒளி மழையே, உயிர்க்கடலே, சிவனென்னும் வேடன் சக்தியென்னும் குறத்தியை உலகமென்னும் புனங்காக்கச் சொல்லி வைத்து விட்டுப் போன விளக்கே, கண்ணன் என்னும் கள்வன் அறிவென்னும் தன் முகத்தை மூடி வைத்திருக்கும் ஒளியென்னும் திரையே" என்று விஞ்ஞான உண்மைகளே புராணங்களில் சங்கேதமாகக் கூறப்பட்டிருப்பதாக ஒரு தர்க்க அணுகுமுறையை நயமாக நிறுவ முற்படுகிறார். மக்களை அதிரச் செய்யாமல், பேத உணர்வுகளை விதைக்காமல், அவர்களுக்கு அறிவூட்ட விரும்புகிற ஆக்கப்பூர்வமான அணுகுமுறை இது.

7. *வாயுவாகி வெளியை யளந்தனை*
வாழ்வெதற்குமுயிர் நிலையாயினை
தேயுவாகியொளியருள் செய்குவை
செத்தவற்றைக் கருப்பொருளாக்குவை
பாயுமாயிரஞ் சக்திகளாகிய
பாரிலுள்ள தொழில்களியற்றுவை
………… ………… ………… …………
………… ………… ………… …………
………… ………… ………… …………

> நிலத்தின் கீழ்ப் பல்லுலோகங்கலாயினை
> நீரின் கீழ் எண்ணிலா நிதி வைத்தனை
> தளத்தின் மீது மலையுநதிகளுஞ்
> சாரும் கடுஞ் சுனைகளுமாயினை
> குலத்திலெண்ணற்ற பூண்டு பயிரினம்
> கூட்டி வைத்துப் பல நலந் துய்த்தனை

("மஹாசக்தி வாழ்த்து")

உயிரினங்களையும் அவை வாழ்கிற சூழலையும் biosphere என்று ஆங்கிலத்தில் சொல்வார்கள். அதன் (biosphere) அழகிய ஒரு சொற்சித்திரமாகவே இவ்வரிகள் அமைக்கப்பட்டுள்ளன.

உயிர்களையும் தொழில்களையும் இயக்க சக்தி தேவை. அந்த சக்தியைத் தோற்றுவிக்கும் இயற்கையில் சாவும் பிறப்பும் - மறைதலும் தோன்றலும் - இயல்பாக ஒன்றையொன்று சார்ந்து நிகழ்ந்தவண்ணம் இருக்கின்றன என்ற விஞ்ஞான உண்மையை முதல் ஆறு வரிகளிலும், உயிரினங்களின் போஷாக்குக்கு தேவையான திரவியங்கள் அனைத்தினுடைய சேமிப்பாகவே அவை வாழும் சூழல் அமைந்துள்ளது என்ற விஞ்ஞான உண்மையைக் கடைசி ஆறு வரிகளில் காண்கிறோம். 'செத்தவற்றைக் கருப்பொருளாக்குவை' என்ற வரி மிக முக்கியமானது. இயற்கையில் தொடர் இயக்கங்களைப் பற்றிய முழுமையான விஞ்ஞான அறிவை பாரதி பெற்றிருந்தார் என்பதை இவ்வரி மூலம் தெரிந்து கொள்ளலாம்.

Reverence for all life என்ற இந்துமதக் கோட்பாட்டை மேலும் விஸ்தரித்து, *reverence for environment* என்ற (இன்றைய விஞ்ஞானிகளின் உலகின் நலனுக்காக வலியுறுத்துகிற) கோட்பாட்டில் கொண்டு நிறுத்துகிறார் பாரதி. 'நீள் கடலும் மலையுமெங்கள் கூட்டம்' என்கிறார். 'சித்தும் அசித்தும்' இணைந்து உருவான 'வியனுலகைப்' போற்றி மகிழ்கிறார். இந்த வியனுலகனைத்தையும் 'அமுதென நுகர்வதுதான்' வேத வாழ்வு என்கிறார்.

எனவே பாரதியின் தோத்திரப் பாடல்கள், பெரும்பாலும், விஞ்ஞான உண்மைகளைச் சார்ந்து மக்களிடையே ஆக்கப்பூர்வமான மனப்போக்குகள், அணுகுமுறைகளை (தன்னம்பிக்கை, துணிவு, ஆண்மை, சுறுசுறுப்பு, அன்பு, சமத்துவம், சகோதரத்துவம்) விதைப்பதற்காக உருவானவை. தமிழரிடையே செல்வாக்குப் பெற்று

விளங்கிய 'பக்திப் பாடல்' மரபையே தமது நோக்கங்களுக்கேற்ப அவர் சாதுரியமாகப் பயன்படுத்தியுள்ளார்.

'பக்திப் பாடல்கள்' தமிழிலக்கியத்தில் உருவாக்கிய புதிய மரபு பற்றி பேராசிரியர் மு.வ. அவர்கள் தமது 'தமிழ் இலக்கிய வரலாறு'[54] என்ற நுலில் இவ்வாறு குறிப்பிடுகிறார்:

> *"ஆழ்வார்-நாயன்மார்களின் பக்திப் பாடல்கள் விளைவித்த புரட்சி ஒன்று; கடவுளுக்கு முன் மக்கள் எல்லோரும் சமமானவர்கள், கடவுள் ஒருவரே எல்லா மக்களுக்கும் தலைவர் என்ற கருத்தைப் பரப்ப அந்தப் பாடல்கள் உதவின, அதனால் அரசர்களையும் செல்வர்களையும் பாடுவதற்குப் பயப்பட்ட தமிழ், கடவுளைப் பாடுவதற்குப் மட்டுமே பயன்படவேண்டும், என்ற கொள்கை வளர்ந்தது... நாட்டில் அது வரையில் மிக உயர்ந்த கட்டடமாக இருந்தவை அரண்மனைகளே. பக்திப் பாடல்கள் செய்த புரட்சியின் விளைவாக, அரண்மனைகளுக்கு இருந்த சிறப்பெல்லாம் கோயில்களுக்கு உரியன ஆயின... அரண்மனையில் நிகழ்ந்து வந்த விழாக்கள் பல, கோயில்களில் கடவுளுக்கு உரிய திருவிழாக்களாக மாறின. மனிதர்க்குள் இருந்து வந்த உயர்வு தாழ்வுகளும் சாதி வேறுபாடுகளும் ஒருவாறு புறக்கணிக்கப்படுவதற்கும் இந்தத் திருப்பம் பயன்பட்டது எனலாம்."*

இந்த மரபுப் பின்னணியை நாம் புரிந்து கொண்டால், இளமையில் ஒரு ஜமீன்தாரிடம் கைகட்டிச் சேவகம் புரிந்த பாரதி, பின்னாளில் 'ஏழையென்றும் அடிமையென்றும் எவனுமில்லை ஜாதியில்' என்றுணர்ந்த கட்டத்தில் 'பக்திப் பாடல்'களில் தனக்குச் சாதகமான எதிரொலிகளைக் கண்டதை எளிதில் புரிந்து கொள்ளலாம்.

"இந்து மதத்தின் பிற்போக்கான நடைமுறைகளை 'வெளியிலிருந்து' பிரசாரப் பீரங்கிகள் மூலம் தகர்க்க முயன்ற பிரும்ம சமாஜம் போன்றவை தோல்வியடைந்துவிட, மக்களுடைய அடிப்படை நம்பிக்கைகள், வழிமுறைகளுடன் முரண்படாமல் அவர்களுடைய சுகதுக்கங்களில் நுட்பமாய்த் கலந்து விட்ட இராமகிருஷ்ண மிஷன் 'உள்ளேயிருந்து' அவர்களைச் சீர்திருத்துவதில் வெற்றி

---

54 தமிழ் இலக்கிய வரலாறு-ஸாகித்திய அகாதெமி வெளியீடு.

கண்டதாக விவேகானந்தரின் சரிதையை எழுதியுள்ள ரொமெயின் ரோலா(ன்) கூறியிருப்பதும்[55] இங்கே நினைவு கூறத்தக்கது. விக்கிரக வழிபாட்டையும் ராமகிருஷ்ணர் வெறுக்காமல் ‘அது ஒரு ஆரம்பப்படி’ என சுமுகமாக ஏற்றுக்கொண்டார். அவரவருக்குப் பாந்தமான உருவை, வடிவை, வழிபடுவதை ஊக்குவித்தார். இத்தகைய ‘பிரத்யேக’க் கடவுளே (Personal god) அவரவர் தன்னைத்தானே உணருதலைச் சுளுவாக்கும் என்ற உண்மை அவருக்குத் தெரிந்திருந்தது. விவேகானந்தரும் இந்த உண்மையைத்தான் அமர்நாத்தில் பனிலிங்கத்தினெதிரே தமக்கேற்பட்ட உச்சகட்ட அநுபூதி நிலையின்போது உணர்ந்தார். ‘தரித்திரர்களுக்குச் செய்யும் சேவையே நாராயணனுக்குச் செய்யும் சேவை’ என்று கூறி ‘மண்ணில் விண்ணைக் காணும்’ ஆக்கப்பூர்வமான வழியை உபதேசித்தார். ‘மண்ணில் தெரியுது வானம்’ என்றும், ஊருக்குழைத்திடல் யோகம்’ என்றும் கூறிய பாரதியும் விவேகானந்தரின் சிந்தனைகளையே எதிரொலிக்கக் காண்கிறோம். படிமங்களை மறுக்கும் பிரும்ம சமாஜ வழியையல்ல, மக்களுக்குப் பரிச்சயமான படிமங்கள், வடிவங்கள் மூலம் அவர்களைச் சீர்திருத்தும் வழியையே பாரதியும் கையாள்கிறார். இத்தகைய வழிமுறை ஒன்றே நமது சமுதாயத்தின் தரத்தைச் சீர்திருத்தவும் உயர்த்தவும் வல்லது என்பதை நமது நாட்டின் (குறிப்பாகத் தமிழகத்தின்) சென்ற ஐம்பதாண்டு வரலாற்றைப் பற்றிச் சிந்திப்பவர்கள் யாவரும் உணர்வார்கள்.

---

55 Life of Vivekananda-by Romain Rolland.

5

பாரதி வெறும் அரசியல்வாதியாக இருந்திருந்தால் புதுவை அஞ்ஞாதவாசம் அவரை அழித்திருக்கும். ஆனால் பரந்த அக்கறைகள் உள்ள பக்குவமான ஒரு மனிதாபிமானியாகவும் அறிவுஜீவியாகவும் அவர் இருந்ததால் புதுவையில் தனிமைப்பட நேர்ந்தது அவருடைய சிந்தனைகளும் கலைத் தேட்டங்களும் கூர்மைப்படவே உதவின. 'பற்றற்றுத் தொழில் செய்' என்பதே கீதை கூறும் உண்மையான செய்தி என்று சுட்டிக்காட்டிய அவர், தாமும் இந்தக் கொள்கையையே பின்பற்றினார். எனவேதான் பணத்தட்டுப்பாடு, உளவாளிகளின் தொல்லை, அவருடைய கருத்துலகில் பங்கேற்க இயலாத மனைவி காரணமாய் வீட்டில் பல கட்டங்களில் நிலவிய சுமுகமற்ற சூழ்நிலை போன்ற பல சொந்த வாழ்க்கைப் பிரச்சனைகளுக்கிடையிலும், பாஞ்சாலி சபதம், குயில் பாட்டு, கண்ணன் பாட்டு, வசன கவிதை, பகவத் கீதை மொழிபெயர்ப்பு போன்ற அவருடைய சில சிறந்த படைப்புகளை புதுவையிலிருக்கும் போது அவரால் இயற்ற முடிந்தது. 'தேடிச் சோறு நிதந்தின்று பல சின்னஞ்சிறு கதைகள் பேசி மனம் வாடித் துன்பமிக உழலும்' மட்டத்தில் அல்ல, இதைவிட மிக உயர்ந்த மட்டத்தில்தான் அவர் சதா வாழ்ந்தார்; உணர்வுகளின் உலகில் கோலாகலமாக வாழ்ந்தார்.

உணர்வே நீ வாழ்க.
நீ ஒன்று, நீ ஒளி.
நீ ஒன்று, நீ பல.
நீ நட்பு, நீ பகை.
உள்ளதும், இல்லாததும் நீ.
அறிவதும், அறியாததும் நீ.
நன்றும், தீதும் நீ.
நீ அமுதம், நீ சுவை.
நீ நன்று, நீ இன்பம்.

எனவே பாரதி புதுவையில் ஏழ்மையில் வாடினதாகச் சொல்வது, ஒரு விதத்தில், அவருடைய புதுவை வாசத்தைக் கொச்சைப் படுத்தினதாகவே ஆகும். அவருக்கேது ஏழ்மை? மீண்டும் அவருடைய சொற்களில், 'எல்லாமாகிக் கலந்து நிறைந்த பின் ஏழைமையுண்டோடா?' ஆம். வாழ்க்கையின் முழுமையில் தோய்ந்து, அந்த முழுமையில் 'தானை'க் கண்டு பரவசமானார் அவர்:

"உள்ளதெல்லாம் ஒரே பொருள், ஒன்று
இந்த ஒன்றின் பெயர்'தான்
'தானே தெய்வம்
'தான் அமுதம், இரவாதது."

புதுவையில் இருந்தபோதுதான் பாரதிக்கு அரவிந்தரின் தொடர்பும் கிட்டியது, பாரதியின் கருத்துலகு மற்றும் கவிதையின் பரிணாமத்தில் அரவிந்தர் சந்திப்பு ஒரு முக்கிய இடம் வகிக்கிறது. அரவிந்தர் கட்டுப்பாட்டுடன் பல ஆண்டுகள் பல நூல்களை முறையாகக் கற்றவர், பரந்த ஆரய்ச்சித் தளத்தில் சஞ்சரித்த சிந்தனையாளர். மேற்கத்திய கலாச்சாரம் சார்ந்து நின்ற தத்துவ நூல்கள், சிந்தனைகள், இந்தியப் பண்பாட்டின் ஆதார நூல்கள், சிந்தனைமரபு எல்லாவற்றிலும் ஆழ்ந்த பரிச்சயமும் புலமையும் உள்ளவர் அவர். இந்தியப் பண்பாட்டின் அம்சங்கள் பற்றிய பாரதியின் கருத்துகள் கூர்மையும் தெளிவும் பெற அரவிந்தருடன் அவர் மேற்கொண்ட கருத்துப் பரிமாற்றங்கள் மிகவும் உதவியாக இருந்தன.

அரவிந்தரின் சேர்க்கையினால் பாரதியின் கவிதையுலகம் எவ்வாறு, எந்த அளவு வளம் பெற்றது என்பது பற்றிய மிகத் தெளிவான சித்திரத்தை திரு. கோதண்டராமன் வழங்கியுள்ளார்.[56] 'அக்நி தோமம்', 'அக்நி பகவான்' என்ற பாடல்கள் (முறையே எங்கள் வேள்விக் கூடமீதில்' 'தீ வளர்த்திடுவோம்' என்று தொடங்கும் பாடல்கள்), முருகன் பாட்டின் 'சுருதிப் பொருளே வருக', 'துணிவே கனலே வருக' போன்ற வரிகள் ஆகியவற்றிலும் வசன கவிதைகளிலும், ரிக்வேத மந்திரங்கள், கருத்துக்களின் தாக்கம் புலப்படுவதை திரு. கோதண்டராமன் தக்க ஆதாரங்களுடன் சுட்டிக் காட்டியுள்ளார். "வேதக் கடவுளைப் பற்றியும் சூக்தங்களைப் பற்றியும்

56 'புதுவையில் பாரதி, 'பாரதி யுகம்' என்ற நூல்கள்.

பொதுவான அறிவையும் ஞானத்தையும் தாம் ஸ்ரீஅரவிந்தரிடமே தெரிந்து கொண்டதாக" பாரதி தம்மிடம் கூறியதாக திரு. கபாலி சாஸ்திரியார் ஒரு கட்டுரையில் குறிப்பிட்டுள்ளார்.[57]

(திரு. கபாலி சாஸ்திரியார் 1917இல் புதுச்சேரியில் பாரதியை நேரில் சந்தித்தவர். இந்த ஆசிரியர்கள் எழுதியிருப்பனவற்றிலிருந்தும் இதர சாட்சியங்களிலிருந்தும் பாரதி கீதை, ரிக்வேதம், உப நிடதங்கள் ஆகியவற்றை ஆழ்ந்து படித்து அவற்றில் தெளிவு பெற அரவிந்தர் ஒரு உந்து சக்தியாகவும் அறிவுத் துணையாகவும் விளங்கினாரென்று தெரிகிறது.)

'வேத ரிஷிகளின் கவிதை' என்ற தமது நூலில் பாரதி ஹிரண்ய ஸ்தூபர், மதுச்சந்தர், விசுவாமித்திரர் ஆகிய ரிஷிகள் இந்திரன், வாயு, அக்நி, அதிதி போன்ற தேவர்களைப் பற்றிப் பாடிய துதிப்பாடல்கள் சிலவற்றை மொழி பெயர்த்துத் தருகிறார். இந்நூலின் முடிவுரையில் பாரதி கூறுகிறார்:

"வேத ரிஷிகள் காலத்தில் கோவில் கிடையாது. விக்ர ஹாராதனை கிடையாது; ஸந்யாசம் கிடையாது; அத்வைத த்வைத விசிஷ்டாத்வைதப் பிரிவுகள் கிடையா; பக்தி மாத்திரந்தானுண்டு".

கோவிலும் மடமும், பௌத்த மதப் பழக்கத்தால் வெளி நாடுகளிலிருந்து நமக்குக் கிடைத்த பேறுகள் என்று சரித்திரக்காரர்கள் சொல்லுகிறார்கள். ஆனால், இப்போது ஹிந்துமதப் பயிற்சிகளுள்ளே கோவிலும் சிலையும் நெடுந்தூரம் ஆழ்ந்து போய்விட்டன. ஆதலால், இப்போது ஹிந்து மதத்திலிருந்து கோயிலைப் பிரிக்க முடியாது. கோயில்களுக்குள்ளே பரஸ்பரம் பொறாமையும் சண்டையும் இல்லாதபடி எல்லாக் கோயில்களும் ஸாக்ஷாத் ஸுரியனாகவும், அக்நி குமாரனாகவும், ருத்ரனாகவும், இந்திரனாகவும், வாயுவாகவும், விஷ்ணுவாகவும், வருணனாகவும் விளங்குகிற பரமாத்மாவின் கோயில்கள் என்றும், கோயில்களுக்குள்ளே கக்ஷி பேதங்கள் கிடையாதென்றும் பண்டித-பாமரர்கள் நன்றாகத் தெரிந்துகொள்ள வேண்டும். ப்ரகிருதி இயற்கைத்

---

57 'பாரதியாருடன் எனது முதல் சந்திப்பு'-"அறிஞர்கள் பார்வையில் பாரதி" என்ற தொகுப்பு நூல். பக். 51 (மணிவாசகர் நூலகம் வெளியீடு)

தோற்றம் காணப்படுகிற உலகம் விஷ்ணுவினுடைய சரீரம். இதற்குள்ளே வியாபித்து நிற்கும் ஆத்மாவே விஷ்ணு. விஷ்ணுவைச் சிலையிலும் வணங்கலாம், மலையிலும் வணங்கலாம். தூணிலும் துரும்பிலும் வணங்கலாம். சிலைகளிலே வணங்குதல் ஒருவகை யோகம். வேத ரிஷிகள் இந்த விஷ்ணுவை, இந்த்ரனை, ஸூர்யனை, ருத்ரனை நேராகக் கண்டு வணங்கினார்கள். உலகமே இவனுடைய உடம்பாதலால் அவர்கள் உலகத்தை வணங்கினர். அறிவுக்குள்ளே வானமும் ஸூர்யனும் இருப்பதுபோல, வெளியுலகத்திலும் இருக்கின்றன. உள்ளும் புறமும் ஒன்று.

கோயில், சிலை, வெவ்வேறு வகைக் கடவுளர், ஆகியவை வெறும் உருவங்கள், (எங்கும் எல்லாமுமாக இருக்கும்) பரம்பொருளை உணருகின்ற இறுதிக் கட்டத்துக்கு அழைத்துச் செல்லும் பாதைகள், என்கிற தெளிவு பாரதிக்கு இருந்ததென்பதற்கு இவ்வரிகள் மற்றுமொரு நிரூபணம். "பிரக்ருதி இயற்கைத் தோற்றம்; காணப்படுகிற உலகம் விஷ்ணுவுடைய சரீரம்... (எனவே) ரிஷிகள் உலகத்தை வணங்கினர்" என்று மேலே பாரதி கூறியிருப்பதைத்தான் 'சக்தி தர்மம்' என்ற கட்டுரையில்[58] வேறு வார்த்தைகளில் கூறியிருக்கிறார்:

"சுத்த அறிவே சிவம்" வாஸ்தவந்தான். ஆனால் இந்த உலகம் என்ன? இதுவும் சிவமே. அறிவுக்கெட்டாதது; பெயர் சொல்ல முடியாதது; ஆதலால் அப்பொருளுக்கு வெறுமே, 'தத்' (அது) என்ற பெயர் காட்டி வேத ரிஷிகள் போற்றினர். பின் அதையே அதிதி யென்றும், விஷ்ணுவென்றும், ருத்ரனென்றும், ப்ரம்மணஸ்பதி என்றும், இந்திரன், வாயு, ஸூர்யன், அக்நி, மித்திரன், வருணன், பூமி, சிந்து என்றும் பல வகைகளிலே வணங்கினார்கள். தெய்வம் உண்டென்பதை எப்படியறிந்தோம்? உலகமிருப்பதாலே அறிந்தோம். தெய்வம் உயிர்; உலகம் அதன் வடிவம். உலகந் தெய்வந்தான். உலகத்துச் செய்கைகளெல்லாம் தெய்வத்தின் செய்கைகளே. உலகத்தின் நடைகளிலும் விதிகளிலும் தெய்வத்தை உணர வேண்டும். இந்த வழியறியாதோர் உலகத்துக்குப் பயப்படுகிறார்கள். இவ்வுலகத்தை விட்டுத் தப்பினால்

---

58 சுதேசமித்திரன் 5.8.1916 இதழில் வெளிவந்த கட்டுரை-"பாரதி தமிழ்", பெ.தூரன், பக். 134.

இன்பமுண்டாகுமென்று நினைக்கிறார்கள். அதிலிருந்து பல்வேறு பிழைகளும் தொல்லைகளும் விளைகின்றன. இந்த உலகம் நாராயணனுடைய லீலை. அவன் தனது சக்தியுடன் விளையாடும் விளையாட்டு... ஸ்தூலத்தை அறிந்தாலொழிய ஸூக்ஷ்மத்தை நன்கு தெரிந்து கொள்ள முடியாது. இஹலோக ஞானத்தை இகழ்ச்சியாகப் பேசும் "ஆத்ம சாஸ்திரம்" பொய். உண்மையான ஆத்தம சாஸ்திரம் இஹலோக ஞானத்தை வளர்க்கும். வான சாஸ்திரம் இல்லாத நாட்டில் ஞானவாசிட்டம் பயன்தர மாட்டாது.

மீண்டும், "புதிய உயிர்" என்ற கட்டுரையில்:[59]

"இவ்வுலகத்தில் மனிதனுக்கு ஏற்படக்கூடிய வலிமைகளையெல்லாம் நான் எனக்கு உண்டாக்கிக் கொள்வேன். மனிதனுக்கு வசப்படக்கூடிய செல்வங்களையெல்லாம் எனக்கு வசமாக்கிக் கொள்வேன். மனிதனுக்கு விளையக்கூடிய அறிவுகளையெல்லாம் என்னிடம் விளைவித்துக் கொள்வேன். மனிதனுக்குக் கிடைக்கக் கூடிய இன்பங்களையெல்லாம் நான் தேடினுபவிப்பேன்; ஸர்வ சக்தி பெறுவேன்" என்று மனத்திலே ஒரு நிச்சயம் ஏற்படுத்திக் கொள்ள வேண்டும். மாக்ஷிமை பெறுவதற்குத் தீராத விருப்பமும் துணிவுமே வழி. வேறுவழியில்லை. ஒருவன் தெய்வபக்தி யுள்ளவனாகயிருந்தாலும் அல்லது நாஸ்திகனாக இருந்தாலும் இந்த வழியை அனுசரிக்கலாம். நாஸ்திகன் அறியக் கடவது யாதெனில்:

இவ்வுலகம் நமது தாய் என்பது. "உலகம் என்னிடம் பகைமையுடைய வஸ்துவில்லை. உலக வனத்தில் நான் ஒரு மலர்... உலகம் என் அறிவுக்கு வசப்படுவதை அனுபவத்தில் கண்டிருக்கிறேன். உலகம் என்னிடம் அன்புபூண்டது." இந்தச் செய்தியை ஸாமான்ய மதியுடைய எவனும் தன் உள்ளத்திலே பதியச்செய்து கொள்ளுதல் சிரமமில்லை.

"லோகோபகாரம்" என்ற கட்டுரையில்[60]

---

59 'சுதேசமித்திரன்' 17.3.1916 இதழில் வெளிவந்த கட்டுரை-பாரதி தமிழ், பக். 88.

60 'சுதேசமித்திரன்' 22.9.1916-பாரதி தமிழ், பக். 142.

யாரிடத்திலும் அன்புடன், யாரிடத்திலும் பயமின்றி நல்லோன் லோகோபகாரஞ் செய்கின்றான்; பராசக்தியின் கையிலே தன்னை ஒரு கருவியாக ஒப்புவித்து விட்டு, அவன் சித்தப்படி தொழில் செய்து வருகிறான். உலகத்தை ஆக்குதல், காத்தல், அழித்தல், என்ற மூன்று தொழிலுக்கும் பராசக்தி வெவ்வேறு விதமான கருவிகளை வழங்குகிறாள். காற்றும் ஒளியும், வெம்மையும் மண்ணும், நீரும் சித்தமும் உயிரை ஆக்குவதற்குக் கருவிகளாகின்றன.

காற்றும், ஒளியும், வெம்மையும், மண்ணும், நீரும், சித்தமும், பிற உயிர்களும் உயிரைக் காப்பதற்குக் கருவிகளாகின்றன.

இவையனைத்தும் காலமும் சேர்ந்து நாசத்திற்குக் கருவிகளாகின்றன. மனிதவுயிராகிய நான் மற்ற மனிதவுயிர்களைக் காக்கும் கருவியாகத் தொழில் செய்வது நன்றா? அழிக்கும் கருவியாகப் போவது நன்றா? காப்பது நன்று.

பாரதி இக்கட்டுரைகள் எல்லாவற்றிலும், அன்பு, சமத்துவம், பயமின்மையும் பரிபூரண விடுதலையுணர்வும் ('உலக வனத்தில் நான் ஒரு மலர்') ஆகிய சில அவசியமான இயல்புகளை மக்களிடையே விதைக்கவும், பக்தி என்பது வெறும் 'உலகிலிருந்து தப்புதல்' (escape) ஆக விளங்கிய நிலையை மாற்றவுமே தெய்வம் என்கிற உருவகத்தை (முற்றிலும் முற்போக்கான, நவீனமான பாணியில்) பயன் படுத்தியிருக்கிறார். இக்கட்டுரைகள் யாவும் பாரதி, அரவிந்தர் துணையில் 'வேத ரிஷிகளின் கவிதை'யைச் சுவைத்த பிறகு[61] எழுதியவை. பாரதி சம்பிரதாயமான ஹிந்து தெய்வ உருவங்களைப் பிரசார நோக்கங்களுக்காக பயன்படுத்திய கட்டத்தைக் கடந்து அதற்கடுத்த கட்டத்தை அடைந்து விட்டதை இந்தக் கட்டுரைகளில் காணலாம். நாராயணனை இயற்கையில் கண்டு வணங்கிய-ப்ருகிருதியை நேரே தொழுத-ரிஷிகளின் உதாரணம் பாரதியை வசீகரித்தது. "செத்த பிறகு சிவலோகம், வைகுந்தம் சேர்ந்திடலாமென்றே" போதிக்கும் போலி வேதாந்தத்திலிருந்து (அதாவது உலகிலிருந்து வேறுபட்ட, தனிப்பட்டவர்களாக

61 1914இல் "ஆர்யா" பத்திரிகை தொடங்கிய பிறகே பாரதியும் அரவிந்தரும் தாராளமாகப் பேசவும் பழகவும் கூடிய சூழ்நிலை உருவானதாக ப.கோதண்டராமன் "புதுவையில் பாரதி" என்ற நூலில் குறிப்பிடுகிறார்.

தெய்வங்களைச் சித்தரித்து பொய்ச் சாத்திரங்களிலிருந்து) மக்களை விடுவித்து, 'இத்தரை மீதினிலே யிந்த நாளினில் இப்பொழுதே முக்தி சேர்ந்திடும் வழியை மக்களுக்குப் போதிக்க விரும்பிய பாரதி, இப்போது தாமும் (ரிஷிகளைப் போல) இயற்கையை உலகத்தின் குறியீடாக்கி இயற்கையை நேசிப்பத்தின் மூலம் உலகை நேசிக்கும் வழியை (எனவே உலகில் பெறக்கூடிய வலிமைகள், செல்வங்கள், அறிவுகள், இன்பங்கள் யாவற்றையும் தனது நாட்டு வாசிகள் பெறக்கூடிய வழியை) அவர்களுக்குப் போதிக்க விழைந்தார். 'வசன கவிதை' இந்த அணுகுமுறையின் ஒரு சிறந்த உதாரணமாக விளங்குகிறது.

> *"இவ்வுலகம் இனிது. இதிலுள்ள வான் இனிமையுடைத்து;*
> *காற்றும் இனிது.*
> *தீ இனிது. நீர் இனிது. நிலம் இனிது..."*

திரு. கபாலி சாஸ்த்ரி 1917இல் பாரதியை தாம் சந்தித்த நிகழ்ச்சி பற்றி எழுதியுள்ள கட்டுரையில், 'தாம் இப்போதெல்லாம் அரவிந்தரை அடிக்கடி பார்ப்பதில்லை' என்று பாரதி தம்மிடம் கூறியதாக எழுதியிருக்கிறார். இந்த இரண்டு கூற்றுகளிருந்தும் பாரதியும் அரவிந்தரும் நெருங்கிப் பழகிய காலகட்டத்தின் எல்லைக் கோடுகளை நாம் ஒருவாறு அனுமானம் செய்து கொள்ளலாம்.

இவ்வாறு உலகின்மீது பிடிப்பு ஏற்படுத்த முயல்கின்ற பாரதி, மனிதன் இயற்கையோடு தன் ஒருமையை உணரவேண்டுமெனவும் விரும்புகிறார்:

> *"உள்ளதெல்லாம் ஒரே பொருள்: ஒன்று. இந்த ஒன்றின் பெயர்தான் 'தான்' 'தானே' 'தெய்வம். 'தான்' 'அமுதம்; இரவாதது."*

இதையடுத்து பாரதி, "தெய்வங்களே! எம்மை உண்பீர், எமக்கு உணவாவீர், உலகத்தை உண்பீர், உலகத்துக்கு உணவாவீர்... காத்தல் இனிது, காக்கப்படுதலும் இனிது. அழித்தல் நன்று, அழிக்கபடுதலும் நன்று..." என்ற வரிகளில், இடையறாது நடைபெறும் இயற்கையின் சங்கிலி இயக்கத்தை (Life Cycle, continuous regeneration of life) குறிப்பிடுகிறார். இந்த lifecycle-ஐ நடத்துகின்றனவற்றை (ஞாயிறு, கடல், காற்று) தெய்வமாக வாழ்த்துகிறார். ("தெய்வங்களை வாழ்த்துகிறோம். அவை வாழ்க! அவை வெல்க!") அண்மைக்

காலத்தில் விஞ்ஞானிகள் மனிதனின் 'யந்திர நாகரிகம்' சார்ந்த விழைவுகள் இயற்கையின் சங்கிலி இயக்கங்களுக்கு ஊறு விளைவிக்கத் தொடங்குவதால் ஏற்பட்டு வரும் அபாயகரமான விளைவுகளைப் பற்றி (ecological imbalances) கவலை தெரிவிக்கத் தொடங்கியுள்ள பின்னணியில், பாரதியின் வசன கவிதை வெளிப்படுத்துகின்ற சிந்தனையும் அணுகுமுறையும் தம் காலத்துக்கு மிக நவீனமானவையாகத் தோன்றி வியப்பு கொள்ள வைக்கின்றன.

பாரதியின் 'வசன கவிதை'யில் வெளியாகும் தத்துவ தரிசனம் பற்றித் தனியாக ஆய்வுக் கட்டுரையொன்று எழுதியுள்ள பேராசிரியர் நா.வானமாமலை[62] இப்பாடல்களில் சித்தர் பாடல்களின் தாக்கத்தைக் காண்கிறார்.

"தாய்வழிச் சமுதாயத்தில் தோன்றிய சக்தி வணக்கம், சித்தர்களின் சிந்தனை வழியே பாரதியையும் தாக்கிற்று. இயற்கையின் சக்தி வேறுபாடுகள் அனைத்திற்கும் மூல காரணமென பாரதி சக்தியை வழிபட்டான்... மனித வடிவத்திலேயே சக்தியைப் பெருக்கி அருஞ்செயல்களைச் செய்யலாம் என்று பல சித்தர்கள் பாடியுள்ளார்கள். 'உடல் மாயை', 'ஊற்றைச் சடலம்' என்ற கருத்துக்கள் அவர்களுக்கு உடன்பாடல்ல... பாரதியும் சித்தர் வழியிலே சென்று, 'வடிவத்தைக் காத்தால், சக்தியைக் காக்கலாம்; அதாவது சக்தியை அவ்வடிவத்திலே காக்கலாம். வடிவம் மாறினும் சக்திமாறுவதில்லை. எங்கும், எதனிலும், எப்போதும், எல்லாவித தொழில்களும் காட்டுவது சக்தி. வடிவத்தை காப்பது நன்று, சக்தியின் பொருட்டாக' என்கிறார்... உடலைச் சக்தி படைத்ததாக ஆக்க வேண்டும். உள்ளத்தை உறுதி செய்ய வேண்டும். செய்தால் சக்தி நமக்குத் தோழனாகி விடும். இயற்கைச் சக்தியை நமது வலிமையால் துணை கொள்ள வேண்டும். அது மனிதனின் நலனுக்குப் பயன்படும்."

சித்தர்கள்! அதாவது நமது சிந்தனை மரபையே, அதன் மீது இடைக்காலத்தில் படிந்த தூசைத் துடைத்து தூய்மைப்படுத்தித் தருகிறார் பாரதி. 'எனக்கு முன்னே சித்தர் பலரிருந்தாரப்பா' என்று தொடங்கும் அவருடைய பிற்காலப் பாடல்களில் ஒன்றான 'பாரதி அறுபத்தாறி'லும் இதைத்தான் செய்கிறார்:

---

[62] "வசன கவிதை" என்ற கட்டுரை, 'தமிழகம் கண்ட மகாகவி' என்ற தொகுப்பு நூல் (தொகுப்பு: சீனி. விசுவநாதன்) பக். 325.

> "சுத்த அறிவே சிவமென்றுரைத்தார் மேலோர்;
> சுத்த மண்ணும் சிவமென்றேயுரைக்கும் வேதம்
> வித்தகனாங்குரு சிவமென்றுரைத்தார் மேலோர்;
> வித்தையிலாப் புலையனுமஃகதன்னும் வேதம்…"

> "…மேன்மேலும் புதிய காற்றெம்முள் வந்து
> மேன்மேலும் புதியவுயிர் விளைத்தல் கண்டீர்
> ஆன்மாவென்றே கருமத்தொடர்பை யெண்ணி
> அறிவு மயக்கங்கொண்டு கெடுகின்றீரே…"

பாரதியின் 'ஆன்மீக நோக்கு அவர்க்கு முந்தின தலைமுறையைச் சேர்ந்த இராமலிங்க அடிகளின் கருத்துலகை (உருவமற்ற கடவுளை ஜோதி வடிவமாக வணங்குதல்; பிற உயிர்கள்பால் இரக்கம்; ஆன்மநேய ஒருமைப்பாடு; மரணமில்லாப் பெருவாழ்வு) பெருமளவு ஒட்டியதாக அமைந்துள்ளதும், அக உலகு ('அகம்') புற உலகு ('புறம்') இரண்டுமே கூடிக் குவிகின்ற அவரது இலக்கியப் பார்வை சங்க இலக்கிய மரபின் மறுபதிப்பாகவே அமைந்துள்ளதும்கூட, கவனத்துக்குரியன.

6

மீண்டும், 'வேதாந்தியாகப் பழுத்த' பாரதிக்குத் திரும்பி வருவோம். பாரதி 'வேதாந்தி'யாக அல்லது 'ஆன்மீகக் கவி'யாக மலர்ந்ததே அவருடைய உச்சகட்டமாகப் பலரும் குறிப்பிடுகிறார்கள். ஆனால் இதுவே உச்சகட்டமாக இருந்திருந்தால் அவர் 1918இல் புதுவையில் இருந்து அவசரமாக பிரிட்டிஷ் இந்தியாவுக்குத் திரும்ப முயன்றிருக்க வேண்டியதில்லை. சிறைப்பட்டிருக்க வேண்டியதில்லை. ஆன்மீகத் தேடலுக்கிடையிலும் தனது சமுதாயப் பொறுப்பை (Social Commitment) அவரால் திரஸ்கரிக்க முடியாமலிருந்ததே அவருடைய நுட்பமான உள்மனப் போராட்டங்களின் ஒரு அம்சம். தனிமையில் யோகசித்தி பெறுவதைவிடவும் மக்களிடையே-அவர்களுடைய தளத்தில், அவர்களுடைய அலைவரிசையில்-குரலெழுப்பி அவர்களை உயர்த்துவதையே அவர் தம் பணியாகக் கண்டார்.

"உண்மையின் பேர் தெய்வமென்போம்-அன்றி
ஓதிடுந்தெய்வங்கள் பொய்யெனக் கண்டோம்"

என்றும்,

"ஊருக்குழைத்திடல் யோகம்-உயிர்
ஓங்கிடுமாறு வருந்துதல் யாகம்"

என்றும் பின்னாட்களில் பாடியதும், மீண்டும் பிரிட்டிஷ் இந்தியா வந்து, சென்னைக் கடற்கரையில்,

"முப்பது கோடி ஜனங்களின் சங்கம்
முழுமைக்கும் பொது உடைமை"

என்றும்,

> தனியொருவனுக் குணவிலையெனில்
> ஜகத்தினை அழித்திடுவோம்"

என்றும்,

> "எல்லாரும் ஓர்குலம் எல்லாரும் ஓரினம்
> எல்லாரும் இந்திய மக்கள்
> எல்லாரும் ஓர்நிறை எல்லாரும் ஓர்விலை
> எல்லாரும் இந்நாட்டு மன்னர்"

என்று பாடினதும்தாம் அவருடைய உச்ச கட்டங்கள்.

1908 முதல் 1918 வரை பாரதி புதுவையில் கழித்த பத்து வருட காலம் அவருடைய கருத்துலகப் பயணத்தின், பரிணாமத்தின், ஒரு முக்கியமான கட்டம்.

இந்தப் பயணத்தையே, அந்தக் காலகட்டத்து நிகழ்ச்சிகளின் பின்னணியில், இந்நாடகம் சித்தரிக்க முயல்கிறது. 'நலங்கெடப் புழுதியில்' எறியப்பட்டது குறித்துப் பராசக்தியிடம் முறையிட்டார் பாரதி. ஆனால் பாரதி என்ற வீணையைப் பராசக்தி இருண்டு கிடந்த இந்த மண்ணில், புழுதியில், எறிந்ததும் நல்லதாகவே போயிற்று. மண் பயனுற, மண்ணில் வானம் தெரிய, அந்த வீணை இசை பொழிந்து தள்ளியது-சிப்பிக்குள் செல்லும் மண் துகளின் உறுத்தலினால் முத்து விளைவது போல, புழுதியால் மீட்டப்பட பாரதி என்ற வீணை நமக்குத் தேவையான "புதிய மந்திரங்களை" வாரிச் சொரிந்தது.

பெங்களூர்

கே.எஸ். சுந்தரம்
(ஆதவன்)

புழுதியில் வீணை

பாரதியின் புதுவை நாட்களைப் பின்புலமாகக் கொண்டு,
அவருடைய கருத்துலகைச் சித்தரிக்க முயலும் ஒரு முழுநீள நாடகம்

பாத்திரங்கள்
(நாடகத்தில் தோன்றுகிற வரிசையில்)

குடுகுடுப்பாண்டி

சுப்பிரமணிய பாரதி

நீலகண்ட பிரும்மச்சாரி

பரலி சு. நெல்லையப்பர்

குவளைக் கண்ணன்

சுவாமிநாத தீட்சிதர்

சிறுமி யதுகிரி

மண்டயம் ஸ்ரீநிவாஸாச்சாரியார்

வ.ரா.

வ.வே.ஸு. ஐயர்

வாஞ்சி

நாகசாமி

சுப்புரத்தினம் (பாரதிதாசன்)

சகுந்தலா

செல்லம்மாள்

கனகலிங்கம்

சுரேந்திரநாத் ஆர்யா

அரவிந்தர்

தங்கம்மாள்

குள்ளச்சாமி

காட்சிகள்

காட்சி 1:
புதுவை கடற்கரை, 1909ஆம் வருடம்.

காட்சி 2:
சுவாமிநாத தீட்சிதர் வீடு, ஐந்து மாதங்களுக்குப் பிறகு.

காட்சி 3:
ஒரு வருடத்திற்குப்பின், மண்டயம் ஸ்ரீநிவாஸாச்சாரியார் வீடு.

காட்சி 4:
'தர்மாலையா' புரட்சி அணியின் ரகசிய அலுவலகம், 6 மாதங்களுக்குப் பிறகு.

இடைவேளை

காட்சி 5:
பாரதியின் வீடு, 1911 பிற்பகுதி.

காட்சி 6:
1915 அரவிந்தாசிரமம், கடற்கரை, பாரதியின் வீடு.

காட்சி 7:
1917, பாரதியின் வீடு.

காட்சி 1

புதுவை கடற்கரை, 1909ஆம் வருடம்.

இருள். இருளில் குடுப்பாண்டியின் 'குடு குடு குடு குடு' என்ற உடுக்கை ஒலி. மெல்லிய ஸ்பாட் லைட் ஒன்று அவன் மீது விழுகிறது...

குடுகுடுப்பாண்டி:

குடு குடு குடுகுடு குடுகுடு குடுகுடு குடு... நல்ல காலம் வருகுது! நல்ல காலம் வருகுது!

வேதபுரி கடற்கரையிலுள்ள செம்படவர்களுக் கெல்லாம் நல்ல காலம் வருகுது! வலையிலே பெரிய பெரிய மீன் விழுது! சுறாமீன் விழுது!

குடுகுடு குடுகுடு குடுகுடு குடுகுடு குடு...

(செம்படவன் ஒருவன் கையில் வலையுடன் குடுகுடுப்பாண்டியருகே வந்து நிற்கிறான்)

செம்படவன்: ஏம்பா, நிசம்மாவே சுறாமீன் விழுமா?

குடுகுடு: கண்டிப்பா விழும்!

(கையை முன்னால் சபையோரை நோக்கி, சுட்டிக்காட்டி)

அதோ! அதோ! அதோ... என் கண்ணுக்கு பெரிய பெரிய மீன் தெரியுது! நிறைய நிறைய மீன் தெரியுது! குடுகுடுகுடுகுடு குடுகுடுகுடுகுடு நல்ல காலம் வருகுது! நல்ல காலம் வருகுது! மழையே பெய்யாத காலம் வருகுது! மழை பெய்யாது. புயல் அடிக்காது. கடல் கொந்தளிக்காது... செம்படவங்களுக்கு நல்ல காலம் வருகுது. நல்ல காலம் வருகுது...!

செம்படவன்: ஏம்பா, ஊருக்குள்ளேயெல்லாம் நீ மழை பெய்யும் மழை பெய்யும்னு சொல்றே... இங்கே கடற்கரையிலே வரப்போ மட்டும் மழை பெய்யாது, மழை பெய்யாதுன்னு சொல்றே... நிஜத்தைச் சொல்லு. மழை பெய்யுமா? பெய்யாதா?

குடுகுடு: மழை பெய்யாது பெய்யாது பெய்யாது.

செம்படவன்: ஊருக்குள்ளேயும் பெய்யாதா?

குடுகுடு: நிச்சயம் பெய்யாது... மழை பெய்யும்னு சொன்னா இந்த ஊர்க்காரங்க சிரிக்கிறாங்க, போ, போன்னு விரட்டறாங்க... இப்படிப்பட்ட ஜனங்க இருக்கிற ஊரிலே எப்படி மழை பெய்யும்?

செம்படவன்: மழை பெய்யும்னு சொன்னா சிரிக்கறாங்களா? அது ஏம்பா அப்படி?

குடுகுடு: இப்பத்தான் ஏதோ புதுசு புதிசா பாட்டுப் பாடற கவிஞர் ஒருத்தரு இந்த புதுச்சேரிக்கு வந்துட்டாரே! அவரு பாடற பாட்டுங்களைக் கேட்ட பிறகு சனங்களுக்கு என் பாட்டு ரசிக்கலே... மழையுமாச்சு வெயிலுமாச்சுன்னு விரட்டறாங்க... அதையேன் கேக்கிறே! இந்த கவிஞரு வந்தாலும் வந்தாரு, என் பிழைப்பே கெட்டுப் போச்சு...

செம்படவன்: ஏம்ப்பா அப்படி என்ன புச்சாப் பாடறாரு இந்தக் கவிஞரு?

குடுகுடு: என்னவோ சுதந்திரம்கறாரு. விடுதலைங்கறாரு... எல்லா சாதியும் ஒண்ணுங்கறாரு.

(என்றவாறு செம்படவனின் தோளில் தட்டிக் கேலியாகச் சிரிக்கிறான். செம்படவனும் சேர்ந்து சிரிக்கிறான்.)

(திடீரென்று பாட்டுக் குரல். ஒளி அதிகரிக்க, மேடையின் மறு ஓரத்தில் படுத்திருக்கும் பாரதி புலப்படுகிறார்.)

பாரதி: தூண்டு மின்ப வாடை வீசு துய்ய தேன் கடல்...

குடுகுடு: (திடுக்கிட்டு) அடேடே! இது... அந்தக் கவிஞர் குரல் மாதிரியில்லே இருக்கு?

செம்படவன்: பாத்தியா, உனக்குச் சொல்லவே மறந்துட்டேனே! அந்தக் கவிஞரு இருக்காரே, அடிக்கடி இங்கே கடற்கரைக்கு வந்து உக்கந்துக்கறாரு. இங்கே உக்காந்து மணிக்கணக்கா பாடிகிட்டிருக்காரு... அடாடாடாடாடா! என்ன அருமையான குரல்ங்கறே!

குடுகுடு: அப்படியா? அவரு இங்கே கடற்கரைக்கும் வறாரா?

செம்படவன்: ஆமாம்.

குடுகுடு: இங்கே வந்து விடுதலை, விடுதலைங்கறாரா?

செம்படவன்: ஆமாம்.

குடுகுடு: போச்சுடா! (தலையில் அடித்துக் கொள்கிறான்) சரி, நான் கிளம்பறேன்.

செம்படவன்: எங்கே கிளம்பிட்டே?

குடுகுடு: ஊருக்குள்ளே போறேன், வேறே எங்கே? இந்தக் கவிஞர் அங்கே இல்லாத சமயத்திலேதானே நான் அங்கே நாலு காசு சம்பாதிக்க முடியும்?

(குடுகுடுப்பாண்டி போகிறான். செம்படவன் அவன் செல்வதைப் பார்த்துக் கொண்டு நிற்கிறான். இதற்கு சற்று முன்பாக பாரதி எழுந்து விட்டார்.

"தூண்டு மின்ப வாடை வீசு துய்ய தேன் கடல்"

என மெதுவாக ஓரிரு தடவைகள் முனகிய வண்ணம், தன்னை மறந்த பரவச நிலையில் இங்குமங்குமாக நடக்கிறார். குடுகுடுப்பாண்டி செல்வதற்கும் பாரதி கடலை–அதாவது சபையோரை–நோக்கிப் பாடுவதற்கும் சரியாயிருக்கிறது. செம்படவன் ஒரு ஓரமாக அமர்ந்து அவரை ஆர்வத்துடன் கவனிக்கத் தொடங்குகிறான்.

பாரதி: தூண்டுமின்ப வாடை வீசு துய்ய தேன் கடல்
சூழ நின்ற தீ விலங்கு சோதி வானவர்

ஈண்டு நமது தோழராகி எம்மோட முத முண்டு குலவ

புழுதியில் வீணை | 93

>நீண்ட மகிழ்ச்சி மூண்டு விளைய
> நினைத்திடுமின்ப மனைத்தும் உதவ -
> வேண்டுமடி யெப்போதும் விடுதலை, அம்மா!
> வேண்டுமடி யெப்போதும் விடுதலை...

பின்னணியில் கோரஸ்:
> வேண்டுமடி யெப்போதும் விடுதலை, அம்மா!
> வேண்டுமடி யெப்போதும் விடுதலை...

(பாரதி மேடையின் முன்புறத்தை, கடலை நோக்கி வந்து பரவசமாய்)

பாரதி: தேன் கடல்! தேன் கடல்! தேன் கடல்!

பின்னணியில் கோரஸ்:
> எத்தனை கோடியின்பம் வைத்தாய்-எங்கள்
> இறைவா! இறைவா! இறைவா!

பாரதி: (அங்குமிங்குமாய் பரவச நடை, பின் வானை நிமிர்ந்து பார்த்து)
> வானமெங்கும் பரிதியின் சோதி
> மட்டுப்படாதெங்கும் கொட்டிக் கிடக்குமில்
> வானொளியென்னு மதுவின் சுவை
> ஒளியிடைக் குளித்தோம்
> ஒளியின் அமுதினையுண்டு களித்தோம்.

ஒற்றைப் பெண் குரல்: (பின்னணியில்)
> விண்ணில் இரவிதனை விற்று விட்டெவரும் போய்
> மின்மினி கொள்வாரோ?-
> கண்ணிலுமினிய சுதந்திரம் போன பின்
> கைகட்டிப் பிழைப்பாரோ?

ஒற்றை ஆண் குரல்: (பின்னணியில்)
> வந்தே மாதரமென்று வணங்கிய பின்
> மாயத்தை வணங்குவரோ?
> வந்தே மாதர மொன்றே தாரக
> மென்பதை மறப்பாரோ?

கோரஸ்: வந்தே மாதரம்! வந்தே மாதரம்!!

பாரதி: (கரங்கூப்பி)

எந்தையும் தாயும் மகிழ்ந்து குலாவி
இருந்ததும் இந்நாடே-அவர்
முந்தைய ராயிரமாண்டுகள் வாழ்ந்து
முடிந்ததும் இந்நாடே-இதை
வந்தே மாதரம் வந்தே மாதரம்
என்று வணங்கேனோ?

கோரஸ்: வந்தே மாதரம்! வந்தே மாதரம்!!

(மேடையின் பின்தளத்தில் ஓர் ஓரமாக, ஒரு வெள்ளைக்காரத் துரை திடீரெனத் தோன்றி சத்தம் எங்கேயிருந்து வருகிறதென்பதைப் போல இங்குமங்கும் பார்த்து, பிறகு சவால் விடும் தோரணையில்)

துரை: கூட்டங்கூடி வந்தே மாதரமென்று கோஷித்தாய். எமைத்-தூஷித்தாய் வாட்டியுன்னை மடக்கிச் சிறைக்குள்ளே மாட்டுவேன்-வலி காட்டுவேன்.

(மேடையில் மறு ஓரமாக ஒரு தேச பக்தர் தோன்றி)

தேசபக்தன்: வந்தே மாதர மென்றுயிர் போம் வரை வாழ்த்துவோம்
முடி-தாழ்த்துவோம்;
எந்த மாருயி ரன்னையைப்
போற்றுதல் ஈனமோ-அவ-மானமோ?

துரை: கோழைப்பட்ட ஜனங்களுக்குண்மைகள் கூறினாய்-சட்ட-மீறினாய் (இன்னொரு தேசபக்தன் வந்து முதல் தேசபக்தனுடன் சேர்ந்து கொள்ள இருவருமாக)

தேசபக்தர்கள்: பாரதத்திடை யன்பு செலுத்துதல் பாபமோ?-மனஸ்-தாபமோ?

துரை: சுட்டு வீழ்த்தியே புத்தி வருத்திடச் சொல்லுவேன்-குத்திக்-கொல்லுவேன்!

(இன்னும் இரு தேச பக்தர்கள் வந்து முதல் இருவருடன் சேர்ந்து கொள்ள, நால்வருமாக)

தேசபக்தர்கள்:

சொந்த நாட்டினில் பரர்க்கடிமை செய்தே துஞ்சிடோம்-இனி-அஞ்சிடோம்; எந்த நாட்டிலுமிந்த அநீதிகள் ஏற்குமோ?-தெய்வம்-பார்க்குமோ?

(தேச பக்தர்கள், துரை யாவரும் மேடையில் இருந்து மறைகிறார்கள். இதுவரை கரங்கூப்பிய நிலையில் உறைந்திருந்த பாரதி மீண்டும் உயிர் பெறுகிறார்.)

பாரதி: (பதற்றத்துடனும், ஆவேசத்துடனும், கூப்பிய கையையே விலங்கிட்ட கையாகப் பாவித்து) *என்றெமதன்னை கை விலங்குகள் போகும்? என்றெமதினின்னல்கள் தீர்ந்து பொய்யாகும்?*

பின்னணியில் கோரஸ்:

வாழ்க திலகன் நாமம்! வாழ்க! வாழ்கவே! வீழ்க கொடுங்கோன்மை; வீழ்க! வீழ்கவே! வாழ்க திலகன் நாமம்! வாழ்க! வாழ்கவே!

பாரதி: *நாடிழந்து, மக்களையும், நல்லாளையும் பிரிந்து வெஞ்சிறையில் வீழ்ந்து கிடக்கும் மேலோர்கள்... திலகர், சிதம்பரம் பிள்ளை, அரவிந்த பாபு... சர்வேசா! இப்பயிரைக் கண்ணீரால் காத்தோம்... எண்ணமெலா நெய்யாக எம்முயிரினுள் வளர்ந்த வண்ண விளக்கிஃது மடியத் திருவுளமோ?*

(நீலகண்ட பிரும்மச்சாரியும் நெல்லையப்ப பிள்ளையும் வருகிறார்கள்)

நீலகண்ட பிரும்மச்சாரி:

(தூரத்தில் வரும்போதே) *அதோ பாரதி!* (அருகில் வந்து) *பாரதி! நல்ல செய்தி... அரவிந்தர் விடுதலையாகிவிட்டார்...*

பாரதி: (உவகையுடன்) *பராசக்தியின் கருணை!*

(நீலகண்டனைத் தழுவிக் கொள்கிறார்)

பின்னணியில் கோரஸ்:

சொல்லுக்கடங்காவே-பராசக்தி சூரத்தனங்க ளெல்லாம்; வல்லமை தந்திடுவாள்-பராசக்தி வாழியென்றே துதிப்போம்!

நீலகண்ட பிரும்மச்சாரி:

இந்த நார்ட்டன் அரசாங்க வக்கீலாக ஆஜராகாமல் இருந்திருந்தால் கேஸ் எப்போதோ முடிந்திருக்க வேண்டியது. அவர்தான் இழுத்தடித்துக் கொண்டிருந்தார். சுற்றி வளைத்து சுற்றி வளைத்து அரவிந்தர் மீது ராஜதுவேஷக் குற்றச்சாட்டை எப்படியாவது நிரூபித்துவிட வேண்டுமென்று ஆனவரை முயன்று பார்த்தார்...

நெல்லையப்ப பிள்ளை:

அரவிந்தரை ராஜத்துவேஷியாக நிரூபித்தால்தானே இவர் தன்னை ராஜவிசுவாசியாக நிரூபித்துக் கொள்ளலாம்.

பாரதி: இந்த வக்கீல் பிழைப்பே விவஸ்தையில்லாத பிழைப்பு...

நீலகண்ட பிரும்மச்சாரி:

அதைத்தான் சென்னையில் நிறையப் பார்த்து விட்டோமே!

நெல்லையப்ப பிள்ளை:

சென்னை வக்கீல்கள்... ஹும்...! சிதம்பரம் பிள்ளை வழக்கில் அப்பீல் செய்யலாமா என்று அவர்களை ஒரு வார்த்தை கேட்டபோதே மிரண்டு போனார்கள் ஐயா. வேண்டாம், வேண்டாம். அப்பீலே செய்யாதீர்கள், என்று அவசரமாகச் சொன்னார்கள்... அரசாங்கத்தை விரோதித்துக் கொள்ள அவ்வளவு பயம்.

பாரதி: (பாடுகிறார்)

சொந்தச் சகோதரர்கள்
துன்பத்திற் சாதல் கண்டும்
சிந்தையிரங்காரடீ

நீலகண்ட பிரும்மச்சாரி, நெல்லையப்ப பிள்ளை:

(அவரைத் தொடர்ந்து பாடுகிறார்கள்)

கிளியே... சிந்தையிரங்காரடீ...

(இளைஞருக்கே உரிய குறும்புடன், கேலியாக அபிநயத்தவாறு மீண்டும்)

சிந்தையிரங்காரடீ ஈ ஈ ஈ கிளியே -
செம்மை மறந்தாரடீ-கிளியே -
செம்மை மறந்தாரடீ...

பாரதி: இந்தச் சென்னை வக்கீல்களுக்குப் பல வருடங்களாகவே ஒரு மயக்கம் ஆங்கிலேயர்களைப் போல உடையணிந்து, ஆங்கிலேயர்களைப் போலவே பேசிக்கொண்டு, தாமும் ஆங்கிலேயர்களாக ஆகிவிட்டது போல ஒரு மயக்கம்...

(மேற்கத்திய வால்ட்ஸ் இசை. பின்தளத்தில் நடனமாடும் ஒரு வக்கீல்)

நீலகண்ட பிரும்மச்சாரி:
இந்த மயக்கம் வக்கீல்களுக்கு மட்டுந்தானா?

பாரதி: இல்லை... (சிரித்து) எல்லோருக்குமே உண்டு... எனக்குக்கூட ஒரு காலத்தில் அந்த மயக்கம் இருந்தது... (நடந்தவாறு) அந்தக் காலத்திலேயே-நான் சுதேசமித்திரனில் சேர்ந்த புதிசிலே பத்திராதிபர் சுப்பிரமணி ஐயர் ஆங்கிலேயர்களை வாய் ஓயாமல் புகழ்ந்து கொண்டிருப்பார்...

நீலகண்ட பிரும்மச்சாரி:
ஜி. சுப்பிரமணிய ஐயரா?

பாரதி: ஆமாம்... ஆங்கிலேயர்கள்தான் நம்மை அஞ்ஞான இருளிலிருந்து காப்பாற்ற வந்த தேவபுருஷர்களென்று அவருக்கு அப்போதெல்லாம் எண்ணம், பாவம்...

நெல்லையப்ப பிள்ளை:
(கையைத் தூக்கி, இங்குமங்கும் மிடுக்காக நடந்து) வேல்ஸ் இளவரசருக்கு நல்வரவு!

பாரதி: (எழுவது போல் பாசாங்கு செய்தவாறு) புகழ் பெறும் ஆங்கில நாட்டினரென்றும் நலமுற வாழ்கவே...!

பாரதி: (நிமிர்ந்து கடகடவென்று சிரித்து) சில சமயங்களிலே, சுப்பிரமணிய ஐயர் என்னுடைய தமிழறிவுக்காக

அல்ல, என்னுடைய... (கோட்டைப் பிடித்து காட்டி) கோட்டுக்காகத்தான் வேலை கொடுத்தாரோ என்று அப்போதெல்லாம் எனக்குத் தோன்றும்.

(மூவரும் சிரிக்கிறார்கள்)

பாரதி: ஆனால் அவருடைய நோக்கங்களை நான் குறையே சொல்லமாட்டேன்... நம் ஜனங்களுடைய பொய்ச் சாத்திரங்கள் எல்லாவற்றையும் அடித்துச் செல்ல வந்த காட்டாற்று வெள்ளமாக ஆங்கிலேயக் கலாச்சாரம் அவருக்குத் தோன்றியது. எனக்கும் அப்படித் தோன்றியதுண்டு... எத்தனை உயர்ந்த கலாச்சாரம்! ஷெல்லி போன்ற ஒரு மகாகவிஞனை உருவாக்கிய கலாச்சாரம் - என்று நினைப்பேன்...

நீலகண்ட பிரும்மச்சாரி:
வெள்ளைக்காரன் தயாரித்த பண்டங்களை வாங்காதீர்கள், வெள்ளைக்காரன் கொடுக்கிற பட்டங்களையும், பதவிகளையும் ஒப்புக் கொள்ளாதீர்கள் என்று மேடைகளில் முழங்கிய சுப்பிரமணிய ஐயர் - வெள்ளைக்காரர்களைத் தூக்கி வைத்துப் பேசிய காலமும் இருந்ததா? வேடிக்கைதான்!

பாரதி: வேடிக்கையில்லை. நீலகண்டா, ஒரு சோகக் கதை... சுப்பிரமணிய ஐயர் போன்றவர்களின் எதிர்பார்ப்புகள் பொய்யாகிப் போன சோகக்கதை... ஆங்கிலேயர்களின் நாணயத்திலும் நாகரிகமான நடத்தையிலும் சுப்பிரமணிய ஐயரைப் போன்றவர்கள் நம்பிக்கை வைத்தார்கள். ஆங்கிலேயர்கள் நம்மை மோசம் செய்யமாட்டார்களென்று நம்பினார்கள். தனிப்பட்ட ஆங்கிலேயர்களை வெறுக்காமல், அவர்களுடைய நேசத்தைப்பெற முயன்றார்கள். ஆனால்...

நீலகண்ட பிரும்மச்சாரி:
(சிரித்து) அந்த வெட்கங்கெட்ட ஆங்கிலேயர்கள், சுப்பிரமணி ஐயர் போன்ற ஒரு நல்ல மனிதரைக் கூடச் சிறையில் தள்ளி, தமது நாகரிகத்தை நன்றாக

நிருபித்துக் காட்டி விட்டார்கள்... *(சிகரட்டைப் பற்ற வைத்தவாறு)* பாவம் சுப்பிரமணிய ஐயர்...!!

பாரதி: *(கசப்பாகச் சிரித்தவாறு)* ஆங்கிலேயர்கள் ரொம்ப நல்லவர்களென்று சுப்பிரமணிய ஐயர் சொல்லிக் கொண்டிருந்தது வரை ஆங்கிலேயர்களுக்கு அவரைப் பிடித்திருந்தது... ஆனால் திடீரென்று அவர் ஆங்கிலேயர்களைத் தாக்கிப் பேசத் தொடங்கினார்- ஆங்கிலேயனை நம்பாதீர்கள், ஆங்கிலேயனை மதிக்காதீர்கள், என்று மேடைகளில் முழங்கினார்- பிடிக்குமா வெள்ளைக்காரனுக்கு...? *(துரை போன்ற பாணியில் கை விரலை உயர்த்திக் குற்றஞ்சாட்டுவது போல)*

கோழைப்பட்ட ஜனங்களுக்குண்மைகள்
கூறினாய்-சட்ட-மீறினாய்
ஏழைப்பட்டிங்கிறத்தலிழிவென்றே
யேசினாய்-வீரம்-பேசினாய்...

நெல்லையப்ப பிள்ளை: *(தேசபக்தன் பாணியில்)*
நாங்கள் முப்பது கோடி ஜனங்களும்
நாய்களோ-பன்றிச்-சேய்களோ?
நீங்கள் மட்டு மனிதர்களோவிது
நீதமோ?-பிடி-வாதமோ?

நீலகண்ட பிரும்மச்சாரி: *(அதே பாணியில்)*
பாரதத்திடை அன்பு செலுத்துதல்
பாபமோ?-மனஸ்-தாபமோ?
கூறும் எங்கள் மிடிமையைத் தீர்ப்பது
குற்றமோ?-இதில்-செற்றமோ?

நெல்லையப்ப பிள்ளை:
(ஏதோ நினைவிழந்தவராய்) சிதம்பரம் பிள்ளைக்கு மிகவும் பிடித்த வரிகள்... சிறையில் நான் அவரைப் பார்க்கப் போனபோதுகூட, உணர்ச்சி வசப்பட்டு இந்த வரிகளை மீண்டும் மீண்டும் பாடிக் கொண்டிருந்தார்...

பாரதி: பாவம்... கடல் வாணிபத்தில் கீர்த்தியுடன் விளங்கிய அந்நாளையத் தமிழனின் சிறப்பையெல்லாம்

மீண்டும் இங்கே நிறுவலாமென்று கனவு கண்டார். பாடுபட்டார்... ஆனால் அந்த முயற்சியையும்கூட ராஜத்துவேஷம் என்று சொல்லி... சிறைக்குள் தள்ளி... (திடீரென்று கர்ஜித்தார்)

என்றெமதன்னை கை விலங்குள் போகும்?

பின்னணியில் பெண் குரல்:

அடிமேலைக் கடல் முழுவதும் கப்பல் விடுவோம்...

பின்னணியில் கோரஸ்:

கப்பல் விடுவோம்! கப்பல் விடுவோம்! கப்பல் விடுவோம்!

பாரதி: (நெல்லையப்பரிடம் வந்து அவரைத் தொட்டு) பிள்ளைவாளுக்குச் சிறையில் இழைக்கப்படும் கொடுமைகளைப் பற்றி நீ மனம் கசந்து எழுதியிருந்தாயே தம்பி-அதைப் படித்த பிறகு ஒரு வாரத்துக்கு எனக்குச் சாப்பாடு உள்ளே செல்லவில்லை...

நீலகண்ட பிரும்மச்சாரி:

ஒருநாள் செக்கிழுக்கச் சொல்வதும், இன்னொரு நாள் கக்கூஸ்களைக் கூட்டச் சொல்வதும்...கிண்டல் செய்வது போல அல்லவா இருக்கிறது!

பாரதி: அங்கே திருச்சி சிறையில் சுப்பிரமணிய சிவா ஆட்டு ரோமங்களைக் கழுவிக் கொண்டிருக்கிறாராம்...

நீலகண்ட பிரும்மச்சாரி:

பரங்கிப் பறையர்கள்; இவர்கள் வேண்டுமென்றே நம் தலைவர்களை இழிவு படுத்துகிறார்கள், நம் இயக்கத்தை அவமானப்படுத்துகிறார்கள்...

நெல்லையப்ப பிள்ளை:

இவர்கள் என்று ஏன் பன்மையில் சொல்கிறாய்? இவன் என்றே சொன்னால் போதும். ஒரே ஒருவன்தான் இப்போது நமக்கு எதிரி...

நீலகண்ட பிரும்மச்சாரி:
ஆஷ்!

நெல்லையப்ப பிள்ளை:
ஆமாம். ஆஷ். சிதம்பரம் பிள்ளைவாளும் இதைத்தான் சொன்னார்.

பாரதி: என்ன சொன்னார்?

நெல்லையப்ப பிள்ளை:
இந்த ஆஷின் அக்கிரமத்துக்கு முடிவில்லையா, என்று சொன்னார்...

நீலகண்ட பிரும்மச்சாரி:
ஆம். முடிவு கட்டத்தான் வேண்டும்...(இங்குமங்கும் உலவியவாறு) இந்த ஆஷின் அக்கிரமத்துக்கு ஒரு முடிவு கட்டத்தான் வேண்டும்.

நெல்லையப்ப பிள்ளை:
பிள்ளைவாளுக்கு நேர்ந்த அவமானத்தைத் துடைத்தெறிய வேண்டுமென்று அவருடைய ஜில்லாக்காரர்கள் துடித்துக் கொண்டிருக்கிறார்கள். அதுவும், மாடசாமி இருக்கிறானே, அப்படியே கோபத்தில் கொந்தளித்துக் கொண்டிருக்கிறான்...

பாரதி: மாடசாமியைப் பார்த்தாயா?

நெல்லையப்ப பிள்ளை:
நேற்றுப் பார்த்தேன்.

பாரதி: என்ன சொல்கிறான்?

நெல்லையப்ப பிள்ளை:
அவன் பேசுவதைப் பார்த்தால் எந்தக் கணமும் அவன் ஆஷைக் கொலை செய்துவிடுவான் போலிருக்கிறது.

பாரதி: (கைககளைக் கொட்டியவாறு) பலே பாண்டியா!

நீலகண்ட பிரும்மச்சாரி:
ஆஷைக் கொலை செய்வது பிரமாதமில்லை. அதனால் நமக்கு அனுகூலம் ஏற்படுமா என்றுதான் பார்க்கவேண்டும்.

நெல்லையப்ப பிள்ளை:
தேச பக்தியை வீரமாக வெளிப்படுத்துவதில் வங்காளிகளுக்கும், மராட்டியர்களுக்கும், தமிழன் சிறிதும் சளைத்தவனல்லவென்று நிரூபிக்க அது உதவியாயிருக்கும்... தமிழனென்றால் ஏதோ கிள்ளுக்கீரை என்று இப்போது எல்லாரும் நினைக்கிறார்கள்...

பாரதி: ஹும்! அடிமைகளில் உயர்ந்தவன் வேறு, தாழ்ந்தவன் வேறா?

நெல்லையப்ப பிள்ளை:
அடிமைகளிடையே ஏற்றத்தாழ்வு இல்லையென்றால் தண்டனைகளில் ஏற்றத்தாழ்வு ஏன் ஐயா?

நீலகண்ட பிரும்மச்சாரி:
வெடிகுண்டு வீசுபவர்கள்மீது அனுதாபம் தெரிவித்துக் தமது பத்திரிகையில் எழுதினாரென்பதற்காக மட்டுமே, திலகருக்கு நாடு கடத்தல் உத்தரவு. ஆனால் வெடிகுண்டுகள் தயாரான தோட்டத்தருகிலேயே கைதான அரவிந்தர் நிரபராதியாம்... புரிந்துகொள்ளக் கஷ்டமாகத்தான் இருக்கிறது...

பாரதி: நீலகண்டா! நம் உண்மையான எதிரிகள் யாரென்று புரிந்துகொள்ள இது நமக்கு ஒரு சந்தர்ப்பம்... அதைத்தான் நீ புரிந்துகொள்ள வேண்டும்...

நீலகண்ட பிரும்மச்சாரி:
யார் அந்த உண்மையான எதிரிகள்?

பாரதி: ஆங்கிலேயர்கள் அல்ல, இந்தியர்கள்தான் நம் மிகப் பெரிய எதிரிகள். அரவிந்தர் நிரபராதியென்று விடுதலை செய்த நீதிபதி பீச்கிராஃப்ட் ஒரு ஆங்கிலேயர்... ஆனால் திலகரை நாடு கடத்துமாறு உத்தரவிட்ட தாவர்... ஓர் இந்தியர் இதற்கு என்ன சொல்லுகிறாய்?

நீலகண்ட பிரும்மச்சாரி:

கருத்து சரிதான். உதாரணம்தான் சரியில்லை... பீச்கிராஃப்டும் அரவிந்தரும் கேம்ப்ரிட்ஜில் ஒன்றாகப் படித்தவர்கள்... பழைய கல்லூரித் தோழராயிற்றே என்று பீச்கிராஃப்ட் அரவிந்தர் விஷயத்தில் கருணையுடன் நடந்து கொண்டிருக்கலாம்... ஆனால் இதே பீச்கிராஃப்ட் சிதம்பரம் பிள்ளை வழக்கில் நீதிபதியாக இருந்தாரென்று வைத்துக்கொள்வோம். அப்போது அவர் சிதம்பரம் பிள்ளைக்கு இதே அளவு கருணை காண்பித்திருப்பாரா என்ன? ஊஹும்; எனக்குத் தோன்றவில்லை...

பாரதி: பீச்கிராஃப்ட்டுக்கு தமிழன் மேல் அப்படியென்னப்பா பகை?

நீலகண்ட பிரும்மச்சாரி:

அவருக்கு நம்மீது எந்தப் பகையும் இல்லை... ஆனால் வங்காளமும் தமிழகமும் ஒன்றல்லவென்பதுகூடத் தெரியாத முட்டாளாக பீச்கிராஃப்டையோ வேறு யாரையோ நாம் நினைக்க வேண்டாமென்றுதான் சொல்கிறேன். அரவிந்தரைப் போன்ற ஒரு தலைவருக்கு கடுமையான தண்டனை விதித்தால் வங்காளத்தில் எல்லா மட்டங்களிலும் பெரும் கொந்தளிப்பு ஏற்பட்டிருக்கும். ஆனால் இங்கே யாருக்கு என்ன தண்டனை விதித்தாலும், எந்தப் பயலும் விரலைக்கூட அசைக்கமாட்டானென்பது அரசாங்கத்துக்குத் தெரியும்...

பாரதி: விரலை அசைப்பார்கள்-ஆனால் விண்ணப்பம் எழுதுவதற்காக மட்டும். (மூவரும் சிரிக்கிறார்கள்)

நீலகண்ட பிரும்மச்சாரி:

(உலவியவாறு) எழுதத் தெரிந்தவர்கள் எப்போதும் விண்ணப்பம்தான் எழுதுவார்கள்... படிக்கத் தெரிந்தவர்கள் சதா பஞ்சாங்கம்தான் படிப்பார்கள். (திடீரென்று உரக்க) எழுதப் படிக்கத் தெரியாதவர்கள்தான் நமக்கு வேண்டும். ஆமாம்! எழுதப் படிக்கத் தெரியாதவர்களில் ஒரு பெரும் படை திரட்ட வேண்டும்.

(மேடையில் பின்பகுதியில், வலது ஓரத்திலிருந்து உழைப்பாளிகளின் அணி ஒன்று பாடியவாறே மேடையில் பிரவேசிக்கிறது)

அணியினர்: சோரந் தொழிலாக கொள்வோமோ?-முந்தைச்
சூரர் பெயரை அழிப்போமோ?
வீர மறவர் நாம் அன்றோ?-இந்த
வீண் வாழ்க்கை வாழ்வதினி நன்றோ?

(பிறகு சபையோரை நோக்கி)

மண் வெட்டிக் கூலி தின்னலாச்சே!-எங்கள்
வாள்வலியும் வேல்வலியும் போச்சே!
விண்முட்டிச் சென்ற புகழ் போச்சே!-இந்த
மேதியினிலே கெட்ட பெயராச்சே!

(உட்கார்ந்திருந்த செம்படவன் உற்சாகத்துடன் எழுந்து நின்று அவனும் மெல்ல நடனமாடத் தொடங்குகிறான்.)

நீலகண்ட பிரும்மச்சாரி:

(புன்னகையுடன்) அதோ! அங்கே திருநெல்வேலிச் சீமையில் வீரம் நிறைந்த மறவர்களின் பெரும்படை ஒன்று தயாராகிறது... தமிழனின் வீரம் எத்தகையது என்பதை அவர்கள் உலகுக்கு நிரூபிப்பார்கள்... (நெல்லையப்பரைப் பார்த்து) ஓய்! இந்தியா முழுவதிலும் ராஜத்துவேஷத்துக்காகத் தண்டிக்கப் பெற்றவர்களில் மிகக் கடுமையான தண்டனை பெற்றவர்கள் சிதம்பரம் பிள்ளையும், சிவாவும்தான்... ஏன் தெரியுமா? எழுதப்படிக்கத் தெரியாத உழைப்பாளி மக்களை அவர்கள் சிந்திக்கத் தூண்டியதுதான் காரணம். அந்த ஏழைகள் தம் உரிமைகளுக்காகப்போராடுமாறு தூண்டியதுதான் காரணம்.

(பின்னணியில் கோஷங்கள், தொழிலாளர் அணியினர் அவற்றுக்கேற்ப கைகளை உயர்த்திக் கட்டுகிறார்.)

அணியினர்: இன்குலாப்... ஜிந்தாபாத்!
தொழிலாளர் ஐக்கியம்... ஜிந்தாபாத்!
எங்கள் கோரிக்கை... நியாயமான கூலி!
வெள்ளையனே... கூலி கொடு!
வெள்ளையனே... நீதி கொடு!

நீலகண்ட பிரும்மச்சாரி:

மெத்தப்படித்த ஆட்களெல்லாருமே வெறும் நபும்சகர்கள் ஓய்! இவர்களிடம் அரசாங்கத்துக்குப் பயமே கிடையாது. ஆனால் படிக்காத பாமரர்களின் கோபத்துக்குத்தான் அரசாங்கம் பயப்படுகிறது. இந்தக் கோபத்தைக் கிளறி விட்டதால்தான் சிதம்பரம் பிள்ளையும் சிவாவும் அரசாங்கத்தின் வெறுப்புக்கு ஆளானார்கள்...

நெல்லையப்பர்:

அடேயப்பா! தூத்துக்குடி கடற்கரையில் அதுவரை அத்தனை பெரிய ஜனக்கூட்டத்தை நான் பார்த்ததில்லை... சிதம்பரம் பிள்ளையும், சிவாவும் பேசுவதைக் கேட்பதற்காகத் தினசரி பத்தாயிரத்துக்கு மேற்பட்ட ஜனங்கள் கடற்கரையில் கூடினார்கள். அவர்கள் எல்லாருமாக சேர்ந்து வந்தே மாதரம் என்று கோஷித்தபொழுது எனக்கு உடம்பெல்லாம் புல்லரித்தது...

பின்னணியில் கூட்டத்தினர் கோஷம்:

வந்தே மாதரம்! வந்தே மாதரம்!

நெல்லையப்பர்: பத்தாயிரம் குரல்கள்...

நீலகண்ட பிரும்மச்சாரி:

பத்தாயிரம் ஐம்பதாயிரமாகும். ஐம்பதாயிரம் ஒரு லட்சமாகும். இங்கு வம்பே வேண்டாமென்றுதான் அரசாங்கத்தினர் இருவரையும் அவசரமாகச் சிறையில் தள்ளிவிட்டார்கள்...

பாரதி: ஆலைத் தொழிலாளர்களை வேலை நிறுத்தம் செய்யுமாறு தூண்டியது முதல் குற்றம். ஆங்கிலேயருக்குப் போட்டியாகக் கப்பல் கம்பெனி தொடங்கியது இரண்டாவது குற்றம். வியாபாரத்தில் இடைஞ்சல், போட்டி என்றால் வெள்ளைக்காரன் பொறுப்பானா?

நெல்லையப்பர்: இவங்கதான் இங்கே வியாபாரம் செய்யலாம்...

நீலகண்ட பிரும்மச்சாரி:
இவங்க பாட்டன் வீட்டுச் சொத்து...

பின்னணியில் பாட்டு: (ஆண் குரல்)
எந்தையும் தாயும் மகிழ்ந்து குலாவி
இருந்ததும் இந்நாடே...!

பாரதி: என் அப்பா ஒரு ராஜ விசுவாசி. ஆனாலும்கூட அவர் தனியே ஒரு பஞ்சாலை நிறுவியது வெள்ளைக்காரனுக்குப் பொறுக்கவில்லையே! சூழ்ச்சிகள் செய்து அந்த ஆலையை மூடச் செய்தார்கள்...

பெண் குரல்:
பட்டினிலாடையும் பஞ்சிலுடையும்
பண்ணி மலைகளென வீதி குவிப்போம்...

பாரதி: (உலர்ந்த சிரிப்புச் சிரிக்கிறார்) பாவம் அப்பா! வெள்ளைக் காரனின் நம்பிக்கைத் துரோகம் அவரை ஒரு உலுக்கு உலுக்கிவிட்டது. அவர் உயிரையே குடித்துவிட்டது.

நெல்லையப்பர்: பறங்கியரின் துரோகம் ஒன்றா, இரண்டா?

நீலகண்ட பிரும்மச்சாரி: அன்று ஒரு பஞ்சாலை. இன்று ஒரு கப்பல் கம்பெனி...

பின்னணியில்: (பெண் குரல்) அடி மேலைக்கடல் முழுதும் கப்பல் விடுவோம்...

ஆண் குரல்: வெள்ளிப்பனிமலையின் மீதுலாவுவோம்...

பெண் குரல்: அடி மேலைக்கடல் முழுதும் கப்பல் விடுவோம்...

(மேடையின் பின்பகுதியில் முன்பு தோன்றிய அதே ஓரத்தில் வெள்ளைக்காரத் துரை மீண்டும் தோன்றி)

துரை: ஓட்டம் நாங்களெடுக்கவென்றே கப்பல்
ஓட்டினாய்-பொருள்-ஈட்டினாய்...

பின்னணியில் ஆண்கள் கோரஸ்:
ஓட்டம் நாங்களெடுக்க வென்றே கப்பல்
ஓட்டினாய்-பொருள்-ஈட்டினாய்...

(துரை மறைகிறார்)

நெல்லையப்பர்:

முன்பு கட்டபொம்மனைக் காட்டிக் கொடுத்த பாவந்தான் போலும், இன்று எமது ஜில்லாக்காரர்கள் மீண்டும், மீண்டும் துன்புறுத்தப்படுகிறார்கள்...

மேடையின் பின்புறத்தில் தொழிலாளர் அணி:

விண்முட்டிச் சென்ற புகழ் போச்சே!-இந்த
மேதினியில் கெட்ட பெயராச்சே!

நீலகண்ட பிரும்மச்சாரி:

முன்னொரு முறை பாஞ்சாலங்குறிச்சி மறவர்கள் பறங்கியர்களிடம் மோசம் போனார்கள். ஆனால் இன்னொருமுறை அவர்கள் ஏமாற மாட்டார்கள்... (சிகரட்டைப் பற்றவைத்து, புகையை ஊதிய வண்ணம்) இம்முறை எங்கள் மறவர் படையினர் வெற்றி பெற்றே தீருவார்கள்...

(மேடையின் பின்புறத்திலுள்ள தொழிலாளர் அணியினர் ராணுவ அணி போல வரிசைக்கு மூவராக மாறி நின்று, மேடையின் வலதும் இடதுமாக சீர் நடை நடந்த வண்ணம் பாட, செம்படவனும் அவர்களுடன் சேர்ந்து கொள்கிறான்.)

அணியினர்: நாணிலகு வில்லினொடு தூணி-நல்ல
நாதமிகு சங்கொலியும் பேணி,
பூணிலகு திண்கதையும் கொண்டு-நாங்கள்
போர் செய்த காலமெல்லாம் பண்டு
வீர மறவர் நாம் அன்றோ?-இந்த
வீண் வாழ்க்கை வாழ்வதினி நன்றோ?
மண்வெட்டிக் கூலி தின்னலாச்சே!-எங்கள்
வாள் வலியும் வேல் வலியும் போச்சே!
மண்வெட்டிக் கூலி தின்னலாச்சே!-எங்கள்
வாள் வலியும் வேல் வலியும் போச்சே!

(இருள்)

காட்சி 2

சுவாமிநாத தீட்சிதர் வீடு, ஐந்து மாதங்களுக்குப் பிறகு.

(சென்ற காட்சிக்கு ஐந்து மாதங்களுக்குப் பிறகு புதுவையில் ஒரு தெரு. மீண்டும் குடுகுடுப்பாண்டி)

குடுகுடுப்பாண்டி:

நல்ல காலம் வருகுது! நல்ல காலம் வருகுது...! வேதபுரியிலுள்ள ஐயாமாருக்கெல்லாம் சம்பளம் உயருது... அம்மமாருக்கெல்லாம் புதுப்புதுச் சேலை கிடைக்குது... குழந்தைகளுக்குப் புதுபுதுச் சொக்காய் கிடைக்குது... (மெள்ள) ஆகையினாலே பழைய புடவைகளையும் சட்டைகளையும் என்கிட்டே கொடுத்திட வேண்டியது! (மீண்டும் உரக்க) நல்ல காலம் வருகுது! நல்ல காலம் வருகுது...! உஸ்ஸ்... அப்பாடா... மலையாள பகவதி, மலையாள பகவதி! (ஒரு வீட்டுத் திண்ணையில் உட்கார்ந்து மேல் துணியால் முகத்தை விசிறிக் கொண்டவாறு) ஹும்ம்... எல்லாருக்கும் நல்ல காலம் வருகுது... எனக்கு எப்ப நல்ல காலம் வருமோ தெரியலை... நல்லபிழைப்பு... நாள் முழுதும் தெருத்தெருவா அலைஞ்சுகிட்டு, தர்ம புத்தி இருக்கிறவங்களைத் தேடிகிட்டு... தர்மப் பிரபுக்கள் நாளுக்கு நாள் குறைஞ்சுகிட்டே வராங்க... என் நடையும் அதிகமாயிட்டே போவுது... (கால்களைப் பிடித்து விட்டுக் கொள்கிறான்) முன்னெல்லாம் இந்தப் புதுச்சேரியிலே நான் மட்டுந்தான் தெருத்தெருவா அலஞ்சிட்டிருந்தேன்... இப்ப எனக்குப் போட்டியா யார் யாரோ வந்துட்டாங்க... அந்தப் புதிசா வந்திருக்கிற கவிஞரு... அவரும் எப்பவும் விருவிருன்னு அந்தத்

தெருவிலிருந்து இந்தத் தெரு, இந்தத் தெருவிலிருந்து அந்தத் தெருன்னு ஊருக்குள்ளே நடமாடிட்டே இருக்காரு... எதையோ எங்கேயோ மறந்து வச்சுட்டு வந்தாப்லேயும் அதை எடுத்திட்டு வரப் போயிட்டிருக்காப்லேயும் நடையிலே எப்பவும் ஒரு வேகம், ஒரு அவசரம்...

(பின்தளத்தில் பாரதி, இங்குமங்குமாய் பரபரப்பாக நடை பயின்று, பிறகு)

பாரதி: அக்கினிக்குஞ்சொன்று கண்டேன்-அதை
அங்கொரு காட்டிலோர் பொந்திடை
வைத்தேன்...

(தேடுவது போன்ற பாவனை)

அக்கினிக்குஞ்சு... அக்கினிக்குஞ்சு...

குடுகுடுப்பாண்டி:

(அபிநயங்களுடன்) என்னைப் போலவே இவருக்கும் தலையிலே தலைப்பாகை... மீசை... நெத்தியிலே குங்குமப் பொட்டு... நான் சட்டை போட்டுருக்கேன், இவரு கோட்டுப் போட்டுருக்காரு, அதுதான் வித்தியாசம்... ஆமாம், நல்லா வெய்யில் அடிக்கரப்போகூட இவரு ஏன் கோட்டை மாட்டிட்டுத் திரியறாரு? ('பைத்தியம்' என்று சைகை செய்கிறான்) ஒண்ணு, கோட்டுப் போட்டுக்கிட்டு வக்கீலாப் போகணும்... இல்ல கோட்டைக் கழட்டிப்பிட்டு பாட்டு எழுதணும்... இந்த ஆளு கோட்டும் போட்டிருக்காரு, பாட்டும் பாடறாரு... (சிரித்து) வேடிக்கையான ஆளு இவரு...

(பின்தளத்தில் பாரதி, கைகளை உணர்ச்சியுடன் ஆட்டியவாறு)

பாரதி: சொல்லடி சிவசக்தி-என்னைச்
சுடர்மிகு அறிவுடன் படைத்து விட்டாய்
வல்லமை தாராயோ-இந்த மாநிலம்
பயனுற வாழ்வதற்கே!

(போகிறார்)

குடுகுடு: யாருதான் வேடிக்கை இல்லை? எதுதான் வேடிக்கை இல்லை? (சிரித்து) இந்த உலகமே ஒரு பெரிய வேடிக்கை. எல்லாம் அந்தப் பகவதியம்மன் செய்யற கூத்து...

(உடுக்கை ஒலித்தவாறு, உக்கிரமான பாணியில்)

மலையாள பகவதி! மலையாள பகவதி...!

(திடீரென்று கோவில் மணிச்சத்தம். தொடர்ந்து கூச்சல்)

கூச்சல்: உலகத்து நாயகியே!

பல குரல்கள்:

எங்கள் முத்து மாரியம்மா!
எங்கள் முத்து மாரீ!
எங்கள் முத்து மாரியம்மா!
எங்கள் முத்து மாரீ!

(கொட்டுச் சத்தம், தொடர்ந்து கூச்சல்)

குடுகுடு: அடேடே! மாரியம்மன் கோவிலிலே இன்றைக்குத் திருவிழா...

(கைகளிரண்டையும் உயரத் தூக்கிக் கூப்பியவாறு, கொட்டுக்கும் பாட்டுக்கும் ஏற்றபடி உன்மத்த நிலையில் ஆடியவாறு குடுகுப்பாண்டி மேடையை விட்டு வெளியேறுகிறான். மறு ஓரத்தில் பாரதி பிரவேசிக்கிறார். கொட்டு தொடர்கிறது, கூடவே நாயனச் சத்தம்)

பாரதி: (இசையையும் கோஷங்களையும் ரசித்தவாறு) இந்த மாரியம்மன் பக்தர்களுக்கு என்ன உற்சாகம்! என்ன ஒற்றுமையுணர்ச்சி! (பக்கவாட்டில் பார்த்து) அடேடே! ஊர்வலம் இந்தப் பக்கமாக வந்து கொண்டிருக்கிறது...

(டமடமடம், டமடமடம், என்று கொட்டு கொட்டியவாறு, பாடி ஆடியவாறு, மாரியம்மனின் பக்தர்கள் பல்லக்கு ஒன்றைச் சுமந்தவாறு மேடைக்குள் பிரவேசிக்கின்றனர். பாரதி உற்சாகத்துடன் அக்காட்சியில் ஈடுபடுகிறார். மெல்லத் தம்மையுமறியாமல் தாமும் அவர்களைப் போலவே ஆடத் தொடங்குகிறார்.)

பாட்டு, கூடவே ஆட்டம்:

பல கற்றும் பல கேட்டும்-எங்கள் முத்து
மாரியம்மா, எங்கள் முத்து மாரீ!
பயனொன்றுமில்லையடி-எங்கள் முத்து
மாரியம்மா, எங்கள் முத்து மாரீ!
நிலையெங்கும் காணவில்லை-எங்கள் முத்து
மாரியம்மா, எங்கள் முத்து மாரீ!
நின் பாதம் சரண் புகுந்தோம்-எங்கள் முத்து
மாரியம்மா, எங்கள் முத்து மாரீ!

ஒரு குரல்: நின் பாதம் சரண் புகுந்தோம்...!

இன்னொரு குரல்:
அடைக்கலமிங்குனைப் புகுந்தோம்...!

எல்லாரும்: நின் பாதம் சரண் புகுந்தோம்!
நின் பாதம் சரண் புகுந்தோம்!

('நின் பாதம் சரண் புகுந்தோம், எங்கள் முத்து மாரீ'! என்று மீண்டும் மீண்டும் பாடியவாறு பக்தர்கள் மேடையிலிருந்து இறங்கி சபையோரின் ஊடே, தியேட்டரிலுள்ள பாதை வழியே, நடந்துவந்து வெளியேறல். இவர்கள் வெளியேறுவது வரை பாரதியும் தொடர்ந்து மேடையில் ஆடியபடி இருக்கிறார்)

பாரதி: (ஆடுவதை நிறுத்தி, கை கூப்பியவாறு) பாரத மாதா! உன்னுடைய கோவிலிலும் பக்தர்கள் ஒற்றுமையாக இருந்து உன்னை வழிபட்டால் நாடு நற்கதி அடையும்... விடுதலை அடையும்... (சோகமாகத் தலையை ஆட்டியவாறு, உலவியவாறு) ஆனால் தேசபக்தர்களிடையே ஒற்றுமை இல்லை... வழி முறைகளைப் பற்றின தெளிவு இல்லை. முடிவில்லாத சர்ச்சைகள்... (கோவில் மணிச் சத்தம். பாரதி சட்டென்று நின்று) ஹும்! மாரியம்மன் தான் இவர்களுக்கு நல்ல புத்தி கொடுக்க வேண்டும்...

(பாரதி மேடையில் ஒரு பக்கமாக இருக்கும் திண்ணை போன்ற அமைப்பின் மீது அமருகிறார். கண்களை மூடியபடி தியானம் செய்பவரைப் போல் அமர்ந்திருக்கிறார். அப்போது குவளைக் கண்ணன்–வயது 16லிருந்து 18க்குள்–வருகிறான். குவளைக்கு இந்தக் கட்டத்தில் பாரதி ஒரு சுதேசி என்பது மட்டும் தெரியும். ஆனால் அவர்தான் கவி பாரதி என்பது தெரியாது)

குவளை: (பாரதியைப் பார்த்தவுடன் சற்றுத் தூரத்திலேயே நின்று கொண்டு) *ஓ-அந்தச் சென்னை ஆசாமி... இங்கே எதற்காக உட்கார்ந்திருக்கிறார்...? ஓகோ! இவருடைய கூட்டாளி யாருக்காவது காத்துக் கொண்டிருப்பார்... இவர் காரியமெல்லாமே ஒரே மர்மமாய்த்தான் இருக்கு... யார் வீட்டுக்கெல்லாமோ போகிறார், மணிக்கணக்காக அங்கேயே உட்கார்ந்து விடுகிறார்-அப்படி என்னதான் பேசுவார்கள்? சில சமயங்களிலே இப்படி அவர் மட்டும் தனியே எங்கேயாவது உட்கார்ந்து யோசனை பண்ணுகிறார்... தலைப்பாகையும் கோட்டையும் பார்த்தால் வடநாட்டுக்காரர் மாதிரி இருக்கு... ஆனா நன்னாத் தமிழ் பேசறார்... ஒண்ணும் புரியலை... இவர் பெயர் என்னன்னுகூட இன்னும் தெரிஞ்சுக்க முடியலை... அன்றைக்கு என் பெயரை இவர் கேட்டுத் தெரிந்து கொண்டு விட்டார்... ஆனால் இவர் பெயரைக் கேட்க எனக்குச் கூச்சமாயிருக்கிறது... இத்தனை பெரியவரிடம் பெயரை எப்படிக் கேட்பது!* (கன்னத்தில் போட்டுக் கொண்டு) *அபசாரம்! அபசாரம்...! சரி, இவர் வாயிலிருந்தே ஏதாவது வருகிறதா பார்க்கிறேன்...*

(பாரதியை நெருங்குகிறான்)

பாரதி: (கண்ணை மூடியவாறே)

துணி வெளுக்க மண்ணுண்டு...
தோல் வெளுக்கச் சாம்பருண்டு...
மணி வெளுக்கச் சானையுண்டு...
ஆனால் மனம் வெளுக்க வழியில்லையே மாரியம்மா!

(பாடுகிறார்)

மனம் வெளுக்க வழியில்லை-எங்கள் முத்து
மாரியம்மா, எங்கள் முத்து மாரீ!
பேதமைக்கு மாற்றில்லை,-எங்கள் முத்து
மாரியம்மா, எங்கள் முத்து மாரீ!

(பாரதி கண்களைத் திறக்கிறார். குவளைக் கண்ணனைப் பார்க்கிறார்)

குவளை: சேவிக்கிறேன் ஸ்வாமி.

பாரதி: கிருஷ்ணமாச்சார்யா?

குவளை: ஆமாம் ஸ்வாமி.

பாரதி: உட்கார், அப்பா.

(கிருஷ்ணன் தரையில் உட்காருகிறான், பாரதி மீண்டும் பாட்டை முனகுகிறார்)

> உலகத்து நாயகியே-எங்கள் முத்து
> மாரியம்மா, எங்கள் முத்து மாரீ!
> உன் பாதம் சரண் புகுந்தோம்,-எங்கள் முத்து
> மாரியம்மா, எங்கள் முத்து மாரீ!

குவளை: ஸ்வாமி! உங்கள் பாட்டு மிக இனிமையாயிருக்கிறது. கேட்கக் கேட்க இன்பமாயிருக்கிறது. அன்றைக்குப் பெருமாள் கோவிலிலும் நன்றாகப் பாடினீர்கள்... ஸ்வாமி! என் மனதில் படுவதைச் சொல்லட்டுமா?

பாரதி: சொல் கிருஷ்ணா.

குவளை: இத்தனை உருக்கமாகப் பாடுகிற நீங்கள் நிச்சயம் தெய்வாம்சம் பொருந்திய பெரிய மகானாக இருக்கவேணும். உங்களைப் பற்றி அந்த குப்புசாமி ஐயங்கார் கூறிய பொய்யை நம்பினேனே! நான் ஒரு முட்டாள் ஐயா.

பாரதி: குப்புசாமி ஐயங்காரா? யார் அவர்?

குவளை: அவர் வீட்டில்தானே ஸ்வாமி நீங்கள் முதலில் வந்து இறங்கினீர்கள். மறந்து விட்டீர்களா?

பாரதி: ஓகோ! சென்னை போலீஸின் கையாட்கள் வந்து மிரட்டினவுடன் பயந்துபோய் என்னைக் காலி செய்யச் சொன்னாரே, அவர்தானே?

குவளை: அவர்தான் ஸ்வாமி. அவர் என்ன சொன்னார் தெரியுமா?

பாரதி: என்ன சொன்னார்?

குவளை:	நீர் ஒரு பயங்கரவாதியாம், வெடிகுண்டுகள் வீசும் இளைஞர்கள் கூட்டத்தைச் சேர்ந்தவராம்...
பாரதி:	ஓகோ! பலே!
குவளை:	நீர் உண்மையில் ஒரு தமிழராகக்கூட இருக்க மாட்டீரென்றும் அவர் சொன்னார். வங்காளத்திலிருந்தோ, மகாராஷ்டிரத்திலிருந்தோ போலீசை ஏமாற்றி இங்கே ஓடி வந்து, தமிழ்ப் பிராமணன் போல நடிப்பதாகச் சொன்னார்... அவன் மீசையும் முண்டாசையும் பார்த்தால் பிராமணன் மாதிரியா இருக்கு, என்றார்.
பாரதி:	பேஷ்! (சிரிக்கிறார்)
குவளை:	எனக்கு அவர் இப்படியெல்லாம் சொல்லச் சொல்ல மனதிலே ஓர் ஆசை...
பாரதி:	என்னைப் போலீசில் பிடித்துக் கொடுக்கணுமென்றா?
குவளை:	ஐயய்யோ! (கும்பிட்டு, கன்னத்தில் போட்டுக் கொள்கிறான்) என்னைப் பார்த்தால் வேவுகாரன் மாதிரியாகவா இருக்கு?
பாரதி:	(சிரித்து) நான் வெடிகுண்டு வீசலாமென்றால் அப்போது நீயும் வேவுகாரனாக இருக்கலாம்.
குவளை:	சத்தியமாக நான் வேவுகாரன் இல்லை ஐயா.
பாரதி:	இல்லையில்லை, சொல்லு.
குவளை:	வெடிகுண்டு வீசுகிறவர்களைப்பற்றி நான் பத்திரிகைகளிலேதான் படித்திருக்கிறேனே தவிர நேரில் பார்த்ததில்லை... அதனாலே...
பாரதி:	அதனாலே?
குவளை:	குப்புசாமி ஐயங்கார், நீங்கள் வெடிகுண்டு வீசுகிற ஆளென்று சொன்னதிலிருந்து எனக்கு உங்களைப் பற்றின விவரங்களைத் தெரிஞ்சுக்கணும், உங்களுடன் பேசவேணும், என்றெல்லாம் ஆசையாக இருந்தது...

பாரதி: ஓகோ! அதனால்தான் நான் போகிற இடமெல்லாம் என்னைப் பின்தொடர்ந்து வந்து கொண்டிருந்தாயா?

குவளை: ஆமாம் ஐயா.

பாரதி: (புன்னகையுடன்) என்னைப்பற்றி ஏதாவது தெரிந்ததா?

குவளை: தெரிந்தது ஐயா; ஆனால்...

பாரதி: ஆனால்?

குவளை: நான் நினைத்த மாதிரி எதுவுமில்லை.

பாரதி: ஓகோ! (பெரிதாக சிரிக்கிறார்) பாவம்! வெடி குண்டு வீசுகிற புரட்சிக்காரன் ஒருவனைச் சந்திக்க ஆசைப்பட்டாய். கடைசியில் கோவில் கோவிலாகப் போய் பக்திப் பாடல் பாடுகிற இந்த பண்டாரத்தைத்தான் சந்தித்தாய்.

குவளை: எனக்கு பக்திப் பாடல்களும் பிடிக்கும், ஐயா.

பாரதி: அப்படியா? என்னென்ன பாடல்கள் தெரியும்?

குவளை: திவ்யப் பிரபந்தத்திலே பல பாசுரங்கள் தெரியும்.

பாரதி: எங்கே ஒன்று பாடு.

குவளை: பொலிக பொலிக பொலிக போயிற்று
வல்லுயிர்ச்சாபம்
நலிவும் நரகமும் நைந்த நமனுக்கு
இங்கு யாதொன்றுமில்லை
கலியும் கெடும்கண்டு கொள்மின்
கடல்வண்ணன் பூதங்கள் மண் மேல்
மலியப் புகுந்த இசை பாடி
ஆடியுழிதரக் கண்டோம்.

பாரதி: உம்... பாட்டு நல்ல பாட்டு. ராகம்தான் சரியாக இல்லை.

குவளை: எங்கம்மாவும் அதைத்தான் சொல்கிறாள்... என்ன செய்வது, எனக்கு இப்படித்தான் பாட வருகிறது.

பாரதி: அதனால் மோசமில்லையப்பா. ராகம் முக்கியமில்லை, உணர்ச்சிதான் முக்கியம்.

குவளை: இன்னொரு பாட்டுப் பாடவா?

பாரதி: (இதை அவர் எதிர்பார்க்கவில்லை) இன்னொரு பாட்டா?

குவளை: இதை நன்றாகப் பாடுகிறேன், ஐயா.

பாரதி: (வேறு வழியில்லை) சரி பாடு... இதுவும் திவ்வியப் பிரபந்தமா?

குவளை: இல்லை ஐயா. இது ஒரு புதிய பாட்டு.

பாரதி: பலே பாண்டியா. எனக்கும் புதிய பாட்டுகள்தான் பிடிக்கும். உம், பாடு.

குவளை: (பாடுகிறான், இந்த முறையும் இனிமையற்ற பாணியில். பாரதி முள் மேல் அமர்ந்திருப்பவரைப் போலத் தவிக்கிறார்)
என்று தணியுமிந்த சுதந்திர தாகம்?
என்று மடியுமெங்கள் அடிமையின் மோகம்?
என்றெமதன்னை கைவிலங்குகள் போகும்?
என்றெம தின்னல்கள் தீர்ந்து பொய்யாகும்?
அன்றொரு பாரதம்...

(மேலே மறந்து விட்டது, நிறுத்தி விடுகிறான். பாரதி, பொறுக்காதவராக, மிச்சத்தைப் பாடுகிறார்.)

பாரதி: அன்றொரு பாரதமாக்க வந்தானே,
ஆரியர் வாழ்வினை யாதரிப்போனே!
வென்றி தருந்துணை நின்னருளன்றோ?
மெய்யடி யோமினும் வாடுதல் நன்றோ?

குவளை: உங்களுக்கும் இந்தப் பாட்டுத் தெரியுமா ஸ்வாமி?

பாரதி: (ஜாக்கிரதையடைந்து) ஆமாம், தெரியும்... ஏதோ ஒரு பத்திரிகையில் படித்தேன்...

குவளை: ‘இந்தியா’ பத்திரிகையில் படித்திருப்பீர்கள்.

பாரதி: ஆமாம், ஆமாம். ‘இந்தியா’வில்தான் படித்தேன்.

குவளை: அருமையான பத்திரிகை! நானும் என் தோழர்களும் ஒரு இதழ் விடாமல் படித்து வருகிறோம் ஐயா.

பாரதி: அப்படியா தம்பி. என்னால் எல்லா இதழ்களையும் படிக்க முடிவதில்லை... சுவாமி தரிசனம் செய்தபடி ஊர் ஊராகச் சுற்றினபடி இருப்பதால். எந்தப் பத்திரிக்கையையும் ஒழுங்காகப் படிக்க முடிவதில்லை...

குவளை: நீங்கள் சென்னையில் இருந்தவர்தானே ஸ்வாமி?

பாரதி: ஆமாம்.

குவளை: உங்களுக்கு பாரதியைத் தெரியுமா?

பாரதி: பாரதியா?

குவளை: ஆமாம், பாரதி... நான் சற்றுமுன் பாடின பாட்டு அவர் எழுதியது தானே!

பாரதி: ஓ! கவி பாரதியா? தெரியும், தெரியும். அதிகமாக இல்லை, ஓரளவு தெரியும்... (தனக்குள்) மேலும் மேலும் தெரிந்துகொள்ள முயன்றவாறு இருக்கிறேன்...

குவளை: 'இந்தியா' பத்திரிக்கைக்குக்கூட பாரதிதான் ஆசிரியராமே!

பாரதி: ஆமாம். நானும் அப்படித்தான் கேள்விப் பட்டேன்... அவருடைய பாட்டுக்கள் அந்தப் பத்திரிகையில் நிறைய வருமோ?

குவளை: வருகிறது ஐயா. கட்டுரைகள்தான் நிறைய வரும். பாட்டுக்களும் சிலது வரும்.

பாரதி: எந்த மாதிரிப் பாட்டுக்கள்? பக்திப் பாட்டுக்களா?

குவளை: பக்திப் பாட்டுக்கள்தான்... ஆனால் தெய்வ பக்தியில்லை, தேசபக்தி... தேசபக்திப் பாடல்கள்...

பாரதி: ஓகோ! தேசியப் பாடல்களா?

குவளை: ஆமாம்! ஐயா.

பாரதி: தெய்வ பக்திப் பாடல்கள் வருவதில்லையாக்கும்?

குவளை: இல்லை ஐயா.

பாரதி: தெய்வ பக்திக்கும், தேசபக்திக்கும் ஏதாவது வித்தியாசம் உண்டா தம்பி?

குவளை: வித்தியாசமா? (யோசித்துப் பார்த்துவிட்டு) எனக்குத் தெரியவில்லை ஐயா.

பாரதி: நான் சொல்லுகிறேன்-இரண்டுக்கும் எந்த வித்தியாசமும் இல்லை... மாரியம்மன் காலடியில் விழுந்து கும்பிடுவதைப் போல பாரத மாதாவின் காலடியில் விழுந்து கும்பிட வேண்டும். நம்பிக்கையுடன், உள்ளத் தூய்மையுடன் கும்பிட வேண்டும். நம் உயிர், உடல் எல்லாம் அவளுக்கே சமர்ப்பணம்...

குவளை: (உற்சாகமாக) ஆமாம்! பாரத மாதாவுக்கு ரத்த பலி கொடுக்க வேண்டும்!

பாரதி: ரத்த பலியா?

குவளை: ஆமாம்! மதன்லால் திங்கராவைப் போல, நாமெல்லாரும் ரத்த பலி கொடுக்க வேண்டும்!

பாரதி: (பதற்றத்துடன்) தம்பி! இப்படியெல்லாம் யார் உனக்குச் சொல்லிக் கொடுத்தார்கள்?

குவளை: தூக்குத் தண்டனை விதிக்கப்பட்ட மதன்லால் திங்கராவின் கடைசி வாக்குமூலம் 'இந்தியா' பத்திரிகையில் வெளி வந்திருந்ததே! நீங்கள் படிக்கவில்லையா என்ன? இருங்கள், அதை நான் தனியாக ஒரு காகிதத்தில் எழுதி வைத்திருக்கிறேன்- இதோ படிக்கிறேன்-

(சட்டைப் பையிலிருந்து ஒரு காகிதத்தை எடுத்துப் பிரித்து, படிக்கிறான்)

"என்னுடைய தேசத்துக்குச் செய்யப்படும் ஒவ்வொரு தீமையையும், என் கடவுளை அவமானப்படுத்தினதாக நான் உணர்கிறேன். தேச மாதாவினுடைய

கட்சியிலிருந்து நான் செய்வதெல்லாம் ஸ்ரீராமனுடைய திருப்தி. அவளுக்கு நான் செய்யும் கைங்கர்யங்கள் ஸ்ரீகிருஷ்ணனுக்குச் செய்யும் கைங்கர்யங்கள். ஸம்பத்திலும் புத்தியிலும் எளியனான என்னைப் போன்ற பிள்ளை, தன்னுடைய சொந்த ஜீவ ரத்தத்தையே அவளுக்கு ஸமர்ப்பிக்க முடியும்; ஸமர்ப்பிக்க அவனிடத்தில் வேறு ஒன்றும் கிடையாது. ஆனபடியால்தான் நான் என்னுடைய ரத்தத்தையே அவளுடைய பலிபீடத்தில் பலியாக ஸமர்ப்பித்து விட்டேன்."

பாரதி: (ஒரு கணம் மௌனம்; பிறகு)
எனவே-நீயும் ரத்த பலி கொடுக்கப் போகிறாயா?

குவளை: நான் மட்டுமல்ல ஐயா; என் சிநேகிதர்களும்கூட, பாரத மாதாவுக்கு எங்கள் ரத்தத்தைப் பலி கொடுப்பதாய் நாங்கள் பிரதிக்ஞை எடுத்திருக்கிறோம்.

பாரதி: உம்ம்ம்ம்... எப்போது நீங்கள் பலி கொடுக்கப் போகிறீர்கள்?

குவளை: அது...

பாரதி: ரகசியமா?

குவளை: (மீண்டும் தலையை மட்டும் அசைக்கிறான்)

(சுவாமிநாத தீட்சிதர் வருகிறார்)

குவளை: இதோ, ஹெட்மாஸ்டர்... (என்றவாறு எழுந்து நின்று தீட்சிதரை வணங்குகிறான்)

சுவாமிநாத தீட்சிதர்:
என்ன பாரதி! தெரு ஓரத்திலே இரண்டு ஸி.ஐ.டி. நிற்பதைப் பார்த்தேன். உடனேயே நீ இங்கே வந்திருப்பாயென்று தெரிஞ்சு போச்சு.

(குவளையின் முகத்தில் வியப்பு படருகிறது)

பாரதி: தீட்சிதர்வாள்! ஸி.ஐ.டி.கள் எப்பொழுதும் எனக்காகத்தான் வரணுமென்று சாஸ்திரமா?

தீட்சிதர்: பின்னே எனக்காகவா வருவார்கள்?

பாரதி: என்னைத் தவிரவும் உம்ம வீட்டுக்கு எத்தனையோ பேர் வருகிறார்களே ஓய்! இதோ இந்தப் பிள்ளையாண்டானும் தான் இங்கே அடிக்கடி வருகிறான்...

தீட்சிதர்: கிருஷ்ணனா!

பாரதி: கிருஷ்ணனா, என்று அலட்சியமாகக் கேட்காதீர். இவனைப் போன்ற பையன்களெல்லாம்தான் இப்போ திடுக்கிடும்படியான காரியங்களெல்லாம் பண்ணுகிறார்கள்... (கம்பீரமான பாணியில்)
தழல், வீரத்தில் குஞ்சென்றும் மூப்பென்றும் உண்டோ?
தத்தரிகிட தத்தரிகிட தித்தோம்!

குவளை: ஸார்! இவரா கவி சுப்பிரமணிய பாரதி?

தீட்சிதர்: என்னடா இது, தெரிந்தது போலப் பேசிக் கொண்டிருந்தீர்களே!

(கிருஷ்ணன் அவசரமாக பாரதியை சாஷ்டாங்கமாக விழுந்து நமஸ்காரம் செய்யப் போக, பாரதி அவனைத் தடுத்துத் தூக்கி நிறுத்துகிறார்)

குவளை: ஐயா! நீங்கள் யாரென்று தெரியாமல் ஏதோ உளறிக் கொண்டிருந்தேன். என்னை மன்னிக்க வேண்டும்.

பாரதி: சேச்சே! அதனாலென்ன! என்னை நீ தெரிந்து கொள்ளாமல் இருப்பதுதான் உனக்கும் நல்லது. எனக்கும் நல்லது, நாட்டுக்கும் நல்லது. என்னை நீ சந்திக்கத் தொடங்கினால் அப்புறம் உன் பெயரும் சந்தேகத்துக்குரியவர்களின் பட்டியலில் இடம் பெறும். உன் பின்னாலும் இரண்டு ஸி.ஐ.டி.க் காரனை அனுப்ப வேண்டியிருக்கும்-சர்க்காருக்கு வீண் செலவு.

தீட்சிதர்: உட்காரு கிருஷ்ணா, நின்று கொண்டேயிருக்கிறாயே...!

குவளை:	இல்லை ஸார், நான் கிளம்புகிறேன். நேரமாகி விட்டது.
தீட்சிதர்:	ஆமாம், நேரமாகிவிட்டது. உங்கம்மா கவலைப் பட்டுக் கொண்டிருப்பாள்.
பாரதி:	முதலில் சொந்தத் தாயார், அப்புறந்தான் பாரத மாதா.
தீட்சிதர்:	பாரத மாதாவா?
பாரதி:	(புன்னகை) ஒன்றுமில்லை. எங்களுக்குள் ஒரு சமிக்ஞை...
குவளை:	(இருவரிடமும்) சரி, நான் போய் வருகிறேன்.
தீட்சிதர்:	போய் வா கிருஷ்ணா.
பாரதி:	போய் வா கிருஷ்ணா. பாரத மாதவைப் பற்றி நாம் பிற்பாடு விவரமாகப் பேசலாம்.

(கிருஷ்ணன் தயங்கித் தயங்கி, பாரதியை ஓரிரு முறைகள் திரும்பிப் பார்த்த வண்ணம் செல்கிறான்.)

தீட்சிதர்:	என்ன பாரதி! உனக்கும் கிருஷ்ணனுக்குமிடையில் சமிக்ஞையெல்லாம் பலமாக இருக்கிறது!
பாரதி:	என்னத்தைச் சொல்ல! பத்திரிகை ஆசிரியராக இருப்பது பெரிய வம்பாகப் போய்விட்டது... மனதில் சதா ஒரு சந்தேகம்! ஓர் அதிருப்தி...
தீட்சிதர்:	சிந்தனையாளர்களிடம் சந்தேகமும், அதிருப்தியும் சகஜம் பாரதி. அவசியம் என்றுகூடச் சொல்லுவேன். உன் கருத்துக்களை நீ சதா பரிசோதித்தவாறே இருப்பதையே இது காட்டுகிறது. உன் வளர்ச்சியைக் காட்டுகிறது...
பாரதி:	(எழுந்தவாறு) வளர்ச்சியும் ஒரு சாபக்கேடு... (அங்குமிங்கும் உலவியவாறு) வரவர என் வளர்ச்சியை என்னாலேயே தாங்க முடியவில்லை... என் அப்பா ஆயுள் முழுவதும் எட்டயபுரம் ராஜாவிடம் நல்ல பெயர் வாங்கிக் கொண்டு அங்கேயே இருந்தார், என்னால் முடிந்ததா! (அபிநயம்)... ராஜாவுடன் லடாய்... சென்னையில் சுப்பிரமணிய

122 | ஆதவன்

ஐயர் போன்ற ஒரு சிறந்த பத்திரிகாசிரியருடன் சேர்ந்து வேலை பார்க்கும் பாக்கியம் பெற்றேன். ஆனால் அங்கும் நிலைத்திருக்க முடியவில்லை... இப்போது 'இந்தியா' பத்திரிகை நடத்தும் இந்த ஐயங்கார்களுடனாவது அனுசரணையாக இருக்கலாமே!

ஆனால் இவர்களிடமிருந்தும் எந்த நிமிடமும் பிய்த்துக் கொண்டு ஓடத்தான் துடிக்கிறேன்... (உலவுதலை நிறுத்தி, தீட்சிதரைப் பார்த்து) இதெல்லாம் வளர்ச்சிதான் என்று நீங்கள் நெஜமாகவே நினைக்கிறீர்களா? எனக்கென்னவோ சில சமயங்களில் ரொம்பவும் சந்தேகமாக இருக்கிறது. நான் எங்கே போய்க் கொண்டிருக்கிறேனென்றே தெரியவில்லை...

தீட்சிதர்: பாரதி! ஒரு சுப்பிரமணிய ஐயருக்காகவோ, ஒரு ஸ்ரீநிவாஸாச்சாரியாருக்காகவோ நீ எழுதவில்லை. பல ஆயிரம் வாசகர்களுக்காக எழுதுகிறாய். உன் வளர்ச்சியைப் பற்றி அந்த வாசகர்களிடம் கேள். அவர்கள் சொல்வார்கள்.

பாரதி: தீட்சிதர்வாள்! சற்றுமுன் அத்தகைய ஒரு வாசகனிடம் பேசிய பிறகுதான் இப்படிச் சோர்வாக இருக்கிறேன்.

தீட்சிதர்: சற்றுமுன்! ஓ! நம்ம கிருஷ்ணனைச் சொல்கிறாயா?

பாரதி: அவன் இன்னமும் 'நம்ம' கிருஷ்ணன் இல்லை... பாரத மாதாவுக்குத் தன் ரத்தத்தைப் பலி கொடுக்க விரும்பும், (பெரிய ஆசாமி என்ற அபிநயம்) குவளையூர் ஸ்ரீமான் கிருஷ்ணமாச்சாரியார்

தீட்சிதர்: ரத்த பலியா? எனக்கு ஒன்றும் புரியவில்லையே!

பாரதி: எல்லாம் இந்தியா பத்திரிகை பண்ணின வேலை...

(பாரதி பேசியவாறே தீட்சிதரை நெருங்கி, அவரருகே அமர்ந்து, சிறிது நேரம் பேசுகிறார்–வெறும் அபிநயம்)

தீட்சிதர்: (தலையைத் தலையை ஆட்டியவாறு) ஓகோ! இப்போது எனக்குப் புரிகிறது... இந்தச் சின்னப் பையன்களின்

ரத்தம் பெருக்கெடுத்து ஓடினால் அந்தப் பாவம் உன்னைத்தான் சேருமென்று நீ பயப்படுகிறாய்... (சிரித்தவாறு) இந்தப் பையன்களாவது, ரத்த பலி கொடுப்பதாவது! இதெல்லாம் இவர்களுக்கு ஒரு விளையாட்டு...

பாரதி: விளையாட்டாக இருக்கலாம்... ஆனால் அந்த விளையாட்டில்கூட உங்களுக்கு ஒரு சோகம் தென்படவில்லையா தீட்சிதரே? இந்தச் சின்னப் பையன்கள் மனதில் துவேஷமும் கொலை வெறியும்...

(கண நேர மௌனம், இந்த மௌனத்தின்போது பின்னணியில் ஒலிக்கும் சன்னமான ஆண் குரல்)

பின்னணியில் சன்னமான ஆண் குரல்:
தத்தரிகிட தத்தரிகிட தித்தோம்!
தத்தரிகிட தத்தரிகிட தித்தோம்!
தத்தரிகிட தத்தரிகிட தித்தோம்!

பாரதி: (தொடர்ந்தவாறு) வேடிக்கைதான், இல்லை? ராஜ விசுவாசிகளான வக்கீல்களுக்கும் ஜமீன்தார்களுக்கும் நல்ல புத்தி புகட்டுவதாகவும், வழிகாட்டுவதாகவும் நினைத்துக்கொண்டு நான் அரசியல் வழிமுறைகளைப் பற்றி காரசாரமாக எழுதினேன். ஆனால் அந்தப் பெரியவர்களைச் சரியான வழியில் திருப்புவதற்குப் பதிலாக, இந்தச் சின்னப் பையன்களைத் தவறான வழியில் செலுத்தத்தான் என் பத்திரிகை பயன்பட்டிருக்கிறது...

பின்னணியில் சன்னமான குரல், உரக்க:
தத்தரிகிட தத்தரிகிட தித்தோம்!
தத்தரிகிட தத்தரிகிட தித்தோம்!
தழல் வீரத்தில் குஞ்சென்றும்
மூப்பென்றும் உண்டோ?
அக்கினிக்குஞ்சொன்று கண்டேன்!
அக்கினிக்குஞ்சொன்று கண்டேன்!

மெல்ல மெல்லக் குறையும் தொனி:
>தத்தரிகிட தத்தரிகிட தித்தோம்!
>தத்தரிகிட தத்தரிகிட தித்தோம்!

பாரதி: இந்தியா பத்திரிகையில் வீராவேசத்துடன் தேசத் துரோகிகளைத் தாக்கியெழுதிய பாரதியை எல்லாரும் பாராட்டினார்கள். அந்தப் பாராட்டுகளைக் கேட்டு நானும் மயங்கினேன். நான்தான் தர்மத்தின் காவலன், நான்தான் உண்மையின் ரட்சகன் என்று என்னைப் பற்றி ஏதேதோ மயக்கங்கள்... (சோகமாகத் தலையை அசைத்தவாறு) எனக்கும் ஆணவம் அதிகமாகி விட்டது...

பின்னணியில் ஒற்றை ஆண் குரல்:
>உள்ளம் குளிராதோ-பொய்யாணவ
>ஊன மொழி யாதோ?
>கள்ளமுருகாதோ-அம்மா பக்திக்
>கண்ணீர் பெருகாதோ...

பாரதி: (தொடர்ந்து) ஒரு காலத்தில் துணிவாக அரசியலைப் பற்றி எழுத விடவில்லையென்பதற்காக சுதேசமித்திரனை விட்டு வெளியே வந்தேன்... ஆனால் இப்போதோ துணிவாக எழுதி எழுதி அலுத்து விட்டது. துணிவும் ஒரு சடங்காகி விட்டது.

தீட்சிதர்: சடங்கா? உன் துணிவு ஒரு சடங்கு என்றா சொல்கிறாய்?

பாரதி: என் துணிவல்ல, இந்தியா பத்திரிக்கையின் துணிவு. அந்தப் பத்திரிக்கையை நடத்துகிறவர்களின் துணிவு. கண்டனமும், எதிர்ப்பும் அவர்களுக்கு ஒரு சடங்காகி விட்டது... பாரதி வெறியூட்டுகின்ற ஒரு கஞ்சா உருண்டையாகி விட்டான் (சிரித்து) கஞ்சா உருண்டை! இதற்கு நான் பேசாமல் எட்டயபுரம் அரசரிடமே இருந்திருக்கலாம், காதல் பாட்டுக்கள் பாடிக்கொண்டு அவர் என்னைக் கஞ்சா உருண்டையாக நடத்த மாட்டார், அவரிடம் நிஜமான கஞ்சாவே இருக்கிறதல்லாவா? (கசப்பாகச் சிரிக்கிறார்) இந்த பாரதியை யாருமே புரிந்து கொள்ளவில்லை...

பின்னணியில் ஒற்றை ஆண் குரல்:
மோகத்தைக் கொன்று விடு -அல்லாலென்றன்
மூச்சை நிறுத்திவிடு...

தீட்சிதர்: நேற்றைக்கிருந்த பாரதி இன்றைக்கு இல்லையென்று இவர்கள் புரிந்து கொள்ளவில்லை...

பாரதி: ஆமாம் தீட்சிதர்வாள்! ஒவ்வொரு கணமும் நான் வளர்ந்து கொண்டேயிருக்கிறேன், மாறிக் கொண்டேயிருக்கிறேன்... திடீரென்று எனக்குப் பொறுப்பு வந்து விட்டது போலிருக்கிறது. என்னைவிடப் பெரியவர்களையே பார்த்துக் கொண்டிருந்தேன், அவர்களுடைய குறைகளை விமரிசித்துக் கொண்டிருந்தேன். ஆனால் இப்போது திடீரென்று என்னைவிடச் சிறியவர்கள் என்னைப் பார்ப்பதை உணருகிறேன், இவர்களுக்கு நான் ஒரு பெரியவன் என்று உணருகிறேன். இவர்களுக்கு என்னிடம் தவறுகளேதும் தென்படாமலிருக்க வேண்டுமேயென்று இப்போது நான் பயப்படுகிறேன்.

(சின்னப் பையன்கள் சிலர் அரங்கத்துக்குள் ஓடி வருகிறார்கள். ஒளிந்து கொள்கிற விளையாட்டு. பிறகு கண்டுபிடிக்கிற பையன் வந்து ஒவ்வொரு பையனாக அவுட் ஆக்குகிறான்.)

பையன்: ராமு அவுட்! மாது அவுட்! கோபு அவுட்! குப்பு அவுட்! கிச்சா அவுட்! சுப்பையா அவுட்!

பாரதி: (தன்னைத்தானே கூப்பிட்டது போல ஒரு கணம் திடுக்கிட்ட பாவனை. பிறகு சிரித்தவாறு) ஓ! இங்கே ஒரு சுப்பையா இருக்கிறானோ?

தீட்சிதர்: இவன் சின்ன சுப்பையா

பாரதி: எனக்கும் மறுபடி சின்னவனாக வேண்டும் போல் இருக்கிறது, இந்தப் பசங்களுடன் விளையாட வேண்டும் போலிருக்கிறது. என் அப்பா என்னைத் தெருவில் யாருடனும் விளையாட விடவே மாட்டார். நான் சின்ன வயதில் விளையாடியதே கிடையாது.

பின்னணியில் சன்னமாக ஆண் குரல்:
தத்தரிகிட தத்தரிகிட தித்தோம்!
தத்தரிகிட தத்தரிகிட தித்தோம்!

தீட்சிதர்: அதுதான் எழுத்தாளனாகி விட்டாய்...

பாரதி: ஆமாம்... வீண் மோகத்திலும், பொய் ஆணவத்திலும் சிக்கிக் கொண்ட எழுத்தாளன்... (மேலே நோக்கி) பராசக்தி! என்னைக் காத்தருள் தாயே! எனக்கு நல்வழி காட்டு.

(விளக்குகள் மங்குகின்றன, பின்னணியில் கோரஸ்)

கோரஸ்: உள்ளந் தெளியாதோ-பொய்யாணவ
ஊன மொழியாதோ?
கள்ளமுருகாதோ-அம்மா பக்திக்
கண்ணீர் பெரு காதோ?

மோகத்தைக் கொன்றுவிடு-அல்லாலென்றன்
மூச்சை நிறுத்தி விடு
மோகத்தைக் கொன்றுவிடு-அல்லாலென்றன்
மூச்சை நிறுத்தி விடு...

பாரதி: மோகத்தைக் கொன்றுவிடு... பராசக்தி! என் சுயநலத்தை அழித்துவிடு... எங்கும் பேதைமை இருள் சூழ்ந்திருக்கிறது... இந்த இருளை நீக்க நான் உழைக்க வேண்டும்... எனக்கு வலிமை கொடு! தாயே! எனக்கு வலிமை கொடு!

(டமடமவென்று கொட்டுச் சத்தம், பின்னணியில் குரல்கள்)

குரல் 1: பேதைமைக்கு மாற்றில்லை...!

குரல் 2: மனம் வெளுக்க வழியில்லை...!

குரல் 1: (உரக்க) பேதைமைக்கு மாற்றில்லை...!

குரல் 2: (உரக்க) மனம் வெளுக்க வழியில்லை...!

கொட்டுச்சத்தம் துரிதமடைய, மேடையில் இருள்

காட்சி 3

ஒரு வருடத்திற்குப்பின், மண்டயம் ஸ்ரீநிவாஸாச்சாரியார் வீடு.

(சுமார் ஒரு வருடம் கழித்து, மண்டயம் ஸ்ரீநிவாஸாச்சாரியார் வீட்டு முகப்பும், தெருவில் ஒரு பகுதியும், மேடையில் ஓர் ஓரத்தில் யதுகிரி பாண்டி ஆடிக்கொண்டிருக்கிறாள், அப்போது இன்னொரு ஓரத்திலிருந்து குடுகுடுப்பாண்டி வருகிறான்.)

குடுகுடுப்பாண்டி:

குடுகுடு குடுகுடு குடுகுடு குடு... நல்ல காலம் வருகுது! நல்ல காலம் வருகுது! நல்ல காலம் வருகுது! உஸ்ஸ்... அப்பா (நெற்றி வியர்வையை வழித்தெறிந்து, மேலே அண்ணாந்து பார்த்து) காலை வேளையிலேயே சூரியன் இப்படி சுட்டுப்பொசுக்குதே...! ஹும்... இன்னொரு நாள் இந்த வெயில்லே நான் தெருத்தெருவா அலையணும்... இந்த ஊரிலே உள்ள தெருக்கள் ஒவ்வொண்ணிலேயும் நான் குறைஞ்சது ஆயிரம் தடவை நடந்திருப்பேன்... (சிரித்து) ஆயிரம் தடவை... (சபையோரைப்பார்த்து) ஆச்சரியமா இருக்கு இல்லீங்களா, ஒண்ணு பத்தாகி, பத்து நூறாகி, நூறு ஆயிரமாயிடுது... வருஷங்கள் ஓடுது.... நான் இந்த ஊருக்கு வந்தப்ப (அபிநயம்) தவழ்ந்துக்கிட்டிருந்த குழந்தைங்கள்ளாம் இப்ப நடக்கவும் ஓடவும் தொடங்கிருச்சு...

(இரண்டு சிறுவர்கள் வெகு வேகமாக ஒருவரையொருவர் துரத்திக் கொண்டு மேடையில் வலது புறமிருந்து இடது புறம் நோக்கி; அதே போல் மறுதிசையிலிருந்து வேறு இரண்டு சிறுவர்கள் ஒருவரையொருவர் துரத்திக் கொண்டு இடதிலிருந்து வலது புறம் நோக்கி ஓடுகிறார்கள். குடுகுடுப்பாண்டி அவர்கள் பாதையிலிருந்து அவசரமாய் விலகி ஒதுங்குதல்)

குடுகுடு: ஹஹ்ஹஹ்ஹா... பொல்லாத பசங்க... எனக்கு இந்த ஊர்ப் பசங்களை ரொம்பப் பிடிக்குமுங்க, அவங்களுக்கும் என் மேலே ஒரே ஆசை... இதோ வேடிக்கை பாருங்க...!

(குடுகுடு குடுகுடு குடு என்று உடுக்கை ஒலிக்கிறான், அங்குமிங்கும் பார்க்கிறான். ஹூம். யாரையும் காணோம்.)

குடுகுடு: ஆச்சர்யமா இருக்கு... உடுக்குச் சத்தம் கேட்டவுடனேயே ஓடி வருவாங்க... இன்னிக்கு யாரையுமே காணோமே! ஆண் குழந்தைகள் பள்ளிக்கூடம் போயிட்டாலும்கூட பெண் குழந்தைங்க வீட்டிலேதானே இருக்கும்... அதுங்களைக்கூட இன்னிக்குக் காணமே! (தூரத்தில் அண்ணாந்து பார்ப்பது போலப் பாசாங்கு செய்து) ஆ...! அதோ ஒரு சின்னப் பொண்ணு தனியே விளையாடிட்டிருக்கு...

(யதுகிரி அருகே சென்று, அவர்கள் வீட்டு வாசலில் எழுதியிருக்கும் பெயரைப் படிப்பது போலப் பாவனை)

குடுகுடு: மண்டயம் ஸ்ரீநிவாஸாச்சாரியார்... (சபையோரைப் பார்த்து) மண்டயம் ஸ்ரீநிவாஸாச்சாரியார்... பெரிய பணக்காரர்; கொடை வள்ளல்; சுதேச நிதி, சுதேசக் கப்பல் நிதி, எல்லாத்துக்கும் எராளமா நன்கொடை கொடுத்திருக்கிறவரு... இந்த ஏழைக்கும் நிச்சயம் ஏதாவது கொடுப்பாரு... உம்ம்ம்...
(யதுகிரியைப் பார்த்தவாறு) பெண் குழந்தைங்க இருக்கிற வீடு... கல்யாணம், கார்த்திகைன்னு சொன்னா நிச்சயமா சந்தோஷப்படுவாங்க... (உடுக்கை அடிக்கத் தொடங்கியவாறு) நல்ல காலம் வருகுது நல்ல காலம் வருகுது குடு குடு குடு குடு குடு குடு குடு குடு... பண்டிகை வருது! கல்யாணம் வருது! (யதுகிரியருகே போய்) பாப்பாவுக்குப் பட்டுப்பாவாடை கிடைக்குது! பட்சணம் கிடைக்குது! நெக்லஸூம் வளையும் ஒட்டியாணமும் கிடைக்குது! நல்ல காலம் வருகுது! நல்ல காலம் வருகுது! நல்ல காலம் வருகுது!

(ஆனால் யதுகிரி அவனை ஏறெடுத்துப் பார்க்காமல் தொடர்ந்து விளையாடிக் கொண்டிருக்கிறாள். குடுகுடுப்பாண்டி இன்னும் சற்று நேரம் உடுக்கையடித்துப் பார்த்து விட்டு ஏமாற்றத்துடன் ஓர் ஓரமாக ஒதுங்கி, சபையோரைப் பார்த்து)

குடுகுடு: காலம் கெட்டுப் போச்சு... என் உடுக்குச் சத்தம் கேட்டவுடனேயே குழந்தைங்க ஓட்டமா ஓடி வந்த காலம் போய், இப்ப... (யதுகிரி பக்கம் சோர்வாகப் பார்த்து) ஹூம்...! காலம் கெட்டுப் போச்சு...!

(பள்ளிக்கூட மணிச் சத்தம். யதுகிரி சட்டென்று பாண்டி ஆடுவதை நிறுத்திவிட்டு உன்னிப்பாக கவனிக்கிறாள். பிறகு)

யதுகிரி: ஸ்கூல் மணி அடிக்கற சத்தம்... இன்னொரு நாள் ஸ்கூல் தொடங்கப் போறது...

பின்னணியில் சிறுவர்கள் கோஷம்:

அறஞ்செய விரும்பு,
ஆறுவது சினம்,
அறஞ்செய விரும்பு,
ஆறுவது சினம்.

யதுகிரி: நானும் ஸ்கூலுக்கு போக முடிஞ்சா... நிறையக் குழந்தைகளோடு விளையாடலாம்... ஸார் தினம் என் பேரைக் கூப்பிடுவார்...

(பின்னணியில் ஸார் கூப்பிடும் சத்தம்)

ஸாரின் குரல்: யதுகிரி!

யதுகிரி: (ஒரு திசையில் அடியெடுத்து வைத்து) பிரசெண்ட் ஸார்!

ஸாரின் குரல்: யதுகிரி!

யதுகிரி: (இன்னோர் திசையில் அடியெடுத்து வைத்து) பிரசெண்ட் சார்!

ஸாரின் குரல்: யதுகிரி!

யதுகிரி: (மற்றோர் திசையில் அடியெடுத்து வைத்து) பிரசெண்ட் சார்!

(சட்டென்று கற்பனை கலைந்து)

எவ்வளவு ஜாலியா இருக்கும்... ஆனா நான்தான் பெண்ணாப் பொறந்துட்டேனே! பெண்கள் பள்ளிக்கூடம்கூடப் போகக் கூடாதாம். எங்காத்திலே சொல்றா... பெண்கள் வெளியிலே எங்கேயும் போகக் கூடாதாம்... கல்யாணம் ஆனப்புறம் கணவன், கணவன்னு ஒத்தன் வருவானாம். அவன்கூட அவன் வீட்டுக்குப் போயடனுமாம்... அப்புறம் அவன் சொல்றபடி எல்லாம் கேட்டுண்டு அவன் கூடவே இருக்கனுமாம்... சீ! நான் கல்யாணமே பண்ணிக்க மாட்டேன்... எப்பவும் எங்கப்பா அம்மா கூடவேதான் இருப்பேன்...

குடுகுடு: (மறுபடி தூரத்திலிருந்து யதுகிரியைக் கவனித்து) ஆங்ங்ங்! இப்ப அந்த குழந்தை விளையாட்டை நிறுத்திவிட்டு சும்மா நிக்குது... இன்னொரு வாட்டி அங்கே போய் குரல் குடுத்துப் பார்க்கிறேன்.

(உடுக்கை அடித்தவாறு மீண்டும் யதுகிரி அருகே சென்று)

நல்ல காலம் வருகுது! நல்ல காலம் வருகுது! இந்த வீட்டுச் சின்னப் பொண்ணுக்கு கல்யாணம் வருது! பட்டுப்புடவை, வைரத்தோடு, எல்லாம் வருது! நல்ல காலம் வருகுது! நல்ல காலம் வருகுது...!

யதுகிரி: (கோபத்துடன் கை நீட்டி) ஏய்! குடுகுடுப்பாண்டி!

குடுகுடு: (உடுக்கையடிப்பதையும், பேச்சையும் நிறுத்தி) என்னம்மா?

யதுகிரி: எங்க வீட்டு வாசல்லே இதெல்லாம் சொல்லாதே. எனக்குப் பிடிக்காது.

குடுகுடுப்: எதும்மா உனக்குப் பிடிக்காது?

யதுகிரி: கல்யாணம் வருது! கல்யாணம் வருதுன்னு சொல்றியே அது எனக்குப் பிடிக்காது.

குடுகுடு: கல்யாணம்னா-பிடிக்காதா?

யதுகிரி: ஊஹும். பிடிக்காது.

குடுகுடு: (கவர்ச்சியான அபிநயங்களுடன்) கல்யாணம்னா - ஜோராயிருக்கும்! நிறைய காஸ் லைட்டு, தோரணம், எல்லாம் இருக்கும்... நாயனம் வாசிப்பாங்க, பாட்டுக் கச்சேரி நடக்கும்... சதிர் கச்சேரி நடக்கும்... சதிர் பாத்திருக்கியா நீ! இத பாரு இப்படி...

(ஆடிக் காட்டுகிறான், அதே சமயத்தில் பாரதி அரங்கத்தில் நுழைகிறார். குடுகுடுப்பாண்டி ஆடுவதைப் பார்த்தவாறு தூரத்திலேயே நின்றுவிடுகிறார்.)

யதுகிரி: உம்ம்ம்... அப்புறம்? அப்புறம் என்ன நடக்கும் கல்யாணத்திலே?

குடுகுடு: அப்புறம்... உன்னை ஊஞ்சல்லே உக்காத்தி வச்சி பாட்டுப் பாடுவாங்க.

யதுகிரி: என்னையா?

குடுகுடு: ஆமா, உங்க வீட்ல அடுத்ததா உனக்குத்தானே கல்யாணம் நடக்கப் போவுது?

யதுகிரி: சீச்சீ! நான் கல்யாணமே பண்ணிக்கப் போறதில்லை.

குடுகுடு: க-ல்-யா-ண-மே பண்ணிக்கப் போறதில்லியா?

யதுகிரி: ஊஹூம். கல்யாணம் பண்ணிண்டா எங்கம்மா அப்பாவை விட்டுட்டு வேறே வீட்டுக்குப் போகனும்... இல்லையா?

குடுகுடு: ஆமாம். வேறே வீட்டுக்குத்தான் போகணும்.

யதுகிரி: எனக்கு வேற வீட்டுக்கு போக வேண்டாம். எனக்கு எங்க அம்மா, அப்பாகூடவேதான் இருக்கணும்.

குடுகுடு: உம்ம்ம்... மலையாள பகவதி! மலையாள பகவதி! கொளந்தே! இந்த உலகம் முழுசுமே நம்முடைய வீடுதான்... என்னுடைய வீடு உன்னுடைய வீடுன்னு தனித்தனியா எதுவுமில்லை... என்னைப்பாரு. எல்லார் வீட்டுக்கும் போறேன். எல்லாருக்கும் நல்ல செய்தி சொல்றேன். கிடைச்ச இடத்திலே சாப்பிடறேன். கிடைச்ச இடத்திலே தூங்கறேன். (கவர்ச்சியான

அபிநயங்களுடன்) இந்த உலகம் பூராவும் எனக்குச் சொந்தம்... பெரிய வீடு... என்னுது... ரொம்ப பெரிய வீடு...

(இந்தக் கடைசி வார்த்தைகளைக் கேட்டுக் கொண்டே பாரதி அருகில் வந்து நிற்கிறார். ஆனால் அவர்கள் அவரைக் கவனிக்கவில்லை)

யதுகிரி: குடுகுடுப்பாண்டி, உனக்குக் கல்யாணம் ஆயிடுத்தா?

குடுகுடு: எனக்கா! கல்யாணமா! (கடகடவென்று சிரிக்கிறான்) நான் ஒரு ஆண்டி! உடுக்கடிச்சிட்டே நடனமாடித் திரியும் கோணங்கி... எனக்கு யாரும்மா பெண் கொடுப்பாங்க!

(குடுகுடு குடுகுடு என்று உடுக்கை வேகமாக ஒலித்து ஒரு ஆட்டம் ஆடியவாறு)

அந்தரி... வீரி... சண்டிகை... சூலி...! மலையாள பகவதி... மலையாள பகவதி... அந்த பகவதிதான் எனக்குத் துணை!

யதுகிரி: பகவதிக்குக் கல்யாணம் ஆயிடுத்தா?

குடுகுடு: ஓ! ரொம்ப காலம் முந்தி அவுங்களுக்கு கல்யாணம் ஆயிப் போச்சு... பகவதின்னா காளி... காளின்னா... பார்வதி... பார்வதியுடைய புருஷன்...

யதுகிரி: சிவன்!

குடுகுடு: சரியாச் சொல்லிப் போட்டே! சிவபெருமான் தான் பகவதியுடைய புருஷன்.

யதுகிரி: நானும் சிவனையே கல்யாணம் பண்ணிக்கிறேனே.

குடுகுடு: ஐயைய்யோ! காளி பொசுக்கிப்பிடுவா பொசுக்கி. சூலத்திலே உன்னைக் குத்திபுடுவா.

(இந்த இடத்திலே பாரதி கடகடவென்று சிரிக்கத் தொடங்க, இருவரும் திடுக்கிட்டு அவரைத் திரும்பிப் பார்க்கிறார்கள்)

யதுகிரி: (பாரதியிடம் வந்து) பாரதி மாமா! இந்தக் குடுகுடுப்பாண்டி சொல்றான், சிவனை நான் கல்யாணம் பண்ணின்டால்

காளி என்னை சூலத்தாலே குத்திப்புடுவளாம்... நிஜம்மாவா மாமா?

பாரதி: (இன்னும் பெரிதாகச் சிரிக்கிறார், பிறகு) ஆமாம். காளி பொல்லாதவள்... ரொம்பக் கிறுக்குப் பிடித்தவள். சிவனும் ஒரு பித்தன், மகா கோபக்காரர் வேறே. ஐயைய்யோ! சிவனுக்கு காளியும், காளிக்குச் சிவனும்தான் சரி... நீயும் நானும் இவா கிட்ட போய் மாட்டிண்டா... (சிரித்து) அதோ கதிதான்...

(கற்பனையிலாழ்ந்து பரவசமாகப் பாடுகிறார்.)

பேயவள் காணெங்கள் அன்னை-பெரும்
பித்துடையவள் எங்கள்-அன்னை
காயழலேந்திய பித்தன்-தனைக்
காதலிப்பாள் எங்களன்னை...

குடுகுடு: (தன்னையும் மீறி பாட்டை ரசித்தவாறு) ஆகா என்ன அழகான பாட்டு. (நடனமாடியவாறு)

காயழலேந்திய பித்தன்-தனைக் காதலிப்பாள் எங்களன்னை... காயழலேந்திய பித்தன்...

பாரதி: அவன் பழைய பித்தன்; நீ புதிய பித்தன்-புதிய கோணங்கி...

(குடுகுடுப்பாண்டி குனிந்து அவரை வணங்குகிறான்)

பாரதி: ஏனப்பா கோணங்கி! உனக்கும் நிறைய பாட்டுகள் தெரியுமாமே? எங்கே, ஒரு பாட்டு பாடு?

யதுகிரி: மாமா! இந்த குடுகுடுப்பாண்டிக்குத் திருப்பித் திருப்பி கல்யாணம் வருது, கல்யாணம் வருதுன்னுதான் சொல்லத் தெரியும். வேறே ஒரு பாட்டும் இவனுக்குத் தெரியாது.

குடுகுடு: (முறையிடும் தொனியில்) ஐயா! பெண் குழந்தைகளைப் பார்த்தால் அவுங்க சந்தோஷத்துக்காக நான் கல்யாணம் வருது, கல்யாணம் வருதுன்னு சொல்ற வழக்கம்... இது தப்புங்களா?

யதுகிரி: சீ! எனக்கு கல்யாணம் பண்ணிக்க வேண்டாம். எனக்கு ஸ்கூலுக்குப் போய் படிக்கணும்.

பாரதி: (சிரித்து) அப்பனே! ஔவையார் பிறந்த மண் இது... அந்த ஔவையின் காற்று நம் யதுகிரி மேலும் பட்டு விட்டது...!

(யதுகிரியிடம்) உனக்கு ஔவை கதை தெரியுமா, யதுகிரி?

யதுகிரி: ஓ! தெரியுமே! எங்கப்பா சொல்லியிருக்கார்... ஔவை கல்யாணமே வேண்டாம்னு சொல்லிட்டா... அவளை ஒத்தன் கல்யாணம் பண்ணிக்க வந்தபோது அவள் சட்னு கிழவியா மாறிட்டா...

(பாரதி, குடுகுடுப்பாண்டி, இருவர் முகத்திலும் புன்னகை)

யதுகிரி: (சற்றே குழப்பத்துடன்) மாமா! ஔவை ஏன் கிழவியா மாறிட்டா?

பாரதி: கிழவியா மாறினால்தான் ஆசைகள் ஒழியும்... மனசு அங்குமிங்கும் அலையாமல் நல்ல திசையிலே போகும்... ஔவை ஒரு யோகி... பெரிய யோகி, அவள்... (பாடுகிறார்)

யோகத்திருத்தி விடு-அல்லாலென்றன்
ஊனைச் சிதைத்துவிடு
மோகத்தைக் கொன்றுவிடு-அல்லாலென்றன்
மூச்சை நிறுத்தி விடு...
மோகத்தைக் கொன்று விடு!

ஔவை மோகத்தைக் கொன்றுவிட்டாள்...

குடுகுடு: (பாடுகிறான்)

மோகத்தைக் கொன்று விடு-அல்லாலென்றன்
மூச்சை நிறுத்தி விடு...
மோகத்தைக் கொன்று விடு!

ஆகா! ஆகா! என்ன அருமையான பாட்டு!

(குனிந்து பாரதியை வணங்குகிறான்)

யதுகிரி: ஏ குடுகுடுப்பாண்டி! பாரதி மாமாவுக்கு நிறைய புதுப்பாட்டுக்கள் தெரியும்.

குடுகுடு: ஆமாம்... (மறுபடி அவரை நோக்கிக் கும்பிட்டு) இவரு பெரிய மகான். நான் ஒரு சாதாரண ஆளு... எனக்கு ஒரே ஒரு பழைய பாட்டுத்தான் தெரியும். திருப்பித் திருப்பி, நல்ல காலம் வருகுது, நல்ல காலம் வருகுதுன்னு கிளிப்பிள்ளை கணக்கா சொல்லிகிட்டே இருப்பேன்...

பாரதி: (சிரித்து, அவனருகில் வந்து அவன் முதுகில் தட்டிக் கொடுக்கிறார்) பழசு என்று எதுவும் கிடையாது... பழசெல்லாம்தான் புதிசு ஆகிறது. புதிசுதான் பழசு ஆகிறது.

ஒளவையார் பாடினதைத் தான் நானும் பாடுகிறேன். அதையே தான் நீயும் பாடுகிறாய். ‘அறஞ்செய்யவிரும்பு, ஆறுவது சினம்’ என்றெல்லாம் ஒளவை சொன்னது எதற்காக? உலகத்திலே நல்ல காலம் வரணுமென்றுதான்... வீரமும், போர்க்குணமும் அதிகமாக இருந்த காலத்திலே ‘ஆறுவது சினம்’ என்று ஒளவை கூறினாள்... இன்றோ, (சிரித்து) மக்களிடம் வீரமே இல்லை...

எனவே ‘அச்சந் தவிர்’, ‘ஆண்மை தவறேல்’ என்று நான் கூறுகிறேன். மக்களுக்குத் துணிவும், நம்பிக்கையும் ஊட்டுகிறேன்.

நீயும் அதைத்தான் சொல்கிறாய், நல்ல காலம் வருது, நல்ல காலம் வருது, என்று எல்லாருக்கும் நம்பிக்கை ஊட்டுகிறாய்...

யதுகிரி: அச்சந் தவிர்
ஆண்மை தவறேல்

அச்சந் தவிர்
ஆண்மை தவறேல்....

மாமா இதுவும் ஆத்திசூடி மாதிரியே ஜோரா இருக்கு.

பாரதி: இது புதிய ஆத்திசூடி...

குடுகுடு: ஐயா! எனக்கொரு உதவி செய்யணும் ஐயா.

பாரதி: சொல்லப்பா. என்ன உதவி?

குடுகுடு: எனக்கும் சில புதிய பாட்டுக்கள் கற்றுக் கொடுக்கணும்... ஜனங்க ருசி மாறிடுத்து... பழம் பாட்டுக்களைப் பாடிக்கிட்டு போனா, இப்பல்லாம் யாருமே என்னைக் கவனிக்கறதில்லீங்க...

பாரதி: ஹஹ்ஹஹ்ஹ... அவசியம் கத்துக் கொடுக்கிறேன்... என் வீட்டுக்கு வா... என் வீடு தெரியுமல்லவா?

குடுகுடு: நல்லா கேட்டீங்க. உங்க வீடு தெரியாம யாராவது இருப்பாங்களா... நாளைக்கே வரட்டுங்களா?

பாரதி: பலே! நாளைக்கே வந்து விடு...

(குடுகுடுப்பாண்டி கும்பிட்டு விட்டுப் போகிறான்)

யதுகிரி: அச்சந் தவிர் -
ஆண்மை தவறேல் -
அச்சந் தவிர்
ஆண்மை தவறேல் -

பாரதி: சபாஷ்!

யதுகிரி: மாமா! ஔவையார் எப்படி கிழவியா மாறினா?

பாரதி: (சிரித்து) அவளுக்கும் காளி உபாசனையாக இருக்கும்... என்னைப் பித்தனாக மாற்றினது போல, ஔவையைக் கிழவியாக மாற்றியிருப்பாள் காளி... இல்லையில்லை, பேயாக மாற்றியிருப்பாள்... (பெரிதாகச் சிரிக்கிறார்) ஆமாம். அதைத்தான் கிழவியாயிட்டாள் கிழவியாயிட்டாள் என்று ஜனங்கள் சொல்கிறார்கள்...

கோஷம்: பேயவள் காணெங்களன்னை!
பேயவள் காணெங்களன்னை!

(மண்டயம் ஸ்ரீநிவாஸாச்சாரியாரும், வ.ரா.வும் வீட்டுக்குள்ளிருந்து வருகின்றனர்.)

| ஸ்ரீ: | ஓ, பாரதியா? வாரும், வாரும்... (வ.ரா.வைச் சுட்டிக் காட்டி), இவரைத் தெரியுமல்லவா? |

| பாரதி: | (வாய் திறக்கு முன்னே வ.ரா. பவ்யமாகக் கும்பிடுகிறார்.) |

| பாரதி: | நன்றாகத் தெரியும்... திருப்பயணம் வி. ராமஸ்வாமி ஐயங்கார்... (வ.ரா.விடம்) அரவிந்தர் சௌக்கியந்தானே? |

| வ.ரா.: | (ஆமாம் என்ற பாவனையில் தலையசைக்கிறார்) |

| ஸ்ரீ: | அரவிந்தரை எப்படியாவது இங்கிருந்து கடத்திக் போய் பிரிட்டிஷாரிடம் விற்று விட வேண்டுமென்று சில ரௌடிகள் சதி வேலை செய்கிறார்களாம்... அதைப்பற்றி என்னிடம் சொல்லத்தான் ராமசாமி ஓடி வந்திருக்கிறார்... |

| பாரதி: | தெரியும்... இப்படி ஒரு சதி நடக்கிறதென்று நானும் கேள்விப்பட்டேன்... அரவிந்தர் என்ன, நம் எல்லாரையுமே பிரிட்டிஷாரிடம் பிடித்துக் கொடுக்க இந்தப் புதுச்சேரியில் ஆட்கள் தயாராக இருக்கிறார்கள்... (பெருமூச்சு) ஹூம்... ஒரு காலத்தில் தேசபக்தி நிறைய விளைந்த நம் மண்ணில், இன்று தேசத்துரோகம் நிறையப் பயிராகிறது. |

| ஸ்ரீ: | தேச பக்தியை மறுபடி பயிராக்குவோமென்று பத்திரிகை நடத்தினால் அதற்கும் எதிர்ப்பு, தடை... மக்களுடன் தொடர்பு கொள்ள முடியாத ஒரு நிலை... |

| பாரதி: | பாவம்! நம்ம ராமசாமி ஐயங்கார்... புதுச்சேரிக்கு வந்த வேளை சரியில்லை... (ஸ்ரீநிவாஸாச்சாரியாரிடம்) அண்ணா! இவர் ஒரு நல்ல எழுத்தாளர்-தெரியுமா? |

| ஸ்ரீ: | அப்படியா? |

| பாரதி: | ஆமாம். இனிமேல் வசனத்தில் எனக்கு வேலையில்லை. இவர் பார்த்துக் கொள்வார். நான் இனி முழு நேரமும் கவிதைதான். |

ஸ்ரீ: இவருடைய வசனம் அத்தனை உயர்ந்ததா? (வ.ரா.விடம்) உங்கள் கட்டுரை ஏதாவது கொடுங்களேன். படித்துப் பார்க்கிறேன்.

வ.ரா.: நான் அதிகமாக ஒன்றும் எழுதவில்லை, பாரதி சும்மா சொல்கிறார்.

பாரதி: ஆனால் இவர் நிறைய எழுதப் போகிறார். அதைப்பற்றி சந்தேகமில்லை.

வ.ரா.: என் மனதில் இப்போது ரொம்பக் கோபம் அதிகமாயிருக்கிறது. இத்தனை கோபத்துடன் பேனாவை எடுக்கப் பயமாயிருக்கிறது.

ஸ்ரீ: அரவிந்தருடன் இருந்துகொண்டு இப்படிச் சொல்கிறீர்களே!

வ.ரா.: அரவிந்தருடன் இருக்கும்போது மனம் அமைதியாக இருக்கிறது... சந்தோஷமாகக்கூட இருக்கிறது... ஆனால் அங்கிருந்து வெளியே வந்தால் மறுபடி ஒரே கோபம்... ஏழைகள் படும் கஷ்டங்களைப் பார்த்துக் கோபம்; தேசத்துரோகிகளைப் பார்த்துக் கோபம்; ஆஷாடபூதிகளைப் பாத்துக் கோபம்; பொய்யர்களையும், வீணர்களையும் பார்த்துக் கோபம்...

ஸ்ரீ: என் பத்திரிக்கைகள் தடை செய்யப்பட்டு, பிறகு நானும் வீணனாகி விட்டேன்... எனக்கு இப்போதெல்லாம் என்னைப் பார்த்தே கோபம் கோபமாக வருகிறது...

வ.ரா.: ஸார், சில சமயங்களில் எனக்கு அரவிந்தர் மீதுகூடக் கோபம் வருகிறது... நாட்டிலும், சமூகத்திலும் தீர்க்க வேண்டிய இத்தனை பிரச்னைகள் இருக்கும்போது இவரைப் போன்ற ஒரு அறிவாளி யோக நிஷ்டையில் அமர்ந்திருப்பது எத்தகைய அநியாயம், என்று தோன்றுகிறது. ஆனால் அவரருகில் சென்றதும் மறுபடி மனதில் ஒரு அமைதி, ஒரு சாந்தம்...

பாரதி: பின்னே நீ எப்போதும் அவரருகிலேயே இருக்கலாமே!

வ.ரா.: இருக்கலாம்... ஆனால் வயிற்றுப்பாட்டுக்கு என்ன செய்வது? நம்முடைய பாழும் ஏழ்மைதான் நம்மை எங்கே போனாலும் துரத்திக் கொண்டு வருகிறதே!

ஸ்ரீ: அப்படியானால் யோகம், ஆன்மீகம் இதெல்லாம் பணக்காரர்களுக்குத்தான், அப்படித்தானே?

வ.ரா.: சே சே! அப்படி நான் சொல்ல வரவில்லை... அரவிந்தரும்கூட இன்றைக்கு ஏழைதான், சிரமப்படுகிறவர்தான்... இது பணத்தைப் பொறுத்த விஷயமில்லை... அவரவர் சூழ்நிலைகளைப் பொறுத்த விஷயம்... அரவிந்தர் சின்ன வயதில் கிட்டத்தட்ட வெள்ளைக்காரனாகவே வளர்ந்தார். எனவே இப்போது ஒரு வேத கால ரிஷியைப் போல் இருப்பது அவர் மனதுக்குச் சாந்தியளிக்கிறது...

ஸ்ரீ: ஸநாதன தர்மம்தான் தேசீயம், என்று சொல்ல வருகிறார்...

வ.ரா.: ஆமாம். ஆனால் என்னைப் போன்ற ஒருவனுக்கு ஸநாதனம், தர்மம் போன்ற வார்த்தைகள் எரிச்சலைத்தான் மூட்டுகின்றன... நான் வளர்ந்த அக்கிரகாரத்தின் பிற்போக்கான சூழல் நினைவு வருகிறது...

பாரதி: பிற்போக்கான என்றால்?

வ.ரா.: பிற்போக்கான என்றால் முட்டாள்தனமான என் பெற்றோர்களின் முட்டாள்தனம்; என் வாத்தியார்களின் முட்டாள்தனம்; கிராமத்துக் காற்றின் ஒவ்வொரு அணுவிலும் நிரம்பியிருந்த முட்டாள்தனம். என் வாழ்க்கையின் ஆரம்ப வருடங்கள் இந்த முட்டாள் தனங்களுடன் போராடுவதிலேயே கழிந்து விட்டன. இந்தப் போராட்டம் எனக்கு வழங்கியிருக்கும் காயங்கள் ஆற வெகு நாளாகும்... வெகு நாளாகும்...

பாரதி: இதே பிரச்னைதான் எனக்கும்... முட்டாள்தனங்களுடன் மோதி மோதி மோதி... தாயே! பராசக்தி! சாத்திரங்கள், கிரியைகள், பூசைகள், சகுனம், மந்திரம், தாலி...

எல்லாம் எனைக் கொலை செய்தன... எனைக் கொலை செய்தன...

(டமடமவென்று கொட்டுச் சத்தம், பின்னணியில் குரல். ஒரே வரி பல ராகங்களில்)

குரல்: பேதமைக்கு மாற்றில்லை... பேதமைக்கு மாற்றில்லை... பேதமைக்கு மாற்றில்லை... பேதமைக்கு மாற்றில்லை... பேதமைக்கு மாற்றில்லை... பேதமைக்கு மாற்றில்லை...!

ஸ்ரீ: அதனால்தான் அரவிந்தர் இந்த முட்டாள் கூட்டத்திலிருந்து விலகியே இருக்கிறார்...

பாரதி: ஆமாம், விலகித்தான் இருக்கவேண்டும்... நானும் பல சமயங்களில் விலகித்தான் இருக்கிறேன்... ஆனால் முடியவில்லை... இந்த முட்டாள்களை இப்படியே விடவும் மனசு வருவதில்லை... அவர்களைத் திருத்த வேண்டுமென்ற பரபரப்பை அடக்க முடியவில்லை.

பின்னணியில் ஆண் குரல்:
நெஞ்சு பொறுக்குதில்லையே-இந்த
நிலைகெட்ட மனிதரை நினைந்துவிட்டால்
கண்ணிலாக் குழந்தைகள் போல்-பிறர்
காட்டிய வழியிற்சென்று மாட்டிக்கொள்வார்.

வ.ரா.: உமக்கே இப்படியென்றால் அப்புறம் நான் என்னத்தைச் சொல்ல! சரி, நான் கிளம்புகிறேன்... வகுப்புக்கு நேரமாகிறது...

பாரதி: வகுப்பா? என்ன வகுப்பு?

வ.ரா.: அரவிந்தரின் நண்பர் ஒருவருக்கு நான் தமிழ் கற்றுத் தருகிறேன்...

பாரதி: பேஷ் பேஷ். சீக்கிரம் போம். தேமதுரத் தமிழோசை...

ஸ்ரீ: உலகெல்லாம் பரவட்டும்...

(சிரிப்பு. வ.ரா. செல்கிறார்)

ஸ்ரீ: வாரும் பாரதி. நாம் மாடியில் உட்கார்ந்திருப்போம்.

(இருவரும் செல்கிறார்கள், சற்று நேரங் கழித்து பாரதி பாடும் ஓசை)

பாரதி: வேதங்கள் பாடுவள் காணீர்-உண்மை
வேல் கையிற் பற்றிக் குதிப்பாள்
ஓதருஞ்சாத்திரங் கோடி-உணர்ந்
தோதி யுலகெங்கும் விதைப்பாள்
பாரதப் போரெனிலெளிதோ? விறற்
பார்த்தன்கை வில்லிடை யொளிர்வாள்
மாரதர் கோடி வந்தாலும்-கணம்
மாய்த்துக் குருதியிற் றிளைப்பாள்
எங்களன்னை! எங்களன்னை! எங்களன்னை!

(யதுகிரி வாசலில் அமர்ந்து, மேலேயிருந்து வரும் பாட்டை ரசித்துக் கொண்டிருக்கிறாள். அப்போது முஸ்லிம் பக்கிரி உடையில் வ.வே.ஸு. ஐயர் வருகிறார்–பெரிய பெட்டி, இதர சாமான்களுடன். ஐயருக்கு இப்போது 29 வயது. பாரதியை விட ஒரு வயது பெரியவர்.)

ஐயர்: (யதுகிரியிடம்) பாப்பா! இது ஸ்ரீநிவாஸாச்சாரியார் வீடு தானே?

யதுகிரி: ஆமாம்.

ஐயர்: (கையில் பிடித்திருந்த பெட்டியைக் கீழே வைத்தவாறு) அப்பா இருக்காரா?

யதுகிரி: ஓ! இருக்காரே! (பின்னால் சென்று கூவுகிறாள்) அப்பா! அப்பா! உன்னைப் பார்க்க ஒரு முஸ்லிம் மாமா வந்திருக்கார்...

(பாரதியும் ஸ்ரீநிவாஸாச்சாரியாரும் மீண்டும் மேடையில் பின்பகுதியிலிருந்து பிரவேசம்)

ஸ்ரீ: (வந்தவரை வரவேற்கிறார்) வாருங்கள் ஐயா, உள்ளே வாருங்கள்.

வ.வே.சு: (வீட்டினுள் நுழைந்த வண்ணம்) நான் யாரென்று தெரிந்ததா?

ஸ்ரீ: உம்... நீங்கள்... தெரியவில்லையே?

ஐயர்: (புன்னகையுடன்) தெரியாதுதான்... பிரிட்டிஷ் உளவாளிகளாலேயே என்னைத் தெரிந்து கொள்ள முடியாதபோது நீங்கள் தெரிந்து கொள்வீர்களென்று எதிர்பார்க்க முடியாதுதான்...

(நீண்ட கோட்டைக் கழற்றி தரையில் ஏற்கனவே வைத்த தன் பெட்டி மேல் போடுகிறார். பிறகு)

ஐயர்: தாந்தேயின் 'டிவைன் காமெடி' அனுப்பியிருந்தேனே! கிடைத்ததா? (கண் சிமிட்டியவாறு) கரிபால்டியையும், மாஜினியையும் பற்றிப் படித்த பிறகு தாந்தேயையும் படிக்க வேண்டாமா? ஒரே தேசத்தவராயிற்றே!

ஸ்ரீ: (ஐயரை உற்றுப் பார்த்தவாறு) கரிபால்டி...

பாரதி: (இவரும் ஐயரை உற்றுப் பார்த்தவாறு) மாஜினி...

ஸ்ரீ: (திடீரென்று உரக்க) ஐயர்! (அவசரமாக ஐயரைத் தழுவிக் கொள்கிறார்; பாரதியிடம்) சாட்சாத் வ.வே.ஸு. ஐயர்!

(பாரதியும் ஐயரும் தழுவிக்கொள்கிறார்கள்)

ஐயர்: பாரதி! முதலில் என் பாராட்டுக்கள்... (பாரதியின் கையைப் பிடித்துக் குலுக்கிறார்) உம்முடைய 'ஞானரதம்' ஒரு அருமையான படைப்பு... (ஸ்ரீநிவாஸாச்சாரியாரிடம்) தாந்தேயையோ, மில்டனையோ படிப்பது போலிருந்தது எனக்கு... என்ன கருத்தாழம்! என்ன கற்பனை வீச்சு!

பாரதி: கரிபால்டியையும், மாஜினியையும் பற்றி நீங்கள் எழுதின கட்டுரைகளும் நன்றாயிருந்தன...

ஸ்ரீ: இரண்டு சிறந்த எழுத்தாளர்கள்... ஆனால் இனி நீங்கள் எழுதுவதை வெளியிடப் பத்திரிகைகள் இல்லை... என்ன துரதிர்ஷ்டம்!

ஐயர்: பத்திரிகைகள் இல்லையா! ஏன், 'இந்தியா' என்ன ஆயிற்று?

பாரதி: அரசாங்கத்தின் தடையுத்தரவுக்குப் பலியாகி விட்டது...

ஸ்ரீ: இந்தியா, விஜயா, கர்மயோகி... நாங்கள் இங்கே நடத்திக் கொண்டிருந்த எல்லாப் பத்திரிக்கைகளையும் பிரிட்டிஷ் எல்லைக்குள் நுழையக் கூடாதென்று தடுத்து விட்டார்கள்...

ஐயர்: ஹும்... அமைதியான வழியில் செல்பவர்களையும் இவர்கள் வலியச் சண்டைக்கு இழுக்கிறார்கள்... எழுதக்கூடாது, பேசக்கூடாது, படிக்கக்கூடாது... இப்படி தடுக்கத் தடுக்க, கோபம் வராதவர்களுக்கும் கோபம் வருகிறது, துப்பாக்கியை எடுக்கத் தோன்றுகிறது...

ஸ்ரீ: சரி, இதெல்லாம் கிடக்கட்டும். உம்ம பக்கத்துச் செய்திகளைச் சொல்லும்... பாரிஸில் என்ன நடக்கிறது? மதாம் காமா எப்படியிருக்கிறாள்?

ஐயர்: எப்போதும் போல வீராவேசத்துடன் இருக்கிறாள்... எங்களுக்கெல்லாம் அவள்தானே பாரத மாதாவின் பிரத்தியட்ச உருவம்!

பின்னணியில் ஒற்றை ஆண் குரல்:

பேயவள் காணெங்கள் அன்னை! பேயவள்
காணெங்கள் அன்னை!

ஐயர்: (தொடர்ந்து) நான் பாரிசிலிருந்து கிளம்பி வருவதில் அவளுக்கு இஷ்டமேயில்லை.... அங்கேயே இருந்து கொண்டு பிரிட்டிஷாருக்கு எதிராகப் பிரசாரம் செய்யலாமே; புரட்சிப் படை திரட்டலாமே, என்று ஏதேதோ சொன்னாள்... ஆனால் எனக்கு அங்கே இருப்புக் கொள்ளவில்லை...

பாரதி: உம்ம குரு ஸாவர்க்கரை கையையும் காலையும் கட்டி இந்தியாவுக்கு அனுப்பி விட்டார்கள்... உமக்கு அங்கே எப்படி இருப்புக் கொள்ளும்!

ஐயர்: ஆமாம் ஸாவர்க்கரை எப்படியாவது பிரிட்டிஷ் போலீசாரிடமிருந்து காப்பாற்றி விடலாமென்று நினைத்துத்தான் பாரீஸ் போனேன்... நடக்கவில்லை... பிரிட்டிஷாரின் சூழ்ச்சியுடன் நம்மவரின் துரோகமும்

சேர்ந்து கொண்டது... கோரேகாவ்கர் சமாசாரம் தெரியுமல்லவா?

ஸ்ரீ: தெரியும், தெரியும்... அப்பப்பா! என்ன பச்சைத் துரோகம்! ஸாவர்க்கரின் வலது கை போல விளங்கின ஆசாமி, கடைசியில் இப்படி உங்கள் குழு முழுவதையுமே காட்டிக் கொடுத்து விட்டாரே!

பாரதி: பிரிட்டிஷாருக்கு, நமது தேசபக்தி ஒரு பிரச்னை... நமக்கு, நம்மிடையேயுள்ள தேசத் துரோகிகள்தான் பெரிய பிரச்னை...

ஸ்ரீ: நல்லவேளை, நீர் எங்கும் யாரிடமும் சிக்கிக் கொள்ளாமல் சௌக்கியமாய் வந்து சேர்ந்தீரே!

பாரதி: பாரிசிலிருந்து புதுச்சேரி வரையில் எத்தனையோ பிரிட்டிஷ் உளவாளிகளுக்கு டிமிக்கி கொடுத்து... ஓய்! நீர் பெரிய ஆசாமிதான்.

ஸ்ரீ: ஸாவர்க்கரும் எப்படியாவது போலீசாருக்கு டிமிக்கி கொடுத்து விடுவாரென்றுதான் நான் நினைத்தேன்...

ஐயர்: டிமிக்கி கொடுத்தும் பயனில்லாமல் போயிற்றே! அதுவல்லவா நம் துரதிர்ஷ்டம்... ஃபிரான்ஸின் எல்லைக்குள் அவர் நுழைந்து விட்டார். நியாயப்படி ஃபிரெஞ்சு அரசாங்கம் அவருக்குப் புகலிடம் அளித்திருக்க வேண்டும்... ஆனால் இந்த முட்டாள்கள் மறுபடி அவரை பிரிட்டிஷாரிடமே ஒப்படைத்த கேவலத்தை என்ன சொல்ல! (தலையை பலமாகக் குலுக்கி)

சே...! நாங்கள் எத்தனையோ எடுத்துச் சொல்லியும் காதிலேயே போட்டுக் கொள்ளவில்லை...

ஸ்ரீ: நீங்களும் மதாம் காமாவும் ஸாவர்க்கரை விடுவிப்பதற்காகச் செய்த முயற்சிகளை ஃபிரெஞ்சு பத்திரிகைகளில் படித்தோம்...

ஐயர்: படித்தீர்கள் அல்லவா! ஃபிரெஞ்சுப் பத்திரிகைகள் ஃபிரெஞ்சு மக்கள்-எல்லாரும் எங்கள் பக்கந்தான்!

ஸாவர்க்கர் ஃபிரான்ஸுக்குள் நுழைந்து விட்ட பிறகு அவரை பிரிட்டிஷார் கைது செய்தது சட்டவிரோதமானது என்றுதான் எல்லாரும் சொன்னார்கள்... ஆனால் முதுகெலும்பில்லாத இந்த ஃபிரெஞ்சு பிரதம மந்திரி காலை வாரி விட்டு விட்டார்... சே...! ஒரு காலத்தில், நெப்போலியனைப் போன்ற வீரன் ஆண்ட நாட்டை இன்று கோழைகள் ஆள்கிறார்கள்!

ஸ்ரீ: ஆனால், நானும் பாரதியும் ஃபிரெஞ்சு அரசாங்கத்தைத் திட்டவே மாட்டோம்... இல்லையா பாரதி? (பாரதி தலையசைக்கிறார்) எங்களை வெளியே போ என்று சொல்லாத வரையில் இந்த ஃபிரெஞ்சுக்காரர்கள் எங்களுக்கு ரொம்ப ரொம்ப நல்லவர்கள்...

ஐயர்: ஹும்! எவ்வளவு நாளைக்கு நல்லவர்களாக இருக்கப் போகிறார்கள்! அவன் நல்லவனாயிருக்க நினைத்தால்கூட இந்த ஜெர்மன்காரன் விட மாட்டான்... நாளைக்கே ஜெர்மன் படைகள் ஃபிரான்ஸுக்குள் நுழைந்தால்...

பாரதி: (படபடப்புடன்) அப்படியா? ஜெர்மனி படையெடுக்கப் போவது நிச்சயந்தானா?

ஐயர்: கெய்ஸர் தன் படைகளை பெருக்கிக் கொண்டே போவது எதற்காக? போர் செய்யத்தானே?

பாரதி: ஜெர்மனியின் முதல் எதிரி ஃபிரான்ஸ்தான்...

ஐயர்: ஆமாம்... யுத்தம் என்று வந்தால் ஃபிரான்ஸுக்கு பிரிட்டிஷாரின் தயவில்லாமல் முடியாது... எனவே உமக்கும் எனக்கும் பாதுகாப்பு தருவதற்காக அவன் எந்த அளவு பிரிட்டிஷாரை விரோதித்துக் கொள்ளத் தயாராயிருப்பானென்பது... யோசிக்க வேண்டிய விஷயம்...

ஸ்ரீ: எனவே ஸாவர்க்கருக்கு நேர்ந்ததுதான் ஒரு நாள் நமக்கும் நேரும், என்கிறீர்?

ஐயர்: நிச்சயமாக... அந்த நாள் வருவது வரையில் நாம் அசட்டையாக இருக்காமல் இப்போதே ஜரூராகத் தற்காப்பு முயற்சிகளைத் தொடங்க வேண்டும்...

ஸ்ரீ: தற்காப்பு முயற்சிகள் என்றால்?

ஐயர்: எதிர்ப்புத்தான் சிறந்த தற்காப்பு என்று ஆங்கிலத்தில் சொல்வார்களே, கேட்டதில்லையா...? அரசாங்கத்துகெதிரான எதிர்ப்பு நடவடிக்கைகளைத் தீவிரப் படுத்த வேண்டும்...

பாரதி: (உணர்ச்சியுடன் பாடுகிறார்)

பாரதப் போரெனிலெளிதோ?-விறற்
பார்த்தன் கைவில்லிடை யொளிர்வாள்
மாரதர் கோடி வந்தாலும்-கணம்
மாய்த்துக் குருதியில் திளைப்பாள்!

பின்னணியில் கோரஸ்:

கணம் மாய்த்துக் குருதியில் திளைப்பாள்!
பேயவள் காணெங்கள் அன்னை,
கணம் மாய்த்துக் குருதியில் திளைப்பாள்!

ஐயர்: (ரசித்தவாறு) அருமையான வரிகள்... இந்தப் பாட்டுக்காகவே அது வெளிவந்த 'இந்தியா' இதழைப் பத்திரப்படுத்தி வைத்தேன்... இந்திய வீரர்கள் இந்தப் பாட்டைப் பாடியவாறு போர்க்களத்துக்குச் செல்வது போல அடிக்கடி என் கற்பனையில் தோன்றும்...

பின்னணியில் கோரஸ்:

பேயவள் காணெங்கள் அன்னை!
பேயவள் காணெங்கள் அன்னை!
எங்கள் அன்னை! எங்கள் அன்னை!
எங்கள் அன்னை!

ஐயர்: ஜார் மன்னரின் கூலிப் பட்டாளத்தை உடனுக்குடன் உதைத்து விரட்டிய ஜப்பானியர் நமக்கு வழி காட்டிகள்... தூய தேசபக்தியின் பலத்துக்கு முன்னால் வெறும் கூலிப் படைகள் எம்மாத்திரம்?

பாரதி: நம்மிடம் தேசபக்தர்களுக்குப் பஞ்சமில்லை. ஆனால்... அவர்கள் வெறும் ஆடு வெட்டும் பூசாரிகளாக மாறிக்கொண்டிருக்கிறார்கள்...

பின்னணியில் ஒற்றை ஆண் குரல் சன்னமான கிசுகிசுப்பு:
பேயவள் காணெங்கள் அன்னை,
கணம் மாய்த்துக் குருதியில் திளைப்பாள்!

ஐயர்: ஆடு வெட்டும் பூசாரிகளா...? எனக்குப் புரியவில்லை...

ஸ்ரீ: தேச பக்தி மூட பக்தியாகிவிடக் கூடாது என்பது பாரதியின் கட்சி...

பாரதி: தேச பக்தி என்பது... கொலை வெறி அல்ல...

ஐயர்: ஆமாம்... மதன்லால் திங்கரா போன்றவர்களின் வழியை நீர் ஆதரிக்கவில்லை. எனக்குத் தெரியும்... ஆனால், பாரதி! இது ஒரு யுத்தம்.. யுத்தத்தில் எந்த வழியும் நல்ல வழிதான், எந்த வழியும் நியாயந்தான். மகாபாரத யுத்தத்தில் பாண்டவர்கள் எப்போதுமே தர்மமாக நடந்து கொண்டார்களா? இல்லையே!

பாரதி: அதர்மத்தை அதர்மத்தால்தான் வெல்ல முடியுமென்று மகாபாரதம் சொல்லவில்லை. தர்மத்துக்கு ஏற்படும் சோதனைகளையும் இறுதியில் தர்மம் வெற்றி பெறுவதையும்தான் அது சொல்கிறது.

ஐயர்: இது ஒரு முடிவில்லாத சர்ச்சை... எது தர்மம்? எது அதர்மம்? நமக்கு எது தர்மமோ அதுவே பிரிட்டிஷ்காரனுக்கு அதர்மம்; அவர்களுக்கு எது தர்மமோ அதுவே நமக்கு அதர்மம்...

பாரதி: அதர்மமே தர்மத்துக்கு உணவு. அதர்மம் பெருகப் பெருக, தர்மத்தையும் பெருக்கவேண்டும், இதை ஒரு சவாலாக நினைக்கவேண்டும்... (புன்னகையுடன் தன்னைத்தானே சுட்டிக் காட்டிக்கொண்டு) அதாவது நம்முடைய தர்மத்தை சொல்லுகிறேன்...

ஐயர்: காந்தியும் இப்படிதான் சொல்லுகிறார்... லண்டனில் அவரும் நானும் இதைப்பற்றி மணிக்கணக்காகச் சர்ச்சை செய்தோம்... ஆன்மீக பலம், ஆன்மீக பலம்... இதைத்தான் அவர் மீண்டும் மீண்டும் சொல்லிக் கொண்டிருந்தார். ஆயுத பலத்தினால் அல்ல, ஆன்மீக பலத்தினால்தான் விடுதலை பெற முடியுமென்பது அவர் நம்பிக்கை... (சிரித்து) எனக்கென்னவோ இதில் நம்பிக்கையில்லை...

வாசலில் பிச்சைக்கார தம்பதி:
அம்மா தாயே!

(பாடுகிறார்கள்)

நாடு செழிக்க வேணும்
நல்ல மழை பொழிய வேணும்...

ஐயர்: (பிச்சைக்காரர்களைப் பார்த்தவாறு) பாவம்! இந்த ஏழைகளுக்கு ஆன்மீகமா சோறு போடும்?

பாரதி: (எழுந்தவாறு) அன்பு சோறு போடும், (அவசரமாய்த் தன் கோட்டைக் கழட்டியவாறு) அன்புதான் ஆன்மீகம்.

ஸ்ரீ: பாரதி! வேண்டாம்!

(ஆனால் பாரதி கேட்காமல் வாசலுக்குச் சென்று தன் கோட்டைப் பிச்சைக்காரனுக்குக் கொடுக்கிறார். அவன் வாழ்த்திவிட்டுப் போகிறான்.)

ஸ்ரீ: (வருத்தத்துடன்) பைத்தியம் என்று சொல்வதா! ஞானி என்று சொல்வதா! இவனிடமே எதுவும் கிடையாது... இதிலே மற்றவர்களுக்கு தானம் வேறே!

பாரதி: (மீண்டும் வந்தவாறு) அப்பாடா! இனி நான் ஐயரின் கோட்டை அணியலாம்... எனக்கு இந்தக் கோட்டைப் பார்த்ததிலிருந்தே அதை அணிய வேண்டுமென்ற ஆசை வந்துவிட்டது... ஃபாரீன் கோட்...!

(ஐயரின் ஸூட்கேஸ் மேலிருக்கும் அவரது கோட்டை எடுக்கிறார். அப்போது கோட்டுக்குள்ளிருந்து ஒரு பிஸ்டல் கீழே விழுகிறது. ஐயர் அவசரமாகக் குனிந்து பிஸ்டலைப் பொறுக்கிக் கொள்கிறார்.)

பாரதி: இது மதன்லால் திங்கராவின் துப்பாக்கியா?

ஐயர்: (சிரித்தவாறு) இல்லை... இது என்னுடைய துப்பாக்கி...

பின்னணியில் ஒற்றை ஆண் குரல்:
கணம் மாய்த்துக் குருதியில் திளைப்பாள்!

கோரஸ்: கணம் மாய்த்துக் குருதியில் திளைப்பாள்!
பேயவள் காணெங்கள் அன்னை,
கணம் மாய்த்துக் குருதியில் திளைப்பாள்!

பாரதி: இப்போது யாரைச் சுடுவதாகத் திட்டமோ?

ஐயர்: திட்டம் இனிமேல்தான் போட வேண்டும்... (புன்னகையுடன்) முதலில் ஒரு பட்டியல் தயாரிக்க வேண்டும்... இங்கே இந்தியாவில், சுடவேண்டிய நபர்கள் ஏராளமாக இருக்கிறார்கள்...

பாரதி: (சிரித்து) என்னிடம் ஒரு பட்டியல் இருக்கிறது...

ஐயர்: நிஜமாகவா?

பாரதி: ஆமாம்... இப்போதே துப்பாக்கியைக் குறிவைக்கிறீர்களா?

ஐயர்: (துப்பாக்கியைக் குறி வைப்பது போலக் காட்டி) ஓ! நான் தயார்.

பாரதி: முதலாவது நம் மக்களின் ஏழ்மை... இரண்டாவது அவர்களுடைய அறியாமை... மூன்றாவது, அவர்களிடையேயுள்ள எண்ணில்லாத பேதங்கள், சச்சரவுகள். என்ன, சுடுகிறீர்களா?

ஐயர்: (துப்பாக்கியைத் தாழ்த்தி) இதையெல்லாம் இப்போது சுட முடியாது.

பாரதி: ஆங்கிலேயர்களைச் சுடுவது போல இவற்றைச் சுடுவது சுலபமில்லை, அல்லவா?

ஐயர்: இதெல்லாம் சுயராஜ்யம் வந்த பிறகு கவனிக்க வேண்டிய பிரச்சனைகள்.

பாரதி: இப்படிச் சொல்கிறவர்கள் சுயராஜ்யம் வந்த பிறகும் இவற்றைக் கவனிக்க போவதில்லை.

பின்னணயில் ஒரு குரல்: (இழுத்தாற்போல், தெம்மாங்கு பாணியில்)
மனம் வெளுக்க வழியில்லை...
மனம் வெளுக்க வழியில்லை...

பின்னணியில் இன்னொரு குரல்: (அதே பாணியில்)
பேதமைக்கு மாற்றமில்லை...
பேதமைக்கு மாற்றமில்லை!

ஐயர்: பாரதி! தப்பாக நினைத்துக் கொள்ளாதீர்... யாரோ சில ஏழைகளுக்கு நம் உடைகளைக் கொடுப்பதன் மூலம் நாட்டிலே ஏழ்மை விலகி விடாது, இல்லையா? அதற்குப் பெரிய அளவில் திட்டமிட வேண்டும். உணவு, கல்வி, வீடு, உடை முதலிய வசதிகள் எல்லாருக்கும் கிடைக்கப் பாடுபட வேண்டும். சுயராஜ்யம் வந்தாலொழிய இதெல்லாம் எப்பிடி சாத்தியமாகும்?

பாரதி: ஐயரே! நம் செயல்கள் தொடங்குவது வெளியே அல்ல. (நெஞ்சைத் தொட்டுக்காட்டி) இங்கே தான். எப்போதும் வேணுமானாலும் தொடங்கலாம். இன்றே தொடங்கலாம்...

பின்னணியில் ஒற்றை ஆண் குரல்:
மந்திரங்கோடி இயக்குவோன் நான்...

ஒற்றைப் பெண் குரல்: (எதிரொலி போல)
இயக்குவோன் நான்...
இயக்குவோன் நான்...
இயக்குவோன் நான்...

பின்னணியில் ஒற்றை ஆண் குரல்:
இயங்குபொருளின் இயல்பெல்லாம் நான்...

ஒற்றைப் பெண் குரல்: (எதிரொலி போல)
இயல்பெல்லாம் நான்...
இயல்பெல்லாம் நான்... இயல்பெல்லாம் நான்...

பாரதி: (ஓரடி எடுத்து வைத்து)
வறுமையை ஒழிக்க
வேண்டுமென்றால் இன்றே ஒழிக்கலாம்...

பின்னணியில் ஓர் ஆண் குரல் (விருத்தம்)
மண்ணில் ஆர்க்குந் துயரின்றிச் செய்வேன்...

பெண் குரல்:
துயரின்றிச் செய்வேன்...
துயரின்றிச் செய்வேன்...

பின்னணியில் ஓர் ஆண் குரல்: (விருத்தம்)
வறுமையென்பதை மண்மிசை மாய்ப்பேன்...
வறுமையை மாய்ப்பேன்...

பெண் குரல்:
வறுமையை மாய்ப்பேன்...
வறுமையை மாய்ப்பேன்...

பாரதி: (மேலும் ஓரடி எடுத்து வைத்து)
வேற்றுமைகள் மறைய
வேண்டுமென்றால் இன்றே மறையச் செய்யலாம்...

பின்னணியில் பெண் குரல்:
ஜாதி இரண்டொழிய வேறில்லையென்றே
தமிழ் மகள் சொன்ன சொல் அமிழ்தென்போம்...

ஐயர்: ஜாதிப் பிரிவுகள், வறுமை, அடிமைத்தனம்... ஆம், எனக்குத் தெரியும்... நம் முன்னே உள்ள பிரச்னைகளெல்லாம் எனக்குத் தெரியும்... ஆனால் பிரச்னைகளைத் தீர்க்க, அட்டவணை தேவை. ஒவ்வொரு நாளும் ஒவ்வொரு நிமிஷமும் நாம் செய்ய வேண்டியதை முன்னதாகத் திட்டமிட்டுக் கொள்ளவேண்டும்... இது நான் மேல் நாட்டில் கற்றுக்கொண்ட பாடம். எதை முதலில் செய்ய வேண்டும், எதை அப்புறமாகச் செய்ய வேண்டும், என்பது பற்றிய தெளிவு வேண்டும்... இல்லாவிட்டால் ஒரே சமயத்தில் வெவ்வேறு திசைகளில் பயணம் செய்ய முயன்று கொண்டு கடைசியில் நாம்

எந்தத் திசையிலுமே முன்னேற மாட்டோம், எந்த லட்சியத்தையுமே அடைய மாட்டோம்... இன்று நமக்கு முன்னாலுள்ள மிக முக்கியமான லட்சியம் எது?

ஸ்ரீ: சுயராஜ்யம்...

ஐயர்: ஆமாம். (ஸ்ரீநிவாஸாச்சாரியாரைப் பார்த்து) நீங்கள் புரிந்து கொண்டு விட்டீர்கள். பாரதிக்குப் புரியவில்லை... முதலில் இந்த அந்நியர்களை நம் நாட்டிலிருந்து ஒழித்துக்கட்ட வேண்டும்... அதைச் செய்து விட்டால் மற்றப் பிரச்னைகளைத் தீர்ப்பதும் சுலபாகி விடும். இந்த ஆங்கிலேயர்கள் இருக்கும்வரை நம்மைப் பிரித்து வைக்கச் சூழ்ச்சிகள் செய்து கொண்டேயிருப்பார்கள். நம்மிடையே துரோகிகள் பெருகியவாறு இருப்பார்கள்.

பின்னணியில் பாட்டு:

(ஆண் குரல், தொனி மெல்ல மெல்ல உயர வேண்டும்)

மனம் வெளுக்க வழியில்லை - எங்கள் முத்து
மாரியம்மா, எங்கள் முத்து மாரீ!
மனம் வெளுக்க வழியில்லை...!
மனம் வெளுக்க வழியில்லை!

பாரதி: (சோகமாகத் தலையை ஆட்டியவாறு)
மனம் வெளுக்க வழியில்லை...
மனம் வெளுக்க வழியில்லை
(போகிறார்)

ஐயர்: ஆறு மாதங்கள்... இன்னும் ஆறே மாதங்கள்தான் எனக்கு வேண்டும்... (ஸ்ரீநிவாஸாச்சாரியாரிடம்) ஆறே மாதங்களில் இந்தப் புதுச்சேரியில் ஆங்கிலேயர்களுக்கு எதிராக சக்தி வாய்ந்த அணி ஒன்றை உருவாக்குவேன், எதற்கும் துணிந்த இளைஞர்களின் அணி...

(பின்தளத்தில் இளைஞர்கள் வரிசையாக அணி வகுத்து வருகின்றனர். கூவியவாறு வலம் வருகின்றனர்.)

புழுதியில் வீணை | 153

இளைஞர் அணி:

பேயவள் காணெங்கள் அன்னை!
மாரதர் கோடி வந்தாலும்
கணம் மாய்த்துக் குருதியில் திளைப்பாள்!

ஐயர்: (ஸ்ரீநிவாஸாச்சாரியாரின் கை பிடித்துக் குலுக்கியவாறு) *கணம் மாய்த்துக் குருதியில் திளைப்பாள் ... ஹஹஹ்ஹஹ...*

(இருள். இரண்டு நிமிடங்களுக்குப் பின் அடுத்த காட்சி.)

காட்சி 4

'தர்மாலையா' புரட்சி அணியின் ரகசிய அலுவலகம்,
6 மாதங்களுக்குப் பிறகு.

(வெளிச்சம் மெல்லப் பரவி, மேடையின் நடுவில் நிற்கும் இளைஞர் அணியினர் புலனாகின்றனர். சுமார் பன்னிரண்டு அல்லது பதினைந்து இளைஞர்கள், தேகப்பயிற்சிக்கேற்ற உடையில்–திறந்த மார்பு, முட்டிக்கு மேல் தார் பாய்ச்சிக் கட்டிய வேஷ்டி, மீண்டும் பாட்டு, இப்போது இளைஞர்கள் அந்தப் பாட்டுக்கேற்ப கை கால்களை அசைத்து கிட்டத்தட்ட ஒரு நடனம் போல–தேகப் பயிற்சி செய்கின்றனர்.)

பாட்டு (கோரஸ்)*:*

பொன்னைப் பொழிந்திடு மின்னை வளர்த்திடு
போற்றியுனக் கிசைத்தோம்;
அன்னை பராசக்தியென்றுரைத்தோம் தளை
யத்த னையுங்க ளைந்தோம்;
சொன்னபடிக்கு நடந்திடுவாய் மன
மே தொழில் வேறில்லை காண்.
இன்னுமதே யுரைப்போம் சக்தி ஓம் சக்தி
ஓம் சக்தி, ஓம் சக்தி, ஓம்.
நெஞ்சுக்கு நீதியும் தோளுக்கு வாளும்
நிறைந்த சுடர்மணிப் பூண்...

(மேற்கண்ட தேகப் பயிற்சி தொடங்கினவுடனே வ.வே.ஸு. ஐயர் மேடையில் தோன்றி, ராணுவ அணிவகுப்பைப் பார்வையிடும் ஒரு ஜெனரலின் தோரணையில் அவர்களுடைய இயக்கங்களை பெருமிதத்துடன் பார்த்து மகிழ்கிறார். தேகப்பயிற்சி முடிந்ததும்)

ஐயர்: சபாஷ்! ஹஹ்ஹஹ்ஹா! சொன்னபடி ஆறே மாதங்களில் இளம் சிங்கங்களின் படை ஒன்றை

உருவாக்கி விட்டேன்... இனி பாரத மாதாவின் எதிரிகளை ஒவ்வொருவராகத் தீர்த்துக் கட்டலாம். ஆமாம், வாஞ்சியும், நாகசாமியும் எங்கே?

ஓர் இளைஞன்:

இங்கேதான் போர்டு எழுதிக் கொண்டிருந்தார்கள்... அதோ!

(வாஞ்சியும், நாகசாமியும் ஒரு போர்டைத் தூக்கிக் கொண்டு வருகிறார்கள். போர்டில், "தர்மாலயம்–இலவச வாசகசாலை" என்று எழுதியிருக்கிறது. போர்டை ஒரு ஓரமாக, எழுத்துக்கள் தெரியும்படி, சாத்தி வைக்கிறார்கள்.)

வாஞ்சி: இங்கேயே இருக்கட்டும்... நாளை வெய்யிலில் காய்ந்துவிடும்... பிறகு வாசலில் மாட்டி விடலாம்.

ஐயர்: (இதைக் கேட்டவாறே அவனருகில் வந்து, சிரித்தவாறே) நாளை இந்த போர்டை மாட்டுவதற்கெல்லாம் உனக்கு நேரமிருக்காது...

வாஞ்சி: ஓ! எனக்கு மறந்து விட்டது... இந்த போர்டை எழுதுவதிலேயே மூழ்கிப்போனதில்..

ஐயர்: (சிரித்து) எந்தக் காரியத்தை எடுத்துக் கொண்டாலும் அதில் உன்னையே மறந்து மூழ்கிப் போகிறவன் நீ. அதனால்தான்...

(மேடையின் ஓரத்தை நோக்கிச் சென்று, மெல்ல தனக்குத்தானே)

அதனால்தான், ஆஷ் துரையைத் தீர்த்துக் கட்ட நீதான் சரியான ஆளென்று தீர்மானித்தேன்...

(வாஞ்சியும், நாகசாமியும் ஐயர் நிற்கும் ஓரத்துக்குச் செல்கிறார்கள். மூவரும் ரகசியம் பேசும் தோரணை)

நாகசாமி: நாளைக்குப் பகல் சாப்பாடு முடிந்தவுடனேயே வாஞ்சி கிளம்பி விடலாம், இல்லையா?

ஐயர்: ஆமாம்...

(தொடர்ந்து மூவரும் அந்தரங்கமாய் மெல்லிய தொனியில் பேசிக் கொள்ளுதல்–இதன்போது இளைஞர் அணியினர் மீண்டும் "தேகப் பயிற்சி" தொடங்குகின்றனர். இன்னொரு பாட்டுக்கேற்ப)

பாட்டு (கோரஸ்):

அகத்தகத்தகத்தகத்தினிலே உள்நின்றாள்-அவள்
அம்மையம்மை யெம்மை நாடு பொய் வென்றாள்
தகத்தக நமக்கருள் புரிவாள் தாளொன்றே
சரணமென்று வாழ்த்திடுவோம் நாமென்றே
தகத்தகத்தகத்தகதகவென்றாடோமோ?-சிவ
சக்தி சக்தி சக்தியென்று பாடோமோ?

(ஐயர் தூரத்திலிருந்து கையைக் காண்பிக்க, தேகப்பயிற்சி சட்டென்று நிற்கிறது)

ஐயர்: (இளைஞர் அணியிடம்) இன்றைக்கு இது போதும்.

(பின்னணியில் "தகத்தகத்தக தகதகவென்றாடோமோ, சிவ சக்தி சக்தி சக்தியென்று பாடோமோ" என்ற வரி உச்சாடனம் போல ஒலிக்க, அதற்கேற்பக் குதித்த வண்ணம் இளைஞர்கள்–வாஞ்சி, நாகசாமி நீங்கலாக–வெளியேறுகின்றனர்.)

ஐயர்: (வாஞ்சி, நாகசமியிடம்) சரி... நேரமாகி விட்டது... தோப்புக்குக் கிளம்புவோம்... (இடுப்பிலிருந்து பிஸ்டலை உருவியெடுத்து, அதை இங்குமங்குமாகக் காட்டியவாறு) இன்று வாஞ்சி கடைசித் தடவையாகக் குறி பழகிக் கொள்ளட்டும்... (பிஸ்டலை வாஞ்சியை நோக்கி எறிய, வாஞ்சி கப்பென்று அதைப் பிடித்துக் கொள்கிறான். மூவரும் வெளியேற...)

(மங்கலாயிருந்த வெளிச்சம் மீண்டும் பிரகாசமாகிறது. நெல்லையப்பர் ஒரு புத்தகத்தைப் படித்தவாறே, நடுநடுவே ரசித்துத் தலையாட்டியவாறே மேடைக்குள் வருகிறார்–மேடையில் முன்பாதி, மேடையின் நடுவரையில் வந்த பிறகு தலையை நிமிர்த்தி இங்குமங்கும் பார்த்து, மேடை ஓரத்தில் திண்ணை போன்ற அமைப்பைக் கவனிக்கிறார். அந்தத் 'திண்ணை'யருகே போய் தரையில் அமருகிறார். புத்தகத்திலிருந்து படிக்கிறார்)

நெல்லை: "உலகெலாமொர் பெருங் கனவஃது ளே
உண்டுறங்கி யிடர் செய்து செத்திடும்
கலக மானிடப் பூச்சிகள் வாழ்க்கையோர்
கனவினுங்கனவாகும்..."

(நிமிர்ந்து, ரசித்தவாறு)

கலக மானிடப் பூச்சிகள் வாழ்க்கையோர்
கனவினுங்கனவாகும்... ஆகா! ஆகா!

(மறுபடி புத்தகத்தில் ஆழ்கிறார்)

(அடுத்து சுப்புரத்தினம் வருகிறார். அவரும் ஒரு புத்தகத்தை ரசித்துப் படித்தவாறே வருகிறார். சட்டென்று நின்று, உரக்கப் படிக்கிறார்)

"மென்னடைக் கனியின் சொற் கருவிழி
மேனியெங்கு நறுமலர் வீசிய
கன்னியென்றுறு தெய்வத மொன்றனைக்
கண்டு காதல் வெறியிற் கலந்தனன்..."
(நிமிர்ந்து) கன்னியென்றுறு தெய்வம்...

காதல் வெறி...-ஆகா! ஆகா!

(சுப்புரத்தினம் இவ்வாறு 'ஆகா, ஆகா' என்னும் போதே அதன் எதிரொலி போல இன்னொரு 'ஆகா, ஆகா' சத்தம். வ.ரா. வருகிறார். இவர் கையில் ஒரு புத்தகம்.)

வ.ரா.:   ஆகா! ஆகா! (புத்தகத்தைப் படிக்கிறார்)
நரியுயிர்ச் சிறு சேவகர் தாதர்கள்
நாயெனத் திரி ஒற்றர், உணவினைப்
பெரிதெனக் கொடு தம்முயிர் விற்றிடும்
பேடியர்...

(தலையை நிமிர்த்தி)

நரியுயிர்ச் சிறு சேவகர் தாதர்கள்...
நாயெனத் திரி ஒற்றர்...
ஆகா! பாரதி! நீர் தான்
என் குரு! நீர்தான் என் குரு!

சுப்புரத்தினம்: (படிக்கிறார்)
...கயல்விழிச் சிறு மானினைக் காண நான்
காமனம்புகளென்னுயிர்
கண்டவே... (நிமிர்ந்து)

கயல்விழிச் சிறு மான்... காமன்
அம்புகள்... பலே!
...கயல்விழிச் சிறுமான்... யார் அந்தக் கயல்விழி?

வ.ரா.: (படிக்கிறார்)

நரியுரிச் சிறு சேவகர் தாதர்கள்,
நாயெனத் திரி யொற்றர், உணவினைப்
பெரிதெனக் கொடு தம்முயிர் விற்றிடும்
பேடியர், பிறர்க்கிச்சகம் பேசுவோர்...
...இவ்வகை மாக்கள் பயின்றிடுங்

கலை பயில்கென வென்னை விடுத்தனன்.
அருமை மிக்க மயிலைப் பிரிந்துமிவ்
விற்பர் கல்வியினெஞ்சு பொருந்துமோ?

(தலையை நிமிர்த்தி)

அருமை மிக்க மயில்... யாரோ அந்த மயில்?

சுப்பு: (படிக்கிறார்)

...காத்திருந்து அவள் போம் வழி முற்றிலும்
கண்கள் பின்னழகார்ந்து களித்திட....
(நிமிர்ந்து) கண்கள் பின்னழகார்ந்து
களித்திட.... அடேயப்பா!

ஐயரே! நீர் ஒரு சுவாரஸ்யமான பேர்வழி...

வ.ரா.: (படிக்கிறார்)

ஆதிரைத் திரு நாளொன்றிற் சங்கரன்
ஆலயத்தொரு மண்டபந் தன்னில் யான்
சோதி மானொடு தன்னந்தனியனாய்ச்
சொற்களாடியிருப்ப...

(நிமிர்ந்து)

சோதி மானொடு தன்னந்தனியனாய்...
யாரோ அந்த சோதிமான்...?

(பெருமூச்சுடன்)

இந்த பாரதி ஒரு அதிர்ஷ்டசாலி...

சுப்பு: (படிக்கிறார்) ஒன்பது பிராயத்தள்... சகுந்தலை யொத்தவள்...
(நிமிர்ந்து) யாரோ அந்த சகுந்தலை?

நெல்லை: (படிக்கிறார்)

"அன் பெனும் பெரு வெள்ள மிழுக்குமேல்
அதனை யாவர் பிழைத்திட வல்லரே?
முன்பு மாமுனிவோர் தமை வென்றவில்
முன்ன ரேழைக் குழந்தையென் செய்வனே?"
(ரசித்தவாறு) அன்பெனும் பெரு வெள்ளம்...
மாமுனிவோர் தமை வென்ற வில்... ஆகா! ஆகா!

சுப்பு: சகுந்தலை

வ.ரா.: சோதிமான்...

சுப்பு: சகுந்தலை

வ.ரா.: சோதிமான்...

(வ.ரா.வும், சுப்புரத்தினமும் நெல்லையப்பர் அமர்ந்திருக்கும் இடத்திற்குப் போய் அவரருகே உட்கார்ந்து விடுகிறார்கள். மூவரும் தம் புத்தகங்களில் லயித்துப் போகிறார்கள். பாரதி பிரவேசிக்கிறார். மெல்ல முன்னேறி படித்துக் கொண்டிருப்பவர்கள் அருகில் வந்து நிற்கிறார். ஆனால் அவர்கள் அவரைக் கவனியாமல் தொடர்ந்து படித்துக் கொண்டிருக்கிறார்கள். பாரதி திண்ணை போன்ற அந்த மேடைமீது போய் அமருகிறார். இப்போது முதல் மூவரும் கிட்டத்தட்ட அவர் காலடியில் இருக்கிறார்கள். பாரதி அவர்கள் படிப்பதைப் பார்த்து ரசிக்கிறார். அவர்கள் ஒவ்வொருவரையும் கையால் சுட்டிக்காட்டி, தனக்குள்)

தம்பி நெல்லையப்பன்... ராமசாமி ஐயங்கார்... ம்ம்ம்... யார் இந்த இளைஞன்... ஓ! அன்றைக்கு வேணு முதலியின் கல்யாணத்தில் பார்த்தேன்... ஏதோ பெயர் சொன்னானே... ஆ! சுப்புரத்தினம்!

பின்னணியில் பாட்டு:

ஏடு தரித்திருப்பாள்-அதில்
இங்கிதமாகப் பதம் படிப்பாள், அதை
நாடியருகணைந்தால்-பல
ஞானங்கள் சொல்லி இனிமை செய்வாள்
வெள்ளைப் பண் மகள் காதலைப் பற்றி
நின்றேன், அம்மா-காதலைப் பற்றி
நின்றேன்...
வெள்ளைப் பண் மகள்-அம்மா!
வெள்ளைப் பண் மகள்...

பாரதி: (தனக்குத்தானே)

வெள்ளைப் பண் மகள்... வெள்ளைக்
கமலத்திலே வீற்றிருக்கும் கலைவாணி...

பின்னணியில் கோஷம்:

சக்தி வேல்! சக்தி வேல்!! சக்தி வேல்!!!

(பாரதி இந்த கோஷத்துக்கேற்ப தான் அமர்ந்திருந்த மேடை மீதே எழுந்து நிற்கிறார், ஒரு கையை உயர்த்தியபடி. பிறகு, பின்வரும் பாட்டுப் பகுதியின்போது கை கூப்பியபடி நிற்கிறார்)

பாட்டு (கோரஸ்):

வெள்ளை மலர் மிசை வேதக் கருப் பொரு
ளாக விளங்கிடுவாய்!
தெள்ளுக்கலைத் தமிழ்வாணி, நினக்கொரு
விண்ணப் பஞ் செய்திடுவேன்
எள்ளத்தனைப் பொழுதும் பயனின்றி
யிராதென்றன் நாவினிலே
வெள்ளமெனப் பொழிவாய் சக்திவேல் சக்தி
வேல் சக்தி வேல் சக்தி வேல்!

ஆண் குரல்: (ஆரோகணம்)

சக்தி வேல்-சக்தி வேல்-சக்தி வேல்!

பெண் குரல்: (அவரோகணம்)

சக்தி வேல்-சக்தி வேல்-சக்தி வேல்!

(யதுகிரி அரங்கத்துக்குள் தயங்கித் தயங்கி வருகிறாள். பாரதி அவளைப் பார்க்கிறார். தான் நின்றிருந்த மேடையைவிட்டு இறங்கி அவளருகே வருகிறார்.)

பாரதி: என்ன யதுகிரி! (அவள் கையிலுள்ள புத்தகத்தைக் கவனித்து)

ஓ! வாசகசாலைக்கு வந்தாயா?

யதுகிரி: ஆமாம் மாமா. இந்தப் புத்தகத்திலே இருக்கிற கதையெல்லாம் அப்பா எனக்கு சொல்லியாச்சு. இப்ப எனக்கு ஒரு புதுப் புத்தகம் வேணும்.

பாரதி: உள்ளே போய்ப் பாரு, போ...

(யதுகிரி போகாமல் தயங்கி நிற்கிறாள். பிறகு)

யதுகிரி: மாமா...

பாரதி: என்னம்மா?

யதுகிரி: உங்களிடம் ஏன் துப்பாக்கி இல்லை?

பாரதி: துப்பாக்கியா? துப்பாக்கி எதுக்காக?

யதுகிரி: துப்பாக்கி இல்லாட்டா உங்களைப் பிடிச்சுண்டு போயிடுவா?

பாரதி: யார் யதுகிரி? யார் என்னைப் பிடிப்பார்கள்?

யதுகிரி: துரோகிகள்...!

பாரதி: ஓ! அந்த வார்த்தைகூட உனக்குத் தெரியுமா? துரோகி...! அப்படின்னா என்னன்னு உனக்குத் தெரியுமா?

யதுகிரி: சிநேகமா இருக்காப்லே நடிச்சு, கடைசியிலே எதிரிகள் கிட்டே நமைக் காட்டிக் கொடுக்கறவா...

பாரதி: பலே...! யதுகிரி...! நீ பயப்படாதே. என்னை யாரும் பிடிக்க மாட்டார்கள்... என்னிடம் ஒரு மந்திர சக்தி இருக்கு.

யதுகிரி: மந்திர சக்தியா?

பாரதி: ஆமாம். என் பாட்டுத்தான் என்னுடைய மந்திர சக்தி. நான் பாட்டுப் பாடினால் எல்லாரும் அப்படியே மயங்கிப் போயிடுவா. அப்புறம் என்னை யாரும் எதுவும் செய்ய மாட்டார்கள்...

யதுகிரி: (அவநம்பிக்கையுடன்) நீங்கள் பொய் சொல்கிறீர்கள்...

பாரதி: இல்லை யதுகிரி, பொய்யில்லை. பொய்யே இல்லை...

(பாடுகிறார்)

"பகை நடுவினில் அன்புருவான நம்
பரமன் வாழ்கின்றான்-நன்னெஞ்சே
பரமன் வாழ்கின்றான்"

குப்பையிலும் மலர்ச்செடி வளரும்... அதுபோல, விரோதிகள் நெஞ்சிலும் அன்பு உண்டு... அதை நாம் கண்டுபிடிக்கணும்... புலியைப் பார்த்து பயப்படக்கூடாது... காளியைப் போல, புலியைச் சிநேகமாக்கிக் கொண்டு அதன்மேல் உட்கார்ந்து சவாரி செய்யணும்.

(யதுகிரி புரியாமல் விழிப்பதைப் பார்த்து, சிரித்தவாறு)

உனக்கு இதெல்லாம் இப்போது புரியாது யதுகிரி... பெரியவர்களுக்கே புரிவதில்லை... போ, வாசகசாலையை மூடிவிடப் போகிறார்கள்...

(யதுகிரி வாசக சாலைக்குள் செல்லும் பாவனையில் வலது ஓரத்தில் மறைகிறாள்)

பாரதி: வெளியே பார்த்தால் வாசகசாலை... ஆனால் உள்ளூர நடப்பதென்னவோ தேகப் பயிற்சியும், துப்பாக்கி பழகுதலும்... இந்த ஸாவர்க்கரின் சிஷ்யர் வந்தாலும் வந்தார், புதுச்சேரி ஒரு போர் முகாம் ஆகி விட்டது...! (நாடக பாணியில்) ஸ்ரீமான் வ.வே.ஸு. ஐயர் அவர்கள், ஸ்ரீமான் நெப்போலியன் ஐயராக இங்கே உலவுகிறார்... (தன் ஹாஸ்யத்தைத் தானே ரசித்துச் சிரித்தவாறு) நெப்போலியன் ஐயர்! நெப்போலியன் ஐயர்!

பின்னணியில் கோஷம்:

சக்தி ஓம்! சக்தி ஓம்!

(கோஷத்தை ஒட்டினாற் போல மேடையின் பின்பகுதியில், உயர்வாக அமைந்த தளத்தில், ஐயர், நாகசாமி, வாஞ்சி, மற்றும் ஏழெட்டு நபர்கள் கைகளில் ஆயுதங்களுடன் அணிவகுத்து வருகின்றனர்–சிலர் கையில் கழி, சிலர் கையில் கொடுவாள், சிலர் கையில் நீண்ட துப்பாக்கி, சிலர் கையில் பிஸ்டல். கீழேயுள்ள பாட்டுக்கேற்றபடி வலமிருந்து இடம் நோக்கியும், இடமிருந்து வலம் நோக்கியும் குதித்துச் செல்கின்றனர்)

(பாட்டு கோரஸ்):

தகத்தகத்தகத்தகதகவென்றாடோமோ?-சிவ
சக்தி சக்தி சக்தியென்று பாடோமோ?

(பிறகு எல்லாரும் சபையை நோக்கி நின்று, அவரவருடைய ஆயுதந்தாங்கிய கையை உயர்த்தி, வீராவேச பாணியில்)

இளைஞர் அணி: (உரக்க)
பஞ்சுக்கு நேர் பல துன்பங்களாம் இவள்
பார்வைக்கு நேர் பெருந்தீ
தஞ்சமென்றேயுரைப்பீர் அவள் பேர் சக்தி
ஓம் சக்தி ஓம் சக்தி ஓம்...

பாரதி: (திடிரென உரக்க)
சக்தி ஓம்! சக்தி ஓம்! சக்தி ஓம்!!!

(வ.ரா.வும், நெல்லையப்பரும், சுப்புரத்தினமும் திடுக்கிட்டு புத்தகத்திலிருந்து கண்ணை எடுத்து பாரதியைப் பார்க்கிறார்கள். எழுந்து அவரை நோக்கி வருகிறார்கள். இனி வரும் சம்பாஷணையின் போது மேடையின் பின்புறத் தளத்திலுள்ள இளைஞர் அணியினர் மும்முரமாக துப்பாக்கி சுடும் பயிற்சியில்–சிலர் பயிற்சியளிப்பதும், சிலர் கற்றுக் கொள்ளுவதுமாய்–ஈடுபட்டிருப்பார்கள்.)

நெல்லை, வ.ரா., சுப்பு:
(ஒரே சமயத்தில்) ஐயா! நீங்கள் எழுதிய 'கனவு' என்ற நூல்...

(ஒரே சமயத்தில் பேசிய சங்கடத்தால் மூவரும் ஒருவரையொருவர் பார்த்தவாறு நிறுத்தி விடுகிறார்கள்)

பாரதி: (சுப்புரத்தினத்திடம்) என்ன சுப்புரத்தினம்? என்னவோ சொல்ல வந்தீர்கள், ஆனால் பாதியில் நிறுத்தி விட்டீர்களே!

சுப்பு: (வ.ரா.வைக் காட்டி) ராமசாமி சொல்லுவார், ஐயா... (வ.ரா.விடம்) சொல்லுங்க, கேக்கறார் இல்லே?

வ.ரா.: ஐயையோ! நானா! (பயபக்தியுடன் கும்பிட்டவாறு) இதோ, நெல்லையப்பர் சொல்லுவார்!

பாரதி: (நெல்லையப்பரிடம்) என்ன தம்பி! என்ன சமாசாரம்? என்ன புத்தகம் அது? (வாங்கிப் பார்க்கிறார்) ஓ! என் புத்தகந்தானா?

நெல்லை: ஆமாம் ஐயா... உங்களுடைய கனவு என்ற நூல்... எங்கள் எல்லாருக்குமே இந்த நூல் ரொம்பப் பிடித்திருந்தது ஐயா...

பாரதி: அப்படியா? சந்தோஷம்.

நெல்லை: ஆனால்...

பாரதி: ஆனால்?

நெல்லை: புத்தகத்தின் அமைப்பும், அச்சும் மிக மோசமாயிருக்கின்றன.

பாரதி: (சிரித்து) அது என் பிழையில்லை. நம் நாட்டு செல்வர்களின் பிழை...

நெல்லை: நான் ஒரு நாள் உங்கள் புத்தகங்களை மிக உயர்ந்த முறையில் அச்சிட்டு வெளியிடுவேன்...

பாரதி: தம்பி! நீ அவசியம் செய்வாயென்ற நம்பிக்கை எனக்கு உண்டு. உன் அன்பு அந்தப் பணியிலே கலந்து அதைச் சிறப்புடையதாக்கும்...

சுப்பு, வ.ரா.: (ஏக காலத்தில்)
ஐயா! எங்களுக்கொரு சந்தேகம்...

பாரதி: என்ன சொல்லுங்கள்...

சுப்பு: அந்த ஒன்பது பிராயத்தாலான சகுந்தலை யாரோ?

வ.ரா.: அந்த அருமை மிக்க மயில்... சோதிமான்... அவள் இப்போது எங்கேயிருக்கிறாள் பாரதியாரே?

பாரதி: (சிரித்து) யாருக்கு தெரியும்?
பொய்யாய்ப் பழங்கதையாய்க் கனவாய்
மெல்லப் போனதுவே...

(சிந்தனையில் மூழ்கிப் போகிறார்)

சுப்பு: ஐயா, காதலியை நீங்கள் விவரிக்கும் நேர்த்தியும், நயமும் என் நெஞ்சைத் தொட்டன. எத்தனை முறை படித்தாலும் அலுக்காத வரிகள்...

வ.ரா.: எனக்கு மக்களின் அடிமைத்தனத்தையும் சோம்பேறித் தனத்தையும் சாடும் பகுதிகள்தான் பிடித்திருந்தன.

நெல்லை: அனைவருக்கும் பொதுவான நிகழ்ச்சிகளிலிருந்து தொடங்கி மெல்ல மெல்ல உயர்ந்த தத்துவங்களை மக்களுக்கு அறிமுகப்படுத்தும் முறைதான் எனக்கு பிடித்திருந்தது ஐயா...

பாரதி: (மீசையை தடவியவாறு) உம்ம்... ஒவ்வொருவருக்கும் ஒவ்வொன்று பிடித்திருக்கிறது... காதல்... சமூக விமர்சனம்... தத்துவம் அல்லது மோன நிலை... வாழ்க்கையிலே எது முக்கியம், எது முக்கியமில்லை? எல்லாமே முக்கியம்தான். இலக்கியத்தை ரசிக்கணும்னா முதல்லே வாழ்க்கையை ரசிக்கணும். (அபிநயம் காட்டி) முழுமையாக ரசிக்கணும்! (மேலே பார்த்து) வானத்தை ரசிக்கணும்... (கீழே பார்த்து) மண்ணை ரசிக்கணும்... பெண்ணை ரசிக்கணும்... பெண்ணைக் காதலிக்கணும்.

நெல்லை: அன்பெனும் பெரும் வெள்ளம்...

பாரதி: ஆமாம், அன்பெனும் பெரும் வெள்ளம்...

வ.ரா.: ஆனால்... நம்மைச் சுற்றி இத்தனை பிரச்னைகள் இருக்கும்போது-தேசத்தில் எங்கு பார்த்தாலும் அடிமைத்தனமும் அறியாமையும் தாண்டவமாடும் போது-காதலா...? காதலா இப்போது முக்கியம்?

பாரதி: ராமசாமி! புதிய சமுதாயம் ஒன்றை உருவாக்க வேண்டும். ஒப்புக் கொள்கிறேன். ஆனால் வெறுப்பை ஆதாரமாகக் கொண்டு அல்ல, அன்பை ஆதாரமாகக் கொண்டுதான் அந்த சமுதாயத்தை நாம் உருவாக்க வேண்டும்...

நெல்லை: அன்பெனும் பெரும் வெள்ளம்...

பாரதி: ஆமாம். அன்பு... காதல்...

(மேடையில் பின்பகுதியில் துப்பாக்கி பழகுபவர்கள் உறைந்தாற்போல் நிற்க, அவர்களுக்கு முன்பாக ஒரு ஆண்–“காதலன்”–அதே தளத்தில் குதித்தவாறே பிரவேசிக்கிறான்)

புதிய ஆண்: (களிப்பான ஆட்டத்துடன்)

செவ்விது, செவ்விது, பெண்மை!-ஆ!
செவ்விது, செவ்விது, செவ்விது, காதல்...

(மறு ஓரத்திலிருந்து ஒரு பெண் குதித்தவாறே வருகிறாள்)

பெண்: (களியாட்டம்)

காதலினாலுயிர் தோன்றும்;-இங்கு
காதலினாலுயிர் வீரத்திலேறும்;
காதலினாலறிவெய்தும்,-இங்கு
காதல் கவிதைப்பயிரை வளர்க்கும்...

ஆண்: (அதே ஆட்டம்)

செவ்விது, செவ்விது பெண்மை! ஆ!
செவ்விது, செவ்விது, செவ்விது, காதல்...

பெண்: (ஆடியவாறே கை கூப்பிய வண்ணம்)

கால முற்றுந் தொழுதிடல் வேண்டும்
காதலென்பதோர் கோயிலின் கண்ணே

பின்னணியில் ஆண் குரல்:

ஆதலினாலவள் கையைப்-பற்றி
அற்புத மென்றிரு கண்ணிடையொற்றி

(நடனமாடும் ஆண் அதற்கேற்ப அபிநயம்)

வேதனையின்றி யிருந்தேன்,
வேதனையின்றி யிருந்தேன்!

ஆண், பெண் இருவரும்: (ஒருவரை ஒருவர் கும்பிட்டவாறு)

காலமுற்றுந் தொழுதிடல் வேண்டும்
காதலென்பதோர் கோயிலின் கண்ணே!

(இதையடுத்து பின்னணியில் கோரஸ், கோரஸ்ஸின் போது ஆணும், பெண்ணும் கை கோர்த்தவாறு வெளியேறல்.)

கோரஸ்: காலமுற்றுந் தொழுதிடல் வேண்டும்
காதலென்பதோர் கோயிலின் கண்ணே!
காதலென்பதோர் கோயிலின் கண்ணே!

வ.ரா.: காதலும் ஒரு வாய்ப்பைப் பொறுத்த விஷயம்... அதிர்ஷ்டத்தைப் பொறுத்த விஷயம்...

பாரதி: அதிர்ஷ்டம் என்று சொல்லாதீர்... ஆசை என்று சொல்லும்...

வ.ரா.: ஆசைப்படுகிற எல்லாருக்குமே... (சிரித்து) ஒரு மயிலோ சோதிமானோ கிடைத்து விடுகிறதா என்ன?

பாரதி: கிடைக்கும்! எல்லாருக்கும் எல்லாம் கிடைக்கும். ஆழ நெஞ்சகத்து, ஆசை இன்றுள்ளதேல், அதனுடைப் பொருள் நாளை விளைந்திடும்... பெண் என்ன, (மேலே பார்த்து) விண் வேண்டுமானாலும் கிடைக்கும்...

வ.ரா.: (தன் கையிலிருக்கும் புத்தகத்தில் படிக்கிறார்) மாய்ந்திடாத நிறைந்த விருப்பமே கதிகள் யாவும் தரும்...

பாரதி: (ஏதோ நினைவு வந்தது போலத் தலையை ஆட்டியவாறு, பெருமூச்சுடன்) மாய்ந்திடாத நிறைந்த விருப்பம்...

(விளக்குகள் மங்குகின்றன... மங்கலான வெளிச்சத்தில், பாவாடை மேலாக்கணிந்த துருதுருப்பான ஒரு பத்து வயதுப் பெண் இடுப்பில் குடத்துடன் புன்னகை செய்தவாறு மான் போல நடந்து வருகிறாள். பின்னணியில் பாட்டு)

பின்னணியில் ஒற்றை ஆண் குரல்:
நீரெடுத்து வருதற்கவள் மணி
நித்திலப் புன்னகைச்சுடர் வீசிட...

(பாரதி, கனவில் நடப்பவரைப் போல, அந்தப் பெண்ணை நோக்கி ஓரடியெடுத்து வைத்து, அப்படியே நிற்கிறார்.)

குரல்: காத்திருந்தவள் போம் வழி முற்றிலும்
கண்கள் பின்னழகார்ந்து களித்திட...

(பாரதி அவள் செல்வதைப் பார்த்தவாறு, நிற்கிறார்.)

குரல்: பூத்த ஜோதி வதனந் திரும்புமேற்
புலனழிந்தொரு புத்துயிரெய்துவேன்...

(அவளுடைய 'பூத்த ஜோதி வதனம், பாரதியை நோக்கி திரும்புகிறது. அவள் குடத்தைக் கீழே வைத்துவிட்டு, பாரதியை நோக்கி மெல்லச் சில அடிகள் எடுத்து, பிறகு நிற்கிறாள்)

குரல்: ஆவல் கொண்ட அரும் பெறற் கன்னிதான்
அன்பெனக்கங் களித்திட லாயினள்;
பாவந் தீமை பழியெதுந் தேர்ந்திட்டோம்;
பண்டைத் தேவயுகத்து மனிதர் போல்...

பாரதி: (பரவசத்துடன், அந்தப் பெண்ணை நோக்கி இன்னும் சில அடிகள் எடுத்து வைத்தவாறு)

பண்டைத் தேவயுகத்து மனிதர் போல்...
தேனகத்த மணிமொழியாளொடு கழித்த சில
தெய்வ நாட்கள்...

(அந்தப் பெண் நடந்து நடந்து தனது தளத்தின் ஓரத்துக்கு வந்து விடுகிறாள். பாரதியும் அவள் தொட்டு விடக்கூடிய நெருக்கத்தில் போய் விடுகிறார்)

பின்னணியில் ஒற்றை ஆண் குரல்.
அதற்கேற்ப 'பெண்' அபிநயம்:

சோதி மானொடு தன்னந்தனியனாய்ச்
சொற்களாடியிருப்ப, மற்றாங்கவள்
பாதி பேசி மறைந்து பின் தோன்றித்தன்
பங்கயக் கையில் மை கொணர்ந்தே...

பெண்: (திலகமிடப் போகும் பாவனையில் கையை உயர்த்தி, பாரதியை நோக்கி வந்தவாறு) ஒரு சேதி! நெத்தியில் பொட்டு வைப்பேன்!

(இருவரும் ஒருவரையொருவர் மேலும் நெருங்க முயல்கிறார்கள். ஆனால் அசக்தர்களாகி அப்படியே உறைந்து போகிறார்கள். பாரதி திடீரெனத் தன்னுணர்வு பெற்றவர் போல மீசையையும் முண்டாசையும் தொட்டுப் பார்த்துக் கொள்கிறார், சிரிக்கிறார்)

பாரதி: பொய்யாய்ப் பழங்கதையாய் கனவாய்
மெல்லப் போனதுவே... ஹும்!

(மீண்டும் சிரிக்கிறார்)

உலகெலாமொர் பெருங்கனவு... அஃதுளே,
கலக மானிடப் பூச்சிகள்
வாழ்க்கையோர் கனவினுங் கனவு...
கனவினுங் கனவு...

(இவ்வாறு கூறிக்கொண்டே மேடையின் முன்புறத்தை நோக்கித் திரும்புகிறார். 'பெண்' மெல்ல மெல்ல அரங்க ஓரத்தை நோக்கி நடந்து சென்று மறைகிறாள்)

(மங்கலாயிருந்து வெளிச்சம் மீண்டும் பிரகாசமாகிறது. பின்னணியில் பாட்டு)

பாட்டு: (பெண் குரல்)
கற்பனைத் தேனிதழாள்-சுவைக்
காவியமெனு மணிக் கொங்கையினாள்
விற்பனத் தமிழ்ப் புலவோர்-அந்த
மேலவர் நாவெனும் மலர்ப்பதத்தாள்...
வாணியைச் சரண் புகுந்தேன்
வாணியைச் சரண் புகுந்தேன்...

பாட்டு-ஒற்றை ஆண் குரல்:
எள்ளத்தனைப் பொழுதும் பயனின்றி
இராதென்றன் நாவினிலே...

பெண் குரல்:
நாவினிலே... நாவினிலே...

ஆண் குரல்:
வெள்ளமெனப் பொழிவாய்
சக்தி வேல் சக்திவேல் சக்தி வேல் சக்தி வேல்!

பெண் குரல்:
சக்தி வேல் சக்தி வேல்... சக்தி வேல்...

பாரதி: (மெல்ல) சக்தி வேல்... சக்தி வேல்...
(உரக்க) வேல்! வேல்! வேல்!

பின்னணியில் தனித்தனி குரல்கள்:
    (எதிரொலி போல) வேல்! வேல்! வேல்!

பாரதி:   (உரக்க) சொல்! சொல்! சொல்!

பின்னணியில் எதிரொலி:
    சொல்! சொல்! சொல்!

பாரதி:   (வ.ரா.வை நெருங்கி, அவருடைய புஜத்தைப் பற்றியவாறு, பாடுகிறார்)

    இந்திரனாலருகினிலே நல்லின்பம்
    இருக்குதென்பார் அதனையிங்கே கொண்டெய்தி
    மந்திரம் போல் வேண்டுமடா சொல்லின்பம்-நல்ல
    மதமுறவே அமுத நிலை கொண்டெய்தி...

பின்னணியில் கோரஸ் ஆண்கள்:
    மந்திரம் போல் வேண்டுமடா சொல்லின்பம்!
    மந்திரம் போல் வேண்டுமடா சொல்லின்பம்!

கோரஸ் பெண்கள்:
    தகத்தகத்தகத்தகதக வென்றாடோமோ?
    தகத்தகத்தகத்தகதக வென்றாடோமோ?

கோரஸ்-ஆண் பெண் இருவரும்:
    மந்திரம் போல் வேண்டுமடா சொல்லின்பம்!
    மந்திரம் போல் வேண்டுமடா சொல்லின்பம்!

(பாரதி முதலில் வ.ரா.வையும் நெல்லையப்பரையும் சுப்புரத்தினத்தையும் கீழே உட்காரச் செய்கிறார். யதுகிரி வாசகசாலைக்குள்ளிருந்து கையில் புத்தகத்துடன் வருகிறாள். அவளையும் உட்காரச் செய்கிறார். பிறகு, நேரெதிராக விரைத்துப் பார்த்தவாறு, கைகூப்பிய வண்ணம்)

பாரதி:   கலைவாணி! வஞ்சமற்ற தொழில் புரிந்து உண்டு வாழும் மாந்தரின் குலதெய்வமே! செய்வமென்றொரு செய்கையெடுப்போர் செம்மை நாடிப் பணிந்திடும் தெய்வமே! உன் பக்தர்களையெல்லாம் இன்று அன்னை காளி அழைத்துக் கொண்டாள்...

(மேடையில் பின்புறத் தளத்தில் துப்பாக்கிப் பயிற்சியில் ஈடுபட்டிருந்தவர்கள் அவசரமாய் ஒரு அணியாக நின்று, தத்தம் ஆயுதந்தாங்கிய கரங்களைத் தூக்கி)

இளைஞர் அணியினர்: (முதலில் கோஷம்)

ஓம் சக்தி! ஓம் சக்தி! ஓம் சக்தி!

(பிறகு பாட்டு)

இளைஞர் அணியினர் பாட்டு:

சொல்லுக்கடங்காவே பராசக்தி
சூரத்தனங்களெல்லாம்;
வல்லமை தந்திடுவாள்-பராசக்தி
வாழியென்றே துதிப்போம்
சுற்றி நில்லாதே போ-பகையை
துள்ளி வருகுது வேல்

பின்னணியில் எதிரொலி:
(அடுத்து பாரதி பேசுகையிலும் இது ஒலித்த வண்ணமிருக்கும்)

வேல்... வேல்... வேல்...
வேல்... வேல்... வேல்...
வேல்... வேல்... வேல்...

பாரதி: (அதே கைகூப்பிய நிலையில்) காவியம், கலை ஓவியம்... சந்திர மண்டலத்தில், சந்தி தெருப் பெருக்கும் சாத்திரம்... மெத்தக் கலைகள் வளருது மேற்கே... பாரத நாட்டிற் பரவிய எம்மனோர் நூற்கண் மறந்து பன்னூறாண்டாயின. சில மாதங்கள் முன்பு வானில் தெரிந்த அந்த தூமகேது! அதனியலும் அன்னியருரைத்திடக் கேட்டே அறிந்தனம்; எம்முள்ளே தெரிந்தவரீங்கில்லை. இங்கேயும் கலை வளர வேண்டாமா தாயே... கவிதை வளர வேண்டாமா தாயே?

இளைஞர் அணியினர்: (கைகளைத் தூக்கி)

வேல்! வேல்! வேல்! வேல்! வேல்! சக்திவேல்!

பாரதி: (தொடர்ந்து)

வெள்ளத்தின் பெருக்கைப் போல்
கலைப் பெருக்கும் கவிப் பெருக்கும் மேவுமாயின்

பள்ளத்தில் வீழ்ந்திருக்கும் குருடரெல்லாம்
விழிப்பெற்றுப் பதவி கொள்வார்...

(இளைஞர்களில் ஒருவன் மண்டியிட்டு, துப்பாக்கியைக் குறி வைக்கிறான். டுமீல் டுமீல் என்று சத்தம். அதே கணத்தில் குடுகுடுப்பாண்டி பயந்து பயந்து இங்குமங்கும் பார்த்துக் கொண்டே அந்தப் பக்கமாக வருகிறான்)

குடுகுடுப்பாண்டி:

ஹூம்... அமைதியா இருந்த ஊரு எப்படி ஆயிப்போச்சு...! எப்பவும் துப்பாக்கி சுடற சத்தம்... (மார்பில் கை வைத்து) இந்தச் சத்தம் கேக்கும் போதெல்லாம் எனக்கு உடம்பை என்னவோ பண்ணுது...

(மறுபடி டுமீல் டுமீல் சத்தம், குடுகுடுப்பாண்டி ஒரு துள்ளு துள்ளி காதுப் பக்கம் அவசரமாய்த் தேய்த்துவிட்டுக் கொள்கிறான். குண்டு அங்கே உரசிக்கொண்டு போனதாகப் பாவனை. குடுகுடுப்பாண்டி பீதியுடன் இளைஞர்களின் திசையில் பார்த்து, தலைப் பாகையைக் கையால் பிடித்துக் கொண்டு அவசரமாக மேடையை விட்டு ஓடுகிறான்.)

இளைஞர் அணியினர்:
வேல்! வேல்! வேல்! வேல்! வேல்!

வ.ரா., சுப்பு, நெல்லை, யதுகிரி: (கைகளைத் தூக்கி)
சொல்! சொல்! சொல்! சொல்!
...சொல்லே இன்பம்!
மந்திரம்போல் வேண்டுமடா சொல்லின்பம்!
மந்திரம்போல் வேண்டுமடா சொல்லின்பம்!

பாரதி: (பரவசத்துடன் அவர்களை நோக்கி) பலே பாண்டியா! கலைவாணிக்கும் இன்று சில பக்தர்கள்... வரம் கேளுங்கள்! வாணியிடம் வரம் கேளுங்கள்! கலைவாணியின் தூதன் நான்...

யதுகிரி: கதை வேண்டும்!

சுப்பு: கவிதை வேண்டும்!

வ.ரா.: காவியம் வேண்டும்!

நெல்லை: நல்ல கருத்து வேண்டும்!

பாரதி: கவிதையிலே ஒரு காவியம் சொல்லுகிறேன்... காவியத்திலே ஒரு கதை சொல்லுகிறேன்... அந்தக் கதையிலே பல கருத்துகள் சொல்லுகிறேன்...

(அபிநயத்துடன்)

லாலல லாலல லா-லல
லாலல லாலல லால லலா
நல்லிசை முழக்கங்களாம்;-பல
நாட்டிய மாதர்தம் பழக்கங்களாம்
தொல்லிசைக் காவியங்கள்-அருந்
தொழிலுணர் சிற்பர் செயோவியங்கள்...

வ.ரா.: நல்லிசை முழக்கங்கள்...

சுப்பு: நாட்டிய மாதர்கள்...

வ.ரா.: காவியங்கள்...

சுப்பு: ஓவியங்கள்...

யதுகிரி: உம்... அப்புறம்?

பாரதி: (தொடர்ந்து)
மாலைகள் புரண்டசையும்-பெரு
வரையெனத் திரண்டவன்றோளுடையார்
வேலையும் வாளினையும்-நெடு
வில்லையுந் தண்டையும் விரும்பிடுவார்...

இளைஞர் அணியினர்: (பாடியவாறே அரங்கத்தை விட்டு அணிவகுத்துச் சென்று மறைகின்றனர்)
வேலையும் வாளினையும்-நெடு
வில்லையுந் தண்டையும் விரும்பிடுவார்
வேலையும் வாளினையும்-நெடு
வில்லையுந் தண்டையும் விரும்பிடுவார்...

வ.ரா.: வேலையும் வாளினையும்-நெடு
வில்லையுந் தண்டையும் விரும்பிடுவார்...
ஓகோ! மறவர்களைப் பற்றி இன்னொரு பாட்டா?

பாரதி: பாஞ்சாலங்குறிச்சி மறவர்கள் இல்லை,
அத்தினாபுரத்து மறவர்கள்...
ஆரிய வேன் மறவர்-புவி
யாளுமோர் கடுந் தொழிலினிதுணர்ந்தோர்...

சுப்பு: அத்தினபுரமா? அதாவது மகாபாரதமா?

பாரதி: ஆம்... வாருங்கள், கற்பனைத் தேரில் ஏறுங்கள்...
அத்தினபுரத்துக்குப் போவோம்.

யதுகிரி: மாமா! எனக்கு நேரமாச்சு... ஆத்துக்குப் போகணும்.

பாரதி: (சிரித்து) சரி. நீ போ. உன்னை நான் இன்னொரு நாள்
அத்தினபுரத்துக்குக் கூட்டிப் போகிறேன்.

(யதுகிரி செல்கிறாள்)

பாரதி: (அபிநயத்துடன்)
அத்தினபுரமுண்டாம்-இவ்
வவனியிலே யதற்கிணையில்லையாம்;
பத்தியில் வீதிகளாம்;-வெள்ளைப்
பனிவரை போற்பல மாளிகையாம்;
முத்தொளிர் மாடங்களாம்;-எங்கு
மொய்த்தளி சூழ் மலர்ச் சோலைகளாம்;
நத்தியில் வாவிகளாம்;-அங்கு
நாடு மிரதிநிகர் தேவிகளாம்...

வ.ரா.: பலே!

பாரதி: (தொடர்ந்து)
அந்தணர் வீதிகளாம்;-மறை
யாதிகளாம் கலைச் சோதிகளாம்
செந்தழல் வேள்விகளாம்;-மிகச்
சீர் பெறுஞ் சாத்திரக் கேள்விகளாம்...

நெல்லை: (ரசித்தவாறே இங்குமங்குமாய் நடந்து)
அந்தணர் வீதிகளாம்;-மறை
யாதிகளாம் கலைச் சோதிகளாம்...

வ.ரா.: செந்தழல் வேள்விகளாம்;-மிகச்

சீர்பெறுஞ் சாத்திரக் கேள்விகளாம்...

(சிரித்தவாறு) உம்... அந்தணர் என்பவர் அறவோராக இருந்த காலம்...!

பாரதி: (தொடர்ந்து)
மந்திர கீதங்களாம்-தர்க்க
வாதங்களாம்; தவ நீதங்களாம்...

நெல்லை: மந்திர கீதங்களாம்-தர்க்க
வாதங்களாம்; தவ நீதங்களாம்...

(இளைஞர் அணியினர் இப்போது அரங்கத்தின் முன் பகுதிக்குள் பாடியவாறே வருகின்றனர். ஒவ்வொருவர் ஒவ்வொரு வரி)

ஒருவன்: முன்னாளில் ஐயரெல்லாம் வேதம்-ஓதுவார்;
மூன்று மழை பெய்யுமடா மாதம்

இன்னொருவன்:
இந்நாளிலே பொய்மைப் பார்ப்பார்-இவர்
ஏது செய்துங்காசு பெறப் பார்ப்பார்

இன்னொருவன்:
விண் முட்டிச் சென்ற புகழ் போச்சே-இந்த
மேதினியில் கெட்ட பெயராச்சே!

எல்லாரும்:
விண்முட்டிச் சென்ற புகழ் போச்சே-இந்த
மேதினியில் கெட்ட பெயராச்சே

வ.ரா.: அத்தினபுரத்து அந்தணர்கள் எல்லாருமே மறைகள் ஓதிக்கொண்டும் வேள்விகள் செய்து கொண்டும் இருந்தார்களா? நம்ப முடியவில்லையே...

பாரதி: எல்லாரும் மறைகள் ஓதவில்லை... அதனால் தானே அத்தினாபுரம் வீழ்ந்தது! வானம் பொய்க்கின் மடிந்திடு முலகு போல், ஞானம் பொய்க்க நசிக்குமோர் சாதி... கேளுங்கள்!

"மெய்த்தவர் பலருண்டாம்'-வெறும்

வேதங்கள் பூண்டவர் பலருண்டாம்;
உய்த்திடு சிவ ஞானங்-கனிந்
தோர்ந்திடு மேலவர் பலருண்டாம்;
பொய்த்தவிந்திரசாலம்-நிகர்
பூசையுங் கிரியையும் புலைநடையும்
கைத்திடு பொய்ம்மொழியும்-கொண்டு
கண்மயக்காற் பிழைப்போர் பலராம்..."

வ.ரா., நெல்லை:

அத்தினபுரமுண்டாம்-இவ்
வவனியிலே யதற்கிணையிலையாம்;

(எல்லாரும் கை தட்டுகிறார்கள். ஐயர், பாரதி, வாஞ்சி, மூவரும் ஓர் ஓரமாக ஒதுங்கி நிற்கின்றனர். இருள், அவர்கள் மீது மட்டும் ஸ்பாட்லைட்.)

ஐயர்: (வாஞ்சியை அணைத்தாற்போல) *பாரதி! வாஞ்சி நாளை மாலை கிளம்புகிறான்... ஆஷ் துரையைத் தீர்த்துக்கட்ட!*

எல்லா இளைஞர்களும்:

சக்தி வேல்! சக்தி வேல்! சக்தி வேல்!

பாரதி: நல்லதுந் தீயதுஞ் செய்திடும் சக்தி
நமக்கு நலமிழைப்பாள்...
(கண்களை மூடி) ஓம்சக்தி ஓம் சக்தி ஓம்...

ஐயர்: (உரக்க) *அபிநவ பாரத சமாஜம்...*

எல்லாரும்: *வாழ்க!*

ஐயர்: *பாரத மாதா!*

எல்லாரும்: *வாழ்க!*

ஐயர்: *வாஞ்சி! பிஸ்டலை உன்னிடம் கொடுத்து விட்டேனல்லவா?*

(வாஞ்சி தன் சட்டைக்குள்ளிருந்து பிஸ்டலை அவசரமாக உருவி எடுத்து சுடப் போவது போல ஒரு கணம் ஆவேச அபிநயம்)

ஐயர்: (சிரித்தவாறு) *சபாஷ்!*

(வாஞ்சி பிஸ்டலை மறுபடி சட்டைக்குள் ஒளித்துக் கொள்கிறான்)

ஐயர்: (புன்னகையுடன், உலவியவாறு, தாடியைத் தடவியவாறு) ராம லட்சுமணர்களுக்கு ஆயுதப் பயிற்சியளித்த விசுவாமித்திரரைப் போல் நானும் உணருகிறேன். வாஞ்சி எனக்கு ஸ்ரீராமனின் அவதாரமாகத் தோன்றுகிறான்... (வாஞ்சியைப் பார்த்து)

துஷ்டர்களை அழிக்கப்போகும் ஸ்ரீ ராமன்...

இளைஞர்களில் ஒருவன்:
வீர மறவர் நாமன்றோ?-இந்த
வீண் வாழ்க்கை வாழ்வதினி நன்றோ?

இன்னொருவன்:
நானிலகு வில்லினொடு தூணி-நல்ல
நாதமிகு சங்கொலியும் பேணி

இன்னொருவன்:
பூணுலகு திண்கதையும் கொண்டு-நாங்கள்
போர் செய்த காலமெல்லாம் பண்டு

இன்னொருவன்:
சோரந் தொழிலாக் கொள்வோமோ?-முந்தை
சூரர் பெயரை அழிப்போமோ?

எல்லாரும்: வீர மறவர் நாமன்றோ?-இந்த
வீண் வாழ்கை வாழ்வதினி நன்றோ?

எல்லாரும்: மண் வெட்டிக் கூலி தின்னலாச்சே!-எங்கள்
வாள்வலியும் வேல்வலியும் போச்சே!

பாரதி: அரவிந்தர் வருகிறது, வருகிறது என்று சொன்ன யுகப் பிரளயம் இதுதானா! பார்ப்பான் மறவனாக மாறிப் போருக்குக் கிளம்பிவிட்டான்...

வாஞ்சி: பாரத மாதாவுக்கு இப்போது மறவர்கள்தான் தேவை. அவள் மேனியைக் களங்கப்படுத்திக் கொண்டிருக்கும் இந்த மிலேச்சர்களையெல்லாம் கண்டதுண்டமாக வெட்டிப் போடக்கூடிய க்ஷத்திரியர்கள் தேவை...

(ஆவேசமாக) பாரதமாதா துர்கையாகி விட்டாள்... ரத்தப் பலி கேட்கிறாள்.

பின்னணியில் கோஷம்:
பேயவள் காணெங்களன்னை!
பேயவள் காணெங்களன்னை!

பாரதி: (திடுக்கிட்டு) வாஞ்சி! நீ...

வாஞ்சி: சில மாதங்களுக்கு முன்பு எனக்கு ஒரு பெண் குழந்தை பிறந்தது. அந்தக் குழந்தை பிறந்தவுடனேயே செத்துப் போய்விட்டது. இதற்கு என்ன அர்த்தம்? இதற்கு என்ன அர்த்தம்? குழந்தை பிறப்பானேன், பிறகு செத்துப் போவானேன்? யோசித்து யோசித்துப் பார்த்தேன்... பிறகுதான் புரிந்தது. இது ஒரு செய்தி... பராசக்தி எனக்கு அனுப்பிய செய்தி.

பாரதி: செய்தியா?

வாஞ்சி: ஆமாம்... செய்தி. முட்டாளே! அடிமை நாட்டில் வாழ்ந்து கொண்டு ஏன் குழந்தைகளை உற்பத்தி செய்கிறாய்? அடிமைகளின் தொகையை ஏன் மேலும் மேலும் அதிகரிக்கிறாய்? முதலில் இந்தப் பறங்கியரை-பசு மாமிசம் சாப்பிடுகிற மிலேச்சர்களை-உன் நாட்டிலிருந்து விரட்டி அடி-குழந்தைக்கு இப்போது என்ன அவசரம்? என்று பராசக்தி என் குழந்தையைப் பறித்துக் கொண்டு போனது போலிருக்கிறது. ஆமாம். எனக்கு ரோஷம் வருவதற்காகவே பராசக்தி இப்படிச் செய்தது போலிருக்கிறது!

பாரதி: (சக்தியின் விளையாட்டை உணர்ந்த பரவசம்)
அன்பு வடிவாகி நிற்பள் துன்பமெலாமழிப்பள்
ஆக்க நீக்கம் யாவும் அவள் செய்கை... அவள்
ஆனந்தத்தின் எல்லையற்ற பொய்கை-
(கனிவுடன் வாஞ்சியைப் பார்த்து) உன்றன் அறிவும் அவள் மேனியிலோர் சைகை.

புழுதியில் வீணை | 179

பின்னணியில் பெண் குரல்: (ஆரோகணம்)
சொல்லுக்கடங்காவே பராசக்தி -
சூரத்தனங்களெல்லாம்...

பின்னணியில் ஆண் குரல்: (அவரோகணம்)
சொல்லுக்கடங்காவே பராசக்தி -
சூரத்தனங்களெல்லாம்...

பாரதி: (தொடர்ந்து) வாஞ்சி! பராசக்தி வீர உருவானவள் மட்டுமல்ல, அன்புருவானவளும்கூடத்தான்.

வாஞ்சி: ஆமாம். பராசக்தி கருணையுள்ளவள். பாரதமாதா கருணையுள்ளவள். ஆனால் பாரத மாதா கோழையில்லை! அக்கிரமங்கள் பெருகும்போது அமைதியாகச் சகித்துக் கொள்கிறவள் இல்லை!

பின்னணியில் கோரஸ்:
பேயவள் காணெங்கள் அன்னை!
பேயவள் காணெங்கள் அன்னை!
எங்கள் அன்னை! எங்கள் அன்னை! எங்கள் என்னை!

வாஞ்சி: பாரத மாதாவின் சிலையைப் பார்க்கும்போதெல்லாம், அவளுடைய விழிகள் என்னைப் பார்த்துக் குற்றம் சாட்டுவது போலிருக்கிறது. ஏன் இன்னும் தாமதம், ஏன் இன்னும் தாமதம், என்று இடித்துக் குற்றம் சாட்டுவதைப் போலிருக்கிறது... இன்னும் எத்தனை நாள், இன்னும் எத்தனை நாள், என்று பெருமூச்சு விடுவதைப் போலிருக்கிறது.

நரியுயிர்ச் சேவகர் தாதராக, உயிரை விற்றிடும் பேடியராக-இன்னும் எத்தனை நாள் இப்படி இருக்கப் போகிறீர்கள்? என்று வயிறெரிந்து புலம்புவதைப் போலிருக்கிறது. (தலையை இரு கைகளாலும் பிடித்துக் கொண்டு) இனி என்னால் தாங்க முடியாது. இனியும் இந்தப் புலம்பலை என்னால் கேட்டுக் கொண்டிருக்க முடியாது. உடனே கிளம்ப வேண்டும்-நாமெல்லாரும் கிளம்ப வேண்டும் - இந்த வெள்ளைத்தோல்

மிலேச்சர்களை-ஒருவர் பாக்கியில்லாமல்-சுட்டுத் தள்ள வேண்டும்! சுட்டுத் தள்ள வேண்டும்!

பாரதி: வேல் வேறு, சொல் வேறு, என்று நினைத்தேன். ஹூம்... காளி வேறு, வாணி வேறா என்ன? (சிரித்து) இல்லை! காளிதான் வாணி. வாணிதான் காளி...

பின்னணியில் கோரஸ்: (பாட்டு)

உஜ்ஜய காரண சங்கர தேவி
உமா ஸரஸ்வதி ஸ்ரீமாதா ஸா
உஜ்ஜயனீ! நித்ய கல்யாணி!
ஓம் சக்தி ஓம் சக்தி ஓம் சக்தி ஓம் சக்தி...

பாரதி: வலிமையான உடல் கேட்டேன்... சொல் வலிமையே உடல் வலிமையெனச் சக்தி உணர்த்தி விட்டாள்...

கோஷம்: சக்தி ஓம்! சக்தி ஓம்! சக்தி ஓம்!

பாரதி: மறையோர் மறவர் ஆகலாம்...
மறவர் மறையோர் ஆகலாம்...

(சங்கு ஒலிக்கிறது. திருவிளக்கு ஒன்று ஏற்றப் படுகிறது. பின்னணியில் ஓம் சக்தி ஓம் சக்தி ஓம் சக்தி ஓம் சக்தி என்ற உச்சாடனம். திடீரெனச் சில இளைஞர்கள் கைகளை உயர்த்திக் கூச்சலிடுகின்றனர்)

கோஷம்: சக்தி ஓம்! சக்தி ஓம்!! சக்தி!!

(இவர்கள் இவ்வாறு கூச்சலிட்டவாறு, முன்புறமாக சபையோர் நடுவிலிருந்து வெளியேற, பின்னணியில் ஓம் சக்தி ஓம் சக்தி ஓம் சக்தி ஓம் சக்தி என்ற உச்சாடனம் தொடர, மேடையில் மெல்ல மெல்ல இருள் சூழ்கிறது)

(இந்தக் காட்சியையடுத்து பத்து நிமிட இடைவேளை இருக்கலாம்.)

காட்சி 5

பாரதியின் வீடு, 1911 பிற்பகுதி.

(இருள். ஓம் சக்தி ஓம் சக்தி ஓம் சக்தி ஓம் சக்தி என்ற உச்சாடனம். இருளில் இந்த உச்சாடனம் ஒரு அமானுஷ உணர்வைத் தோற்றுவிக்க வேண்டும். இரண்டு வித்தியாசமான ஆண் குரல்கள்–அல்லது ஒரு ஆண் குரலும் ஒரு பெண் குரலும்– மாறி மாறி ஒலிக்கலாம்.)

உச்சாடனம்: ஓம் சக்தி ஓம் சக்தி ஓம் சக்தி
 ஓம் சக்தி ஓம் சக்தி ஓம் சக்தி
 ஓம் சக்தி ஓம் சக்தி ஓம் சக்தி
 ஓம் சக்தி ஓம் சக்தி ஓம் சக்தி

பாட்டு: (ஆண்கள் கோரஸ்)
 சொல்லுக்கடங்காவே-பராசக்தி
 சூரத்தனங்களெல்லாம்;
 வல்லமை தந்திடுவாள்-பராசக்தி
 வாழியென்றே துதிப்போம்... ஓம்...

(சிலர் தொடர்ந்து ஓம், ஓம் என்றவாறிருக்க, வேறு சிலர் பாடுவர்)

 நெஞ்சுக்கு நீதியும் தோளுக்கு வாளும்
 நிறைந்த சுடர்மணிப் பூண்.
 பஞ்சுக்கு நேர் பல துன்பங்களாம் இவள்
 பார்வைக்கு நேர் பெருந் தீ...

(சட்டென்று வெளிச்சம் பரவி, மேடையில் சிதறினாற்போல உட்கார்ந்திருக்கும் இளைஞர்கள் புலனாகின்றனர். எல்லாரும் ஒவ்வொருவராக, "தீ" என்று வலது கையை உயர்த்திய வண்ணம் கூவுகின்றனர்–தீ பரவுவது போன்ற உருவகம்)

இளைஞர்கள்: (ஒவ்வொருவராக)

தீ! தீ! தீ! தீ!
தீ! தீ! தீ! தீ!

(கையை உயர்த்திய நிலையில் இளைஞர்கள் உறைந்து போகிறார்கள்)

பின்னணியில் ஒற்றை ஆண் குரல்:

தழல் வீரத்தில் குஞ்சென்றும் மூப்பென்றும் உண்டோ?
அக்கினிக் குஞ்சொன்று கண்டேன்...

கோரஸ், எதிரொலி போல:

அக்கினிக் குஞ்சொன்று கண்டேன்...

(இதையடுத்து இளைஞர் அணியின் நான்கு மூலைகளிலும் உள்ள இளைஞர்கள் ஒவ்வொருவராக விரைப்பான பாணியில்–சாவி கொடுத்த பொம்மைகள் போல்– எழுந்து நின்று அவரவர் வரிகளைச் செய்தி வாசிப்பு போன்ற சீரான தொனியில் கூறவேண்டும். மேடையில் பின்புறமாய் இருப்பவர்களிடமிருந்து தொடங்கலாம்.)

பின்புறத்து மூலை இளைஞன் 1:

(எழுந்து நின்று) **1911ஆம் ஆண்டு ஜூன் மாதம் 17ஆம் தேதியன்று மணியாச்சி ஜங்ஷனில் கொடைக்கானலுக்குச் செல்லும் ரயிலில் உட்கார்ந்திருந்த கலெக்டர் ஆஷை வாஞ்சி பட்டப் பகலில் சுட்டுக் கொலை செய்தான்.**

பின்னணியில் கோரஸ்:

அக்கினிக் குஞ்சொன்று கண்டேன் -
தத்தரிகிட தத்தரிகிட தித்தோம்!
தத்தரிகிட தத்தரிகிட தித்தோம்!

பின்புறத்து மூலை இளைஞன் 1:

(எழுந்து) **யாரும் அவனைப் பிடிக்க வருமுன் வாஞ்சி தன்னைத்தானே சுட்டுக் கொண்டு இறந்தான்.**

பின்னணியில் கோரஸ்:

தத்தரிகிட தத்தரிகிட தித்தோம்!
தத்தரிகிட தத்தரிகிட தித்தோம்!

முன்புறத்து மூலை இளைஞன் 1:

(எழுந்து) இந்தக் கொலை தொடர்பாக அபிநவ பாரத சமாஜத்தை சேர்ந்த இளைஞர்கள் பலர் திருநெல்வேலி ஜில்லாவில் கைது செய்யப்பட்டனர்...

(போலீஸ் விசில் ஒலி. திபுதிபுவென மேடைமீது போலீசார் வருகின்றனர். உறைந்தாற் போல உட்கார்ந்திருந்த இளைஞர்களின் கையைப் பிடித்து தரதரவென்று இழுத்துச் செல்கின்றனர். சில போலீசார் மேடையிலேயே தங்கி, இங்குமங்கும் ஏதோ தேடுவது போல் பாவனை செய்து, கீழே தரையிலிருந்து சில 'துண்டுப் பிரசுரங்களைப்' பொறுக்கி எடுக்கின்றனர். மூலை இளைஞர்கள் மட்டும் அப்படியே அவரவர் இடத்தில் அசையாமல் நின்றிருப்பார்கள்)

முன்புறத்து மூலை இளைஞன் 2:

(எழுந்து) கைது செய்யப்பட சில இளைஞர்களின் வீடுகளைப் போலீசார் சோதனையிட்டபோது அங்கே அவர்களுக்குப் பாரதியின் நூல்கள் சில கிடைத்தன. இதனால் பாரதிக்கும் இந்தக் கொலைக்கும் தொடர்பு உண்டென சென்னைப் போலீஸார் முடிவு செய்தனர். பாரதியின் 'கனவு', 'ஆறில் ஒரு பங்கு' என்ற இரு நூல்களும் தடை செய்யப்பட்டன. ஃபிரெஞ்சுப் பிரதேசமான புதுச்சேரியில் அடைக்கலமாகியிருந்த பாரதியைப் பிடித்து தம்மிடம் ஒப்படைப்பவர்களுக்கு ஆயிரம் ரூபாய் பரிசு தருவதாக சென்னைப் போலீஸார் அறிவித்தனர்.

(உரத்த ட்ரம்ஸ் ஒலி, 'காட் ஸேவ் தி கிங்' மெட்டு. மூலை இளைஞர்கள் மேடையிலிருந்து வெளியேறல். 'பாரதி, ஆயிரம் ரூபாய். பாரதி ஆயிரம் ரூபாய்' என்ற சற்றே தெளிவான, சற்றே குழப்பமான கூச்சல்கள். பிறகு ஒரு ஒற்றை ஆண் குரல், சன்னமாகத் தொடங்கி பின், மெல்ல மெல்லப் பெரிதாகக் கேட்கும்)

பாட்டொலி:

தகத்தகத்தகத்தகதக வென்றாடோமோ?-சிவ
சக்தி சக்தியென்று பாடோமோ?
அகத்தகத்தகத்தினிலே உள் நின்றாள்-அவள்
அம்மையம்மையெம்மை நாடு பொய் வென்றாள்

(ஸ்பாட் லைட். மேடைக்குள் மேற்சொன்ன பாட்டைப் பாடி ஆடியவாறு பிரவேசிக்கும் குடுகுடுப்பாண்டி–'அம்மையம்மையெம்மை நாடு பொய் வென்றாள்'

என்று மீண்டும் மீண்டும் பாடியவாறு குடுகுடுப்பாண்டி நடனம். திடீரென பாதி நடனத்தில் அவன் உறைந்து போக, மறுபடி)

கூச்சல்கள்: 'பாரதி ஆயிரம் ரூபாய், பாரதி ஆயிரம் ரூபாய், பாரதி ஆயிரம் ரூபாய்...'

(மேடையில் வெளிச்சம். மேடைக்குள் இருவர் 'பாரதி ஆயிரம் ரூபாய், பாரதி ஆயிரம் ரூபாய், பாரதி ஆயிரம் ரூபாய்' என்று மாறி மாறிக் கூவிய வண்ணம் பிரவேசிக்கின்றனர். குடுகுடுப்பாண்டியை பார்த்ததும் சட்டென்று மௌனமாகி ஒருவரையொருவர் பார்த்து வாய் மேல் விரலை வைத்துச் சைகை செய்கின்றனர். குடுகுடுப்பாண்டி அவர்களை நெருங்குகிறான்.)

குடுகுடு: என்னப்பா சங்கதி? என்னவோ ஆயிரம் ரூபாய், ஆயிரம் ரூபாய்னு சொல்லிட்டிருக்கீங்க...!

ஆள் 1: அதுவா? அது வந்து... ஒண்ணுமில்லை அண்ணே! ஆயிர ரூபா... அதாவது ஆயிர ரூபா... (திணறியவாறு இன்னொரு ஆளைப் பார்க்க, அவன்)

ஆள் 2: ஹிஹிஹி... எங்கேயாவது ஒரு ஆயிர ரூபா அதாவது ஆயிர ரூபா... (திணறியவாறு இன்னொரு ஆளைப் பார்க்க, அவன்)

ஆள் 2: ஹிஹிஹி... எங்கேயாவது ஒரு ஆயிர ரூபா கிடைச்சா எவ்வளவு நன்னாயிருக்கும்னு பேசிக்கிட்டோம்...

ஆள் 1: ஆமாங்க ஆமாங்க, அதைப் பத்தித்தான் பேசிட்டிருந்தோம்...

குடுகுடு: அப்புறம் ஏதோ பாரதி, பாரதின்னு வேறே சொல்லிட்டிருந்தீங்க?

ஆள் 1: ஹிஹிஹி... அதுவா, அது வந்துங்க...

ஆள் 2: அதாவதுங்க, எங்க காதிலே ஒரு செய்தி வுளுந்துதுங்க...

ஆள் 1: ஆமாங்க, வுளுந்துதுங்க... நாங்க சும்மா இப்படி வந்துகிட்டிருந்தோம். அப்ப எங்க காதிலே வுளுந்துது...

ஆள் 2: யாரோ பேசிகிட்டாங்க, அது எங்க காதிலே வுளுந்துது...

ஆள் 1: எங்களுக்கு யாரையும் காட்டிக் கொடுக்கற வழக்கமில்லீங்க. யாரோ பேசிகிட்டாங்க, இப்படிப் பேசிக்கறாங்களேன்னு அதைப் பத்தி நாங்க பேசிகிட்டோம்...

ஆள் 2: ஆமாங்க, ஆமாங்க, காதிலே இப்படி விழுந்ததேன்னு அதைப்பத்திப் பேசிக்கிட்டோம்...

குடுகுடு: அட காதிலே என்ன விளுந்துதுன்னு சொல்லுவீங்களா, என்னவோ வளவளன்னு!

ஆள் 1: (ஆள் 2 ஐப் பார்த்து) சொல்லிவிடலாமா?

ஆள் 2: சொல்லிடலாம்!

ஆள் 1: (குடுகுடுப்பாண்டியிடம்) அண்ணே! இந்தப் புதுச்சேரியிலே- பாரதி, பாரதின்னு ஒரு ஆளு இருக்காராமில்லே?

குடுகுடு: ஆமா, இருக்காரு...

ஆள் 2: அந்த ஆளை எப்படியாவது பிடிச்சி மெட்ராஸுக்குள்ளாற கொண்டு சேக்கறவங்களுக்கு ஆயிரம் ரூபா கொடுக்கிறதா மெட்ராஸ் போலீஸ் சொல்லியிருக்கு...

ஆள் 1: (ஆள் 2 ஐப் பார்த்து ஏக்க அபிநயத்துடன்) ஆயிரம் ரூபா!

ஆள் 2: (அதே அபிநயத்துடன்) ஆயிரம் ரூபா!

(இருவரும் அதே அபிநயத்தில் உறைந்துபோக, இருள். மீண்டும் வெளிச்சம் வரும்போது, பாரதியும், ஐயரும் மேடை நடுவே சதுரங்கம் ஆடிக் கொண்டிருக்கிறார்கள். பாரதிக்கு அருகில் குவளைக் கண்ணனும், ஐயருக்கு அருகில் நாகசாமியும், மெய்க்காப்பாளர்கள் போல அமர்ந்திருக்கிறார்கள். சற்றுத் தள்ளி சகுந்தலா பாப்பா–4 வயது–ஒரு கிருஷ்ணன் பொம்மையுடன் விளையாடிக் கொண்டிருக்கிறாள்.)

(குவளைக் கண்ணன் 'பாஞ்சாலி சபதம்' கையெழுத்துப் பிரதியிலிருந்து உரக்கப் படித்துக் கொண்டிருக்கிறான்)

குவளை: காயுருட்டலானார்-சூதுக்
கனி தொடங்கலானார்
மாயமுள்ள சகுனி-பின்னும்

வார்த்தை சொல்லுகின்றான் -
'நீ யழித்ததெல்லாம்-பின்னும்
நின்னிடத்து மீளும்.
ஓய்வடைந்திடாதே-தருமா!
ஊக்கமெய்து' கென்றான்...

ஐயர்: (பாரதியிடம்) உம்... பாரதி! சீக்கிரம்... உன்னுடைய ஆட்டந்தான்...

பாரதி: என்னத்தை ஆடுகிறது? என்னுடைய மந்திரி, யானை, குதிரை, சேனாபதி, எல்லாவற்றையும்தான் வெட்டி விட்டீர்... ஐயரே! இந்தக் கொலை அடுக்குமா?

ஐயர்: வீரர்கள் இருக்கிறார்களே! ஒன்று, இரண்டு, மூன்று, நாலு... அடேயப்பா! எத்தனை வீரர்கள்!

குவளை: "நாட்டு மாந்தரெல்லாம்-தம் போல்
நரர்களென்று கருதார்.
ஆட்டு மந்தையா மென்-றுலகை
அரசரெண்ணி விட்டார்

பாரதி: (சிரித்தவாறு) ஆட்டு மந்தை!... சரி ஒரு ஆட்டை நகர்த்துகிறேன்...

(காயை நகர்த்துகிறார், அதே சமயத்தில் குவளைக் கண்ணன் ஆட்டு மந்தை ஆட்டு மந்தை என்று மீண்டும் மீண்டும் சொல்லியவாறு வாசல் பக்கம் வருகிறான், பிறகு)

குவளை: இந்த ஜனங்கள், புத்திசாலித்தனமில்லா விட்டால், வெறும் ஆட்டு மந்தையாக இருக்கிறார்கள்... கொஞ்சம் புத்திசாலித்தனம், வந்துவிட்டால் சரியான குள்ளநரிகளாக மாறி விடுகிறார்கள்... நரியுயிர்ச் சேவகர் தாதர்... நாயெனத் திரி ஒற்றர்...

(சற்றுமுன் வந்த ஆள் 1, ஆள் 2 இருவரும் மீண்டும் மேடையில் பிரவேசிக்கிறார்கள். எட்டி எட்டிப் பார்த்தவாறும் அதே சமயத்தில் ஒருவரை மற்றவர்–எச்சரிக்கை செய்யும் பாவனையில்–பின்னுக்குத் தள்ளியவாறும்.)

ஆள் 1: (குவளைக் கண்ணன் நிற்குமிடத்தைச் சுட்டிக் காட்டியவாறு) அதோ! அதோ பாத்தியா. அதுதான் அண்ணே பாரதி வீடு!

ஆள் 2: ஆமாம், வாசல்லே தடியன் கணக்கா ஒருத்தன் நிற்கிறானே அவன் யார்?

ஆள் 1: அவனா? அதையேன் கேக்கறே... அந்த ஆளு பேரு கிருஷ்ணன்... சதா பாரதியோடேயே ஒண்டிகிட்டிருக்கான்... அவன் கொஞ்ச நேரம் அந்த பக்கம், இந்த பக்கம் போனா நாம் பாரதியை அலக்காகத் தூக்கிட்டுப் போயிரலாம்...

ஆள் 2: தூக்கிட்டுப் போயி, மெட்ராஸ் போலீஸ் கையிலே ஒப்படைச்சி, ஆயிரம் ரூபாய் வாங்கிட்டு வந்துரலாம்...

ஆள் 1: ஆனா இந்த ஆளு பாரதிகூடவே கோந்து போல ஒட்டிக்கிட்டிருக்கானே!

ஆள் 2: (ஏக்க அபிநயத்துடன்) ஆயிரம் ரூபாய்...

ஆள் 2: (அதே ஏக்க அபிநயத்துடன்) ஆயிரம் ரூபாய்...

(இருவரும் போகிறார்கள், இவர்களுடைய சம்பாஷணையின் போது "உறைந்து" போயிருந்த சதுரங்க ஆட்டக்காரர்கள் மீண்டும் உயிர் பெறுகிறார்கள்.)

ஐயர்: (இன்னொரு காயை நகர்த்தி) செக்!

(பாரதியால் தன் "ராஜா"வைக் காப்பாற்ற முடியவில்லை. ஐயரைப் பார்த்து, தலையை ஆட்டியவாறு)

பாரதி: உம்... மறுபடி நீர் ஜெயித்து விட்டீர்... இன்னொரு ஆட்டம் ஆடுவோமே? இன்றைக்கு நான் ஒரு ஆட்டங்கூட ஜெயிக்கவில்லை...

ஐயர்: போதும்... அங்கே வீட்டில் கம்பன் காத்திருப்பான்...

பாரதி: கம்பனா? (மீசையைத் தடவியவாறு) நானும் வருகிறேன்... (உல்லாச பாணியில், மல்யுத்தம் செய்வது போல் கைகளைக் காட்டி) கம்பனோடு போர் செய்கிறேன்...

ஐயர்: கம்பன் இப்போது தாந்தேயுடனும் மில்டனுடனும் வால்மீகியுடனும் போரிட்டுக் கொண்டிருக்கிறான்.

பாரதி: ஓ!

ஐயர்: இந்தக் கவிகள் எல்லாரையும்விடக் கம்பன் சிறந்தவன் என்று நிரூபிக்கும் ஒரு புத்தகம் எழுதிக் கொண்டிருக்கிறேன்...

பாரதி: உம்... சோழர்களுக்குக் கம்பன்தான் உசத்தி... இருங்கள், என்னுடைய பாஞ்சாலி சபதம் முழுவதும் முடியட்டும்... அப்புறம் இந்தப் பாண்டியனைத் தெரிந்து கொள்வீர்கள்...

குவளை: (காகிதங்களைப் படித்தவாறே மீண்டும் உள்ளே வந்து)

"சொல்வதோர் பொருள் கேளாய்;-இன்னுஞ்
சூழ்ந்தொரு பணயம் வைத்தாடுதியேல்,
வெல்வதற் கிடமுண்டாம்;-ஆங்கவ்
வெற்றியிலனைத்தையும் மீட்டிடலாம்..."

பாரதி: (குவளையின் கையிலிருந்து தன் காகிதங்களை மீட்டு அந்தக் காகிதங்களை ஆயுதம் போல உயரத் தூக்கி காட்டி) ஆங்கவ் வெற்றியிலனைத்தையும் மீட்டிடலாம்!

உள்ளேயிருந்து செல்லம்மா:
பாப்பா! பாப்பா!

(சகுந்தலா காதில் விழவில்லை. அவள் கிருஷ்ணன் பொம்மையுடன் விளையாடுவதிலேயே மும்முரமாக இருக்கிறாள்.)

செல்லம்மா: பாப்பா! (என்று கூப்பிட்டவாறு வீட்டுக்குள்ளிருந்து வரும் பாவனையில் அரங்கத்துக்குள் வருகிறாள். மடிசார்க்கட்டு, வயது 23, வீட்டுக் காரியத்தில் மூழ்கியிருக்கும், அதுவே உலகமென இயங்கும் பரபரப்பும் முக்கியத்துவமும் முகத்தில்) பாப்பா! சாப்பிட வா!

சகுந்தலா: அம்மா! நான் எப்படிம்மா வரது?

செல்லம்மா: ஏன்? என்ன ஆச்சு?

சகுந்தலா: என் மடியிலே கிருஷ்ணர் தூங்கறார்மா.

செல்லம்மா: அவரை மெல்ல எடுத்துத் தரையிலே படுக்க வச்சுடு.

சகுந்தலா: அம்மா! பயம்மாயிருக்கும்மா... முழிச்சுண்டுடுவார்...

செல்லம்மா: முழிச்சுக்க மாட்டார், கீழே எடுத்து வை.

சகுந்தலா: இல்லைம்மா, முழிச்சுண்டுடுவார்.

(குவளைக் கண்ணன் சகுந்தலாவின் அருகே போய் உட்காருகிறான். இருவரும் சிநேகிதமான புன்னகைகளைப் பரிமாறிக் கொள்கிறார்கள். சகுந்தலா சத்தம் போட வேண்டாமென்ற பாவனையில் 'ஷ்' என்று காட்டுகிறாள். குவளைக்கண்ணனும் அதே போலச் சைகை காட்டுகிறான்.)

செல்லம்மா: (சலிப்புடன், பாரதியைப் பார்த்து) அவளை சித்தே சாப்பிட, வரச் சொல்லுங்களேன்...

பாரதி: பாவம் ஏதோ விளையாடிக் கொண்டிருக்கிறாள். விளையாடட்டுமே! பசிக்கிறபோது அவளே சாப்பிட வருவாள்...

செல்லம்மா: அவளுக்குப் பசிக்கிறபோது அவள் சாப்பிட வருவாள்... உங்களுக்குப் பசிக்கிறபோது நீங்கள் சாப்பிட வருவேள்... எனக்கு நாள் முழுதும் சோத்துப் பாத்திரத்தைப் எடுக்கறதும், வைக்கிறதும்தான் ஜோலி.

பாரதி: வேண்டாம் செல்லம்மா... நீயும் எதுவுமே செய்ய வேண்டாம்... நீயும் எங்களோடு உக்காந்து பேசிக் கொண்டிறேன்... (ஐயரிடம்) போலீஸ் ஒற்றர்களெல்லாம் செல்லம்மாவிடம் பிச்சை வாங்கணும்... தினசரி இந்தப் புதுச்சேரியிலே எங்கே என்ன நடக்கிறது, யார் என்ன பேசினார்கள், எல்லாம் ஒண்ணு விடாமல் செல்லம்மாள் வாயிலாக எனக்குத் தெரிஞ்சு போயிடும்...

செல்லம்மா: ஆமாம், ஊர்ப்பேச்சையெல்லாம் செல்லம்மாள் தானே கேக்க வேண்டியிருக்கு? உங்களுக்கென்ன, தோப்பு, கடற்கரைன்னு எங்கேயாவது போய் உக்காந்துருவேள்...

பாரதி: கடல் அலைகள், மாந்தோப்பிலே பாடற அந்தக் குயில்-இதெல்லாம் தினம் என்னிடம் புதிசு புதிசாக ஏதோ சொல்கின்றன... ஆனால் ஊர் ஜனங்கள் பேச்சிலே புதிசாக எதுவுமே இல்லையே செல்லம்மா!

(குயில் கூவும் ஓசை. பெண் குரலில் பாட்டு)

"கத்தும் குயிலோசை சற்றே வந்து காதிற்பட வேண்டும்..."

செல்லம்மா: தங்கம்மாளைப் பத்தி தினம் யாராவது கேக்கிறா?

பாரதி: என்ன கேக்கிறா?

செல்லம்மா: அவளுக்கு இன்னும் கல்யாணம் பண்ணலையான்னு கேக்கிறா, வேறென்ன கேப்பா...? (ஐயரிடம்) தங்கம்மாளுடைய கல்யாணப் பேச்சை எடுத்தாலே இவருக்குக் கோபம் பொத்துண்டு வந்துடறது...

பாரதி: கோபம் வராமல் என்ன செய்யும்? அவளுக்கு இப்பத்தான் எட்டு வயசாகிறது... கல்யாணம்னா என்னன்னுகூட அவளுக்கு தெரியாது... இப்பவே அவளுக்கு ஒரு பொம்மைக் கல்யாணம் செய்யணுமா? - பைத்தியக்காரத்தனம்!

செல்லம்மா: ஊரிலே இருக்கிறவா செய்யறதெல்லாம் உங்களுக்குப் பைத்தியக்காரத்தனம்... நீங்க செய்யறதெல்லாந்தான் சரி... யதுகிரிக்கு இப்ப கல்யாணம் நடக்கலையா? அவளுக்கு எட்டோ ஒம்போதோ வயசுதானே?

(கெட்டி மேளம் ஒலிக்கிறது. நாதசுர வாசிப்பு. பிறகு சட்டென்று இது நிற்கிறது)

பாரதி: (பெருமூச்சுடன்) பாவம் யதுகிரி...! சே! என்ன கொடுமை...! (ஐயரைப் பார்த்து) மணமேடையில் உட்கார்ந்திருந்த அவளைப் பார்க்கும் போது எனக்கு எவ்வளவு வருத்தமாயிருந்தது தெரியுமா?

(மேடையில் பின்புறத் தளத்தில் - உயர்ந்த மட்டத்தில் - மணமகள் கோலத்திலுள்ள யதுகிரி கையில் மாலையுடன் மெல்ல மெல்லப் பிரவேசம்...)

பாரதி: என்னால் அழுகையை அடக்கவே முடியவில்லை.

(மறுபுறத்திலிருந்து மணமகன் கையில் மாலையுடன் வர, இருவரும் மேடையின் நடுப்புறத்தில் சந்தித்து, ஒருவருக்கொருவர் மாலையிடுகிறார்கள். பின்னணியில் கெட்டி மேளம்; மாங்கல்யதாரணம்... பாரதி, துக்கத்துடன் போராடிய வண்ணம், உட்காருகிறார்.)

பாரதி: புத்திசாலிப் பெண் யதுகிரி... என்னுடைய பாட்டுகளெல்லாம் அவளுக்கு மனப்பாடம்... பள்ளிக்கூடம் போகணும்... நிறையப் படிக்கணும், என்றெல்லாம் அவளுக்கு ரொம்ப ஆசை... பாவம்! இனி படிப்பாவது ஒன்றாவது!

(மணமகள் யதுகிரியும் மணமகனும் மெல்லமெல்ல அரங்கத்தை விட்டு வெளியேறுகின்றனர்.)

பின்னணியில் (கோரஸ்)*:* (பெண்கள் கும்மி)

வற்புறுத்திப் பெண்ணைக்கட்டிக் கொடுக்கும்
வழக்கத்தைத் தள்ளி மிதித்திடுவோம்!
(மெல்ல மெல்ல இறங்கும் தொனி)

மிதித்திடுவோம்... மிதித்திடுவோம்...

செல்லம்மா: சாஸ்திரம்னு ஒண்ணு இருக்கோல்லியோ...? பெண்களுக்கு எட்டு, பத்து வயசிலேயே கல்யாணம் பண்ணிடணும்னு சாஸ்திரத்திலேயே சொல்லியிருக்கே...!

பாரதி: சாஸ்த்திரத்திலேயா? சொல்லியிருக்கா? (பெரிதாகச் சிரிக்கிறார்)

பொய்யெழுக்கை யறமென்று கொண்டும்
பொய்யர் கேலியைச் சாத்திர மென்றும்
ஐயகோ, நாங்கள் பாரத நாட்டில்
அறிவிலாரறப் பற்று மிக்குள்ளோர்...

(அயர்வுடன், சலிப்புடன்) செல்லம்மா! இவையெல்லாம் பொய்ச் சாத்திரங்கள்... வேதங்கள்தான் உண்மை. வேதநெறிதான் உண்மை நெறி. கண்வமகரிஷி இருந்தாரே, அவருக்கு தெரியாத சாஸ்திரமா? மற்ற ரிஷிகள்கூடத் தங்களுக்கு சாஸ்திரங்களில் சந்தேகம் வந்தால் கண்வரிடம்தான் கேட்பார்களாம். அப்படிப்பட்ட ஆச்சாரியார் அவர்-குலபதி... அந்தக் கண்வமகரிஷி தன் பெண் சகுந்தலா அத்தனை பெரியவளான பிறகும் அவளுக்குக் கல்யாணம் செய்யாமல்தானே வைத்திருந்தார்? அது தவறென்றால் அப்படிச் செய்திருப்பாரா? யோசிச்சுப் பாரு...

செல்லம்மா: எங்க அப்பாவும் தாத்தாவும் சொன்னதெல்லாம்தான் எனக்கு வேதம்.

பாரதி: (உலர்ந்த சிரிப்பு) முன்னோர்கள் சொன்ன ஒவ்வொன்றும் இவளுக்கு வேத வாக்கு... இவளைப் போன்றவர்கள்தான் இந்த நாட்டில் ஏராளமாக இருக்கிறார்கள். (பெருமூச்சு)

"முன்பிருந்ததொர் காரணத்தாலே
மூடரே, பொய்யை மெய் எனலாமா?
நீர் பிறக்குமுன் பார்மிசை மூடர்
நேர்ந்ததில்லையென-நினைந்தீரோ?"

ஐயர்: பாரதி! சரியோ தப்போ... செல்லம்மாளுக்கும் சில நம்பிக்கைகள் இருக்கின்றன. அவை ஒவ்வொன்றும் தவறு, மூடத்தனம் என்று நீ சொல்லிக் கொண்டேயிருந்தால் விரோதம்தான் மிஞ்சும். கொஞ்சம் விட்டுத்தான் பிடிக்கணும். ஸ்திரீகளிடம் நாம் கொஞ்சம் பொறுமையாகத் தானிருக்கணும், வேற வழியில்லை.

செல்லம்மா: இவருக்குப் பொறுமையே கிடையாது.

பாரதி: பொறுமையா இருந்து இருந்துதான் நம் தேசம் குட்டிச்சுவராய்ப் போய்விட்டது. அதர்மத்தைக் கொல்வதுதான் வீரமென்று நீரும், ஸ்ரீநிவாஸாச்சாரியாரும் நினைக்கிறீர்கள், இல்லை! அஞ்ஞானத்தைக் கொல்வது அதை விடவும் வீரமான செயல். அஞ்ஞானத்தின் படைகள் எல்லையில்லாதவை. இந்தப் படைகளைத் தோற்கடிப்பதற்கு வீரம் வேண்டும், திடமும் பராக்கிரமும் வேண்டும்...

ஐயர்: துணிச்சல்...

பாரதி: ஆமாம், துணிச்சல் (கையை உயர்த்தி) தைரியம்.

ஐயர்: எனக்கு அந்தத் தைரியமில்லை. அஞ்ஞானம் என் கோபத்தையல்ல, அனுதாபத்தைத்தான் தூண்டுகிறது...

பாரதி: தவறு! மிகப் பெரிய தவறு! அஞ்ஞானத்தைப் பார்த்து அனுதாபப் படாதீர். அஞ்ஞானத்தை மன்னிக்காதீர். இது பெரிய ஆபத்தில் கொண்டு விடும்... உம்ம சொந்த மனைவியே ஆனாலும் சரி, அஞ்ஞானத்தை

இரக்கமின்றி வெட்டிப் போடுவதுதான் பிராமணனாகிய உமது கடமை...

ஐயர்: என்னால் அப்படி இரக்கமின்றி இருக்க முடியவில்லை. பாக்கியம்... பாக்கியமும் செல்லம்மாளைப் போலத்தான், படு ஆசாரக்காரி...

செல்லம்மா: எனக்கு மேலே ஆசாரமும் மடியும் உள்ளவள் அவள்...

ஐயர்: ஆமாம்... இங்கே பாரதிக்குக் கோபம் வருகிறதைப் போலத்தான் எனக்கும் எங்க வீட்டிலே சில சமயங்களிலே அடக்க முடியாமல் கோபம் வரும்... எதுக்கெடுத்தாலும் ஒரு மடி, ஒரு தீட்டு; என்ன பைத்தியக்காரத்தனம், அப்படின்னு தோணும்... ஆனா உடனேயே இந்தக் கோபம் அனுதாபமா மாறிடும். ஐயோ, பாவம், அப்படின்னு தோணும். ஐயோ பாவம், இவள் இதெல்லாம்தான் நிஜம், இதெல்லாம்தான் சாஸ்திரம்னு நினைக்கிறா... நினைச்சுப் போகட்டும்! அப்படீன்னு நினைச்சு பேசாமல் இருந்துடுவேன்.

செல்லம்மா: இவர் அப்படிப் போனால் போகிறதுன்னு விடவே மாட்டார்... வீட்டிலே இருக்கிற நேரமெல்லாம் சதா என்னைக் கண்டிக்கறதும் திருத்தறதும்தான் இவருக்கு ஜோலி... இவர் சொல்றதையெல்லாம் நான் சரின்னு ஒத்துக்கணும். நான் ஏதாவது சொன்னால் அதை மட்டும் இவர் ஒத்துக்கவே மாட்டார்.

பாரதி: செல்லம்மா, நீ அப்படி என்ன சொல்லி, அதை நான் ஒத்துக்காமல் இருந்தேன்?

செல்லம்மா: இப்ப அந்தக் கதையெல்லாம் எதுக்கு-இவாளுக்கு முன்னாலே?

பாரதி: பரவாயில்லை சொல்லு.

செல்லம்மா: பூணூலை ஏன் கழட்டி வச்சுட்டேள், பிராமணாளுக்கு பூணூல் தானே முக்கியம்னு கேட்டேன். நீங்க அதை ஒத்துக்கலை. பூணூல் இல்லாமல்தான் இருப்பேன்னு பிடிவாதமா இருக்கேள்.

பாரதி: பூணூல்! (சிரிக்கிறார்) செல்லம்மா! பூணூலுக்கு அர்த்தம் தெரியுமா உனக்கு? ராஜாவுக்கு செங்கோல் மாதிரி பிராமணனுக்கு பூணூல்... வேதங்களைப் படிச்சு ராஜாவுக்கும், ஜனங்களுக்கும் ஞானம் புகட்டினவனை அந்தக் காலத்திலே பிராமணனாகச் சொன்னார்கள். அந்தப் பிராமணன் உடம்பிலே பூணூல் அறிவுக்கு அடையாளமாய் ஜொலிச்சுது. ஆனால், இந்தக் காலத்திலே...

பின்னணியில் கோரஸ்: (ஆண்கள்)

இந்நாளிலே பொய்மைப் பார்ப்பார்-இவர்
ஏது செய்துங்காசு பெறப் பார்ப்பார்.

பாரதி: (தொடர்ந்து)... இந்தக் காலத்திலே பூணூலுக்கும் அறிவுக்கும் சம்பந்தமேயில்லை. என்னைப்போல நிஜமாகவே வேதம் படிச்சவனும் ஞானமுள்ளவனும் இனி மேல் பூணூல் மாட்டிக்காமல் இருக்கிறதே நல்லது.

செல்லம்மா: பூணூல் வேண்டாம்னு சொல்றேள். ஆனா நீங்களே அன்றைக்கு அந்தக் கனகலிங்கத்துக்கு ஒரு பூணூலை மாட்டிவிட்டேள்-அது எதுக்காக?

ஐயர்: கேட்க வேண்டிய கேள்வி... நானும் இதே கேள்வியைத்தான் இவரிடம் கேட்டேன்.

பாரதி: நீர் அப்படிக் கேட்டவுடனே நான் என்ன பதில் சொன்னேன், நினைவிருக்கா?

ஐயர்: நான் ஊரறிஞ்ச பார்ப்பான். ஆனால் இவன் புதிய பார்ப்பான், அதனாலே இவனுக்குப் பூணூல் அவசியம், என்று சொன்னாய்...

பாரதி: ஆமாம்-புதிய பார்ப்பான்... பழைய பார்ப்பான்கள் பிரயோசனமில்லை ஓய்! நம்ம ஜாதிக்காராளுக்கு நாம எதுவும் சொல்லிக் கொடுக்க முடியாது. சொன்னால் அவர்கள் கேட்டுக்கப் போவதில்லை... நம்ம சொந்த மனைவிமாரே கேட்டுக் கொள்வதில்லையே! பொய்ச் சாத்திரமே அவர்களுக்குப் பழகி விட்டது.

அவர்களுடைய ரத்தத்தில் ஊறிவிட்டது... ஆனால் கனகலிங்கம்-பார்ப்பான்களும், பிள்ளைமார்களும் இன்னும் எத்தனை எத்தனையோ பேர்களும் தீண்டத் தகாதவன் என்று விலக்கி வைக்கும் கனகலிங்கம்...

(விளக்குகள் மங்கலாகின்றன. மேடையின் பின்தளத்தில் பூணூல் அணிந்த கனகலிங்கம் பிரவேசிக்க, பின்னணியில் காயத்ரி மந்த்ரம்)

பின்னணியில் கோஷம்:

ஓம் பூர்ப்புவஸ்ஸுவஹ
தத்ஸவிதுர்வரேணியம்
பர்கோதேவஸ்யதீமஹி
தியோயோனஹ் ப்ரசோதயாத்...

பாரதி: கனகலிங்கம் தன் தோழர்களுக்குச் சொல்லித் தர முடியும். அவர்கள் அவன் சொல்வதைக் கேட்பார்கள்...

(கனகலிங்கத்தின் தோழர்கள் வலது புறத்திலிருந்தும், இடது புறத்திலிருந்தும் பிரவேசித்து அவன் காலடியில் உட்காருகிறார்கள்)

அவர்களுக்குப் பொய்ச்சாத்திரம் எதுவும் தெரியாதல்லவா. எனவே கனகலிங்கம் அவர்களுக்கு நிஜமான சாத்திரங்களையே கற்றுத் தர முடியும். அவர்களை உயர்த்த முடியும்...

பின்னணியில் பாட்டு, சன்னமாக:

ஜெய பேரிகை கொட்டடா... கொட்டடா
ஜெய பேரிகை கொட்டடா.. (ஜெய)

பாரதி: (தொடர்ந்து) நாமெல்லாம் சுவர்களுக்குள் அடைபட்டு விட்டோம். இயற்கையை மறந்து விட்டோம். ஆனால் இவர்கள் ஏழைகள்... இயற்கையை, பராசக்தியை ஒவ்வொரு கணமும் தரிசிக்கிறார்கள்...

பின்னணியில் பாட்டு: (ஆண்களும் பெண்களும்)

ஆண்கள்: காக்கை குருவியெங்கள் ஜாதி-நீள்
கடலு மலையுமெங்கள் கூட்டம்

பெண்கள்: இரவியினொளியிடைக் குளித்தோம் -

ஒளியின்னமுதினையுண்டு களித்தோம்.

பாரதி: இவர்கள் உண்மையான வேத வாழ்க்கை வாழ்வார்கள். வேத ரிஷிகளைப் போல. இயற்கைக்கு நடுவில்...

பின்னணியில் பாட்டு:

வியனுலகனைத்தையும் அமுதென நுகரும்
வேத வாழ்வினைக் கைபிடித்தோம்...

பாரதி: இவர்கள்தான் இனி பிராமணர்கள்!

பின்னணியில் பாட்டு:

ஜெய பேரிகை கொட்டடா!-கொட்டடா
ஜெய பேரிகை கொட்டடா!

(கனகலிங்கமும், தோழர்களும் மேடையிலிருந்து வெளியேறுகின்றனர். விளக்குகள் மீண்டும் பிரகாசமடைகின்றன)

பாரதி: அறிவை வளர்த்திட வேண்டும்... மக்கள் அத்தனை பேருக்கும் ஒன்றாய் அறிவை வளர்த்திட வேண்டும்... சிறியோரை மேம்படச் செய்தால் பின்பு தெய்வம் எல்லாரையும் வாழ்த்தும்... இந்த ஜனங்களுடைய அறியாமையைப் போக்க ஒரு பெரும் படை திரட்ட வேண்டும்!

பின்னணியில் பாட்டு

ஆண்கள்: பொய்மைப் பாம்பைப் பிளந்துயிரைக் குடித்தோம்!
பொய்மைப் பாம்பைப் பிளந்துயிரைக் குடித்தோம்!

பெண்கள்: ஒளியின்னமுதினையுண்டு களித்தோம்!
ஒளியின்னமுதினையுண்டு களித்தோம்!

பாரதி: நிறையத் தொண்டர்கள் வேண்டும்... அறியாமையை அகற்றுவதற்கு... கிருஷ்ணா! நாகசாமி!

(குவளைக் கண்ணனும், நாகசாமியும் விநயமாக அவர் முன் வந்து நிற்கின்றனர்)

பாரதி: போங்கள்! பிராமணனுடைய கடமையைச் செய்யுங்கள்-சந்து பொந்துகளிலெல்லாம் அஞ்ஞானத்துடன் போர் தொடுத்து அதை வெட்டிச் சாயுங்கள்!

('பைத்தியங்கள்' என்பது போலத் தலையை ஆட்டியவாறு ஐயர் ஏளனமாகச் சிரிக்கிறார். பிறகு ஒரு ஓரமாக அமர்ந்து தன்னுடன் தானே சதுரங்கம் விளையாடத் தொடங்குகிறார்.)

(குவளைக் கண்ணனும் நாகசாமியும் பாடியவாறு நடனமாடியவாறு அரங்கத்தை விட்டு வெளியேறுகின்றனர்.)

குவளை, நாகசாமி:

ஜெய பேரிகை கொட்டடா!-கொட்டடா!
ஜெய பேரிகை கொட்டடா!

பின்னணியில் கோரஸ்:

வியனு லகனைத்தையும் அமுதென நுகரும்
வேத வாழ்வினைக் கைப் பிடித்தோம்.

குவளை, நாகசாமி:

ஜெய பேரிகை கொட்டடா!-கொட்டடா!
ஜெய பேரிகை கொட்டடா!

(வெளியேறுகிறார்கள்)

செல்லம்மா: இதுதான் சரி... பறைச்சேரி ஜனங்கள் நம்ம வீட்டைத் தேடி வரதுக்குப் பதிலா உங்க சிஷ்யாளை தினசரி அங்கே அனுப்பிச்சுடுங்கோ. அந்த ஜனங்கள் நம்ம வீட்டுக்குள்ளே வந்து உட்காரனும். அவாளுக்கு இங்கே நீங்க சாப்பாடு போடறதும்... எனக்கு இதெல்லாம் கொஞ்சங்கூட பிடிக்கலை.

பாரதி: செல்லம்மா! உன் கணக்குப்படி, அன்றைக்கு நம்ம வீட்டுக்கு ஆர்யா வந்தாரே, அவருக்கும் சாப்பாடு போட்டிருக்கக்கூடாது-அவருக்கு ஏன் போட்டாய்? அவர்தான் கிருஸ்தவ மதத்தில் சேர்ந்து-(புன்னகை) மிலேச்சராகி விட்டாரே!

ஐயர்: (சட்டென்று சதுரங்கத்திலிருந்து தலையைத் தூக்குகிறார். எதற்கோ துழாவுவது போல் கை உயர்கிறது) மிலேச்சர்... மிலேச்சர்... வாஞ்சி அடிக்கடி ஆவேசமாகத் துப்பியெறிந்த வார்த்தை...

பாரதி: ஆமாம்... மூர்க்கமான மத வெறியர்களின் வார்த்தை. அந்த வெறிதான் வாஞ்சியைக் கொலைக்குத் தூண்டியது... அதைத்தான் நான் ஆட்சேபிக்கிறேன்.

பின்னணியில் கோரஸ்:

தத்தரிகிட தத்தரிகிட தித்தோம்!
தத்தரிகிட தத்தரிகிட தித்தோம்!

ஐயர்: நீ கனகலிங்கத்துக்குப் பூணூல் போட்டதும் மத வெறிதான் என்று நான் சொல்கிறேன். (எழுந்து பாரதியை நோக்கி வந்தவாறு) அவன் கிரிஸ்தவனாகி விடுவானோ என்று உனக்குப் பயம்...

பாரதி: பயம் இல்லை, கோபம். பறையன் மிலேச்சன் என்றெல்லாம் ஒதுக்கி வைக்கிற மூடத்தனத்தின் மீது கோபம்...

பின்னணியில் ஒற்றைப் பெண் குரல்:

காக்கை குருவியெங்கள் ஜாதி-நீள்
கடலுமலையுமெங்கள் கூட்டம்...

பாரதி: (தொடர்ந்து) நம் வீட்டுக் குழந்தைகளை நாமே ஒதுக்கி வைத்தால் அவை இப்படித்தான் அன்பைத் தேடி எங்கெங்கோ அலையத் தொடங்கும்...

ஐயர்: ஆனால் ஆர்யாவைப் போன்ற ஒருவர்கூட நம் மதத்திலே அன்பு கிடைக்கவில்லையென்று... (சிரித்து) குழந்தை போலக் கோபித்துக் கொண்டு...

பாரதி: சிறை அவரை குழந்தையாக்கி விட்டது...

ஐயர்: ஆர்யா! ஆர்யாவைப் போன்ற ஒருவர்! (புரியவில்லை என்பது போல் தலையாட்டுகிறார்) ஐந்து வருடங்களுக்குமுன் ஆர்யா சென்னையில் இருந்து போது... அன்றைக்கு ஸ்ரீநிவாஸாச்சாரி சொல்லிக் கொண்டிருந்தார்...

பாரதி: ஆமாம். திருவல்லிக்கேணி பார்த்தசாரதி கோவிலருகே அவர் செய்த பிரசங்கம். அதை என்னால் மறக்க முடியாது.

ஐயர்: அந்தப் பிரசங்கத்தைப் பற்றித்தான் இவரும் சொல்லிக் கொண்டிருந்தாரென்று நினைக்கிறேன்.

பாரதி: தீப்பொறிகள் பறந்தன அந்தப் பிரசங்கத்தில். கனல் கக்கும் சொற்பொழிவென்றால் என்னவென்று அன்றைக்குத்தான் நான் புரிந்து கொண்டேன்.

ஐயர்: ஆனால்... அந்தத் தீ... அந்தக் கனல்... சிறையிலே அணைந்து விட்டதா என்ன?

பின்னணியில் கோஷம்:

சுருதிப் பொருளே வருக
துணிவே கனலே வருக
சுருதிப் பொருளே வருக

பாரதி: சிறை... ஒரு மோசமான இடம்... கருணையற்ற முரடர்கள். உணர்ச்சியற்ற ஜடங்கள். மூர்க்கர்கள். இவர்களுடன் தினசரி உரசியவாறு இருக்கவேண்டும். நமக்குள்ளேயிருக்கும் அக்நி அணைந்து விடாமலிருக்க ஒவ்வொரு கணமும் போராட வேண்டும்...

பின்னணியில் ஆண் குரல் சன்னமாக:

அங்கொரு காட்டிலோர் பொந்திடை
வைத்தேன்... பொந்திடை வைத்தேன்...
பொந்திடை வைத்தேன்... அங்கொரு காட்டிலோர்...

ஐயர்: பாவம்... அங்கே அந்தமானில் ஸாவர்க்கர் அப்படித்தான் போராடிக் கொண்டிருப்பார்...

பாரதி: திலகரும் சிதம்பரம் பிள்ளையும் சிவாவும்கூடத்தான் போராடிக் கொண்டிருக்கிறார்கள்.

ஐயர்: ஆனால் ஆர்யா ஏன் சிறைக்குள் போராடவில்லை?

பாரதி: போராடத்தான் செய்தார்... ஆனால்... ஏதோ ஒரு கட்டத்தில்... சிறைச்சாலை அவரைச் சிதற அடித்து விட்டது...

பின்னணியில் ஆண் குரல் சற்றே உரக்க:

அங்கொரு காட்டிலோர் பொந்திடை

வைத்தேன்... அக்கினிக் குஞ்சொன்று
கண்டேன்... அக்கினிக் குஞ்சொன்று
கண்டேன்...

(திடீரென வெடிக்கும் சிரிப்பொலிகள். கிண்டல் செய்வது போல, பின்தளத்தில் விலங்கிடப்பட்ட நிலையில் ஆர்யா. கல்லுடைக்கும் அபிநயம், பின்னணியில் உளியோசை. ஒரு கணம் நிறுத்தி, தூரத்தில் வெறிக்கிறார். "எந்தையும் தாயும் மகிழ்ந்து குலாவி இருந்ததும் இந்நாடே..." என்று பாட்டு வரி, பெண் குரலில். உடனே சவுக்கால் அடிக்கும் ஓசை. ஆர்யா வேதனையுடன் இங்குமங்கும் நெளிகிறார். மெல்ல மெல்ல இருள் சூழ்கிறது. ஆந்தையின் அலறல். ஒரே ஒரு ஒளிக்கீற்று. ஆர்யா இப்போது படுத்திருக்கிறார். 'தத்தரிகிட தித்தோம், தத்தரிகிட தித்தோம்' என்ற உச்சாடனம், மிக மெல்லிய முணுமுணுப்பாக திடீரென்று திடுக்கிட்டவராய் விழித்தெழுந்து உட்காருகிறார். மீண்டும் உரத்த, கேலி செய்யும் சிரிப்பொலிகள்.)

பாரதி: (தொடர்ந்து) அவருடைய நம்பிக்கைகள், நல்லது கெட்டது பற்றிய தீர்மானங்கள், எல்லாவற்றையும் சிதற அடித்து விட்டது, அந்தச் சூழ்நிலை... தான் யாரென்பதுகூட அவருக்கு மறந்து போகத் தொடங்கி விட்டது...

ஐயர்: குழந்தையாகி விட்டார்.

பாரதி: ஆம். குழந்தை... அன்புக்கு ஏங்கும் குழந்தை... சிறையில் அவர் தனது பெற்றோரையும் வைதீகப் பின்னணியையும் நினைத்துக்கொண்டார். இளமையில் கேட்ட வேத மந்திரங்களை நினைத்துக் கொண்டார்...

(பின்னணியில் ருத்ரம் சொல்கிற ஓசை)

ஐயர்: (நினைவுபடுத்திக் கொள்ள முயன்றவாறு) அத்தியயனம் பண்ணின பிராமணர் யாரையாவது சந்திக்க விரும்பினார்- அல்லவா? வ.ரா. சொல்லிக்கொண்டிருந்தார் இதைப்பற்றி... ஆனால் அப்படிப் பட்டவர்கள் யாரும் சிறைக்குள் வரத் தயாராயில்லையாம்... *(பதறி ஒதுங்குவது போல் அபிநயம்)*

பாரதி: ஆசாரக் குறைவு! சிறைக்குள் வருவது ஆசாரக் குறைவு!

ஐயர்: கடைசியில் இந்தப் பாதிரிதான் வந்தார்...

(ஆர்கன் இசை, பின்தளத்தில் கைதி உடையில் கையில் விலங்குகளுடன், ஆர்யாவும், ஒரு பாதிரியும் எதிரெதிர்த் திசைகளிலிருந்து ஒருவரையொருவர் நோக்கி முன்னேறுதல். ஆர்யா மண்டியிடுகிறார். பாதிரி சிலுவைக் குறியிட்டுக் கொண்டு, அபயமளிக்கும் முத்திரை காட்டுகிறார்.)

பாரதி: பாவம்! ஏதோ ஒரு ஊன்றுகோலுக்காகத் துழாவிக் கொண்டிருந்த ஆர்யா...

ஐயர்: கிறிஸ்தவராகி விட்டார்.

('தத்தரிகிட தத்தரிகிட தித்தோம்!' தத்தரிகிட தத்தரிகிட தித்தோம்!' என்ற கூச்சலுக்கிடையே ஆர்யாவும் பாதிரியும் மறைதல்)

பாரதி: (உலாவியவாறு) சிறையில் இருந்து இருந்து... ஆர்யாவுக்கு நிஜங்கள் மறந்து விட்டன... கண்வரும் வசிஷ்டரும் கௌதமரும் காசியபரும் இன்னும் இருப்பதாக நம்பத் தொடங்கிவிட்டார். இன்று அந்த ரிஷிகள் இல்லை, என்ற உண்மை அவரைச் சிதற அடித்து விட்டது...

ஐயர்: ரிஷிகள்! ஹூம்...! (சிரித்து) பஞ்சகச்சம் கட்டினவர்களெல்லாம் இன்று ரிஷிகள்...

பாரதி: ஜெயிலுக்குள் போனால் ஜாதிப் பிரஷ்டம்.

ஐயர்: கடல் கடந்து போனால் ஜாதிப் பிரஷ்டம்.

பாரதி: கணவன் கடல் கடந்து போனாரென்பதற்காக மனைவியையும் ஜாதியை விட்டு விலக்கி வைக்கிற கொடுமை -

ஐயர்: திலகருடைய மனைவி-பாவம்...

செல்லம்மா: திலகருடைய மனைவிக்கு என்ன ஆச்சு?

பாரதி: அவளை அவளுடைய உறவினர்களே ஒதுக்கி வைத்து விட்டார்களாம்-திலகரை கடல் கடந்து ஜெயிலில் போட்டிருக்கிறார்கள், இல்லையா? பிராமணர்கள் கடலைக் கடக்கக் கூடாதென்று உன்னுடைய சாஸ்திரம் சொல்கிறதே! எனவே அவருடைய மனைவியும் தீட்டாகி விட்டாள்...

பின்னணியில் கோஷம்:

பொய்யொழுக்கை அறமென்று கொண்டும்
பொய்யர் கேலியைச் சாத்திரமென்றும்
ஐயகோக எங்கள் பாரத நாட்டில்
அறிவிலாரறப் பற்று மிக்குள்ளோர்
நொய்யராகி அழிந்தவர் கோடி...

பாரதி: மனிதனுக்கு மனிதன் காட்டவேண்டிய அன்பை விடவும் ஆசாரக் கட்டுப்பாடுகள் முக்கியமென்று நினைக்கிற இந்த மூர்க்கத்தனம், இந்தக் கண்மூடித்தனமான... வெறி... ஆமாம், வெறி... இதுதான் மதவெறி!

பின்னணியில் பெண் குரல்:

அன்பு வாழ்கென்றமைதியிலாடுவோம்
ஆசைக் காதலைக் கைகொட்டி வாழ்த்துவோம்
அன்பு வாழ்கென்றமைதியிலாடுவோம்...

பாரதி: (செல்லம்மாளிடம்) திலகருடைய மனைவிக்கு நேர்ந்த கதி... நாளை உனக்கும் நேராமலிருக்க வேண்டுமானால்- இந்தப் பொய்ச் சாத்திரங்களை உன்னைப் போன்றவர்கள் போராடி அழிக்க வேண்டும். இல்லாவிட்டால் இந்தச் சாத்திரங்கள் நம்மையே அழித்து விடும்.

பின்னணியில் பெண்கள் கும்மி, கைதட்டல்:

மாதரறங்கள் பழமையைக் காட்டிலும்
மாட்சிபெறச் செய்வது வாழ்வமடி...
கும்மியடி! கும்மியடி! கும்மியடி!...

(ஐயர் யோசனையில் மூழ்கியவராய் மறுபடி சதுரங்கப் பலகையருகே போய் உட்காருகிறார். சகுந்தலா தன் பொம்மையுடன் எழுந்து பாரதியிடம் வருகிறாள்.)

சகுந்தலா: அப்பா! அப்பா! கிருஷ்ணர் முழிச்சுண்டுட்டார்.

பாரதி: (உடனே தானும் குழந்தையாகி) அடேடே, ஆமாம்... கிருஷ்ணர் முழிச்சுண்டுட்டார்... அதோ கிருஷ்ணர் பாட்டுப் பாடுகிறார்... உனக்குக் கேக்கறதா பாப்பா?

சகுந்தலா: எனக்குக் கேக்கலையே அப்பா.

பாரதி: செல்லம்மா, உனக்கு?

செல்லம்மா: எனக்கும் எந்த பாட்டும் கேக்கலை.

பாரதி: எங்கும் எப்போதும் கிருஷ்ணருடைய பாட்டுத்தான். நிஜமாகவே உங்களுக்குக் கேட்கவில்லையா? பட்சிகள் கூவும் ஓசை... கடலலைகளின் இரைச்சல்... காற்றிலே சலசலக்கும் மர இலைகள்...

பின்னணியில் (பாட்டு கோரஸ்):

கேட்குமொலியிலெல்லாம் நந்தலாலா-நின்றன்
கீதமிசைக்குதடா நந்தலாலா...

பாரதி: காற்று, தீ, நிலம், கடல்... எல்லாம் உயிர். எல்லாம் எந்த உயிரும் தாழ்ந்தது இல்லை, தீட்டு இல்லை- கிருஷ்ணனுக்குத் தீட்டு ஏது? உனக்குப் புரிகிறதா செல்லம்மா! (குழந்தையைத் தூக்கிக் கொண்டு) எல்லா உயிர்களும் இனியவை-இவ்வுலகம் இனியது-பெண் இனியவள்-பாடுகிறார் -

அன்பு வாழ்கென்றமைதியிலாடுவோம்
ஆசைக் காதலைக் கைகொட்டி வாழ்த்துவோம்

(செல்லம்மாவைப் பார்த்து)

துன்பந் தீர்வது பெண்மையினாலடா
காதலின்பத்தைக் காத்திடுவோமடா

(செல்லாமாவின் கையைப் பிடித்துத் தூக்கி நிறுத்தி)

பெண்மை வாழ்கவென்று கூத்திடுவோமடா!

('எனக்கென்று இப்படியொரு கணவர் வாய்த்தாரே'! என்ற பாவனையுடன் செல்லம்மாள் தலையில் அடித்துக்கொண்டு உள்ளே செல்கிறாள்.)

(பின்தளத்தில் பெண்கள் அணி ஒன்று கும்மியடித்தவாறே பிரவேசம், பின்னணியில் கோரஸ்)

கோரஸ்: வேதம் படைக்கவும் நீதிகள் செய்யவும்
வேண்டி வந்தோமென்று கும்மியடி
சாதம் படைக்கவும் செய்திடுவோந் தெய்வச்
சாதி படைக்கவும் செய்திடுவோம்.

ஒற்றைக் குரல்கள்:
> கும்மியடி!
> கும்மியடி!
> கும்மியடி!
> கும்மியடி!

(எல்லாரும் ஓர் ஓரத்தில் போய் நின்று)

பெண்கள் அணி:
> வற்புறுத்திப் பெண்ணைக் கட்டிக் கொடுக்கும்
> வழக்கத்தைத் தள்ளி மிதித்திடுவோம் (அபிநயம்)
> மிதித்திடுவோம்! மிதித்திடுவோம்! மிதித்திடுவோம்!

(மேடையின் மறு ஓரத்திலிருந்து ஆண்கள் அணியொன்று பாடியவாறே பிரவேசம். பாடியவாறே இன்னொரு ஓரத்தில் போய் நிற்கிறார்கள்.)

ஆண்கள் அணி:
> அன்பு வாழ்கென்றமைதியிலாடுவோம்
> ஆசைக் காதலைக் கைகொட்டி வாழ்த்துவோம்
> துன்பந் தீர்வது பெண்மையினாலடா
> பெண்மை வாழ்கென்று கூத்திடுவோமடா!

பெண்கள் அணி: (கை தட்டல் இன்றி)
> அமிழ்ந்து பேரிருளாமறியாமையில்
> அவலமெய்திக் கலையின்றி வாழ்வதை
> உமிழ்ந்து தள்ளுதல் பெண்ணறமாகுமாம்.
> உமிழ்ந்து தள்ளுதல் பெண்ணறமாகுமாம்.

ஒரு பெண்: மூத்த பொய்மைகள் யாவுமழிப்பராம்.

இன்னொரு பெண்:
> மூடக் கட்டுக்கள் யாவுந் தகர்ப்பராம்.

பெண்கள்: (கோரஸ்)
> காதலொருவனைக் கைப்பிடித்தே யவன்
> காரியம் யாவிலுங் கைகொடுத்து...

(ஒவ்வொருவராய், ஆண்கள் திசையில் ஒவ்வோரடி எடுத்து வைத்து)

> கை கொடுத்து-கை கொடுத்து-கை கொடுத்து -

(முஷ்டிகளை உயர்த்தி நடந்தவாறு)

காற்றிலேறி அவ்விண்ணையும் சாடுவோம்
காதற் பெண்கள் கடைக்கண் பணியிலே
காதற் பெண்கள் கடைக்கண் பணியிலே.

(பின்தளத்திலுள்ள ஆண்கள் மறைகிறார்கள். பாரதி, சகுந்தலாவிடம்)

பாரதி: கும்மியடி பாப்பா கும்மியடி!

(சகுந்தலா கைகொட்ட, பாரதியும் கைகொட்டியவாறு பாடுகிறார்)

பாரதி: வேதம் படைக்கவும் நீதிகள் செய்யவும்
வேண்டி வந்தோமென்று கும்மியடி

(இதன் தொடர்ச்சியாகப் பின்தளத்திலுள்ள பெண்கள்)

மாதரறங்கள் பழமையைக் காட்டிலும்
மாட்சி பெறச் செய்து வாழ்வமடி...

(என்று கும்மியடித்தவாறே மறைகிறார்கள்)

பாரதி: (பரவசத்துடன் அபிநயத்தவாறு) நிமிர்ந்த நடையும், நேர் கொண்ட பார்வையும், நிலத்தில் யார்க்கும் அஞ்சாத நெறிகளும்...

(மேற்சொன்னவற்றின்போது ஐயர் ஒரு ஓரமாக வந்து விட்டார். விளக்குகள் பிரகாசமடைய, ஐயர்)

ஐயர்: அபிநவ பாரத சமாஜத்தின் ஆட்களெல்லாரும் மறவர் படை, மறவர் படை என்று நீலகண்டன் சொல்லிக் கொண்டிருந்தான். அந்த மறவர் படை என்ன ஆயிற்றென்றே தெரியவில்லை... இனி நாமெல்லாரும் வேறென்ன செய்ய முடியும்? (சிரித்து) பெண் விடுதலை பஜனைதான் செய்ய வேண்டும்... (பஜனை பாணியில் கேலியாகக் கைககளைத் தட்டியவாறு மேடையின் நடுப்புறத்தை நோக்கி வந்த வண்ணம்)

காதலொருவனைக் கைப்பிடித்தே யவன்
காரியம் யாவிலும் கைகொடுத்து
மாதரறங்கள் பழமையைக் காட்டிலும்

மாட்சி பெறச் செய்து வாழ்வமடி...
கும்மியடி! கும்மியடி! கும்மியடி! கும்மியடி!

பாரதி: பாப்பா! இந்த மாமா ரொம்ப ஆசாரம்... புதிய பெண்ணைப் பற்றிப் பாடினால் இவருக்குப் பிடிக்கவில்லை... நம்மைக் கேலி பண்ணுகிறார்...

ஐயர்: கேலியா-சேச்சே! எனக்கு இது ரொம்ப பிடித்திருக்கிறது. இந்த விளையாட்டு... ரொம்ப நல்ல விளையாட்டு.

பாரதி: இது விளையாட்டு இல்லை... இதுதான் உண்மை. வீட்டுக்குள் அஞ்ஞானத்தை வெட்டிச் சாய்க்க வேண்டும்... இதைச் செய்தால் தேசம் தானாக விடுதலை பெறும்... நிவேதிதா தேவி அன்றே சொன்னார்... இன்றைக்குத்தான் எனக்கு அது புரிகிறது... பெண்களின் பேதைமை முதலில் நீங்க வேண்டும்...

பின்னணியில் குரல்:
பேதமைக்கு மாற்றில்லை...
பேதமைக்கு மாற்றில்லை...
மனம் வெளுக்க வழியில்லை...
மனம் வெளுக்க வழியில்லை...

பாரதி: ஒவ்வொருவர் மனதிலும் மாற்றம் நிகழ வேண்டும்... ஒவ்வொரு மனையிலும் மாற்றம் நிகழ வேண்டும்... இது நடந்தால் தேசம் தானாக மாறிவிடும்...

(ஐயர் சதுரங்க ஆட்டத்திலிருந்து நிமிர்ந்து பாரதியின் பேச்சைக் கவனிக்கிறார். பிறகு எழுந்து நின்று கைவிரலை உயர்த்தி)

ஐயர்: நேர் கொண்ட பார்வை... நிலத்தில் யார்க்கும் அஞ்சாத நெறிகள்... ஆமாம்... எல்லா இந்தியப் பெண்களும் மதாம் காமாவைப் போல இருந்தால்...! ஆனால்... (தலையை ஆட்டியவாறு) அதெல்லாம் பிற்பாடு... முதலில் சுயராஜ்யம்... (உரக்கக்) முதலில் சுயராஜ்யம்!

பாரதி: (சலிப்பான தோரணை) நீர் ஓர் அட்டவணைக்காரர். முதல் கட்டம், இரண்டாவது கட்டம் என்று பிரித்துக் கொண்டு ஒவ்வொரு கட்டமாக முன்னேருகிறவர்.

ஒவ்வொரு பகைவராகச் சந்திக்கிறவர். எனக்கு இதற்கெல்லாம் பொறுமை இல்லை... எனக்கு ஒரே சமயத்தில் எல்லாப் பகைவர்களையும் சந்திக்க வேண்டும்! பல தளங்களில் போராட வேண்டும்!

(ஒவ்வொரு வாக்கியத்துக்கும் வெவ்வேறு திசைகளில் காலடி எடுத்து வைத்து)

அந்நியர் ஆதிக்கத்துக்கு எதிராக! சமூகத்திலுள்ள அசட்டுப் பழக்கங்களுக்கு எதிராக! பெண் விடுதலைக்காக! அப்புறம்... அப்புறம்... என் மனத்துடனேயே போராட வேண்டும்... என் மனதில் சேர்ந்துள்ள பொய்களை ஒவ்வொன்றாக அடையாளம் கண்டு அவற்றைத் தூக்கி யெறித்து அங்கே பராசக்தியைக் குடியேற்ற வேண்டும்... (கண்மூடி, கும்பிட்டவாறு) பராசக்தி! வா தாயே! என் மனதைத் தூய்மையாக்கு... என் மனதைத் தூய்மையாக்கு...

(குடுகுடுப்பாண்டியின் நெருங்கி வரும் பாட்டொலி, பாடி ஆடியவாறே குடுகுடுப்பாண்டியின் பிரவேசம்)

குடுகுடு: அகத்தகத்தகத்தினிலே உள் நின்றாள்-அவள்
அம்மையம்மையெம்மை நாடு பொய் வென்றாள்
அகத்தகத்தகத்தினிலே உள் நின்றாள்...
அகத்தகத்தகத்தினிலே உள் நின்றாள்...

(மேடையின் இன்னொரு ஓரத்தில் ஆள் 1, ஆள் 2)

ஆள் 1: (குடுகுடுப்பாண்டியைச் சுட்டிக் காட்டி) அண்ணே! அந்தக் கிருஷ்ணன் போயிட்டானேன்னு நினைச்சு வந்தா இந்தத் தடியன் வந்துட்டானே!

ஆள் 2: (ஏக அபிநயத்துடன்) ஆயிரம் ரூபா!

ஆள் 1: (அதே ஏக அபிநயத்துடன்) ஆயிரம் ரூபா!

(இருள்)

காட்சி 6

1915 அரவிந்தாசிரமம், கடற்கரை,
பாரதியின் வீடு.

இருள்

பின்னணியில் கோஷம்:

சுருதிப் பொருளே வருக
துணிவே கனலே வருக
சுருதிப் பொருளே வருக
துணிவே கனலே வருக
துணிவே கனலே வருக
துணிவே கனலே வருக

(மெல்ல மெல்லப் பரவும் ஒளி. முழு ஒளியில்லை. மங்கலான ஒளி. இந்த ஒளியில் மேடையில் ஓர் ஓரமாக அரவிந்தர் உட்கார்ந்து எதிரே விரித்து வைத்திருக்கும் புத்தகத்தைப் படித்துக் கொண்டிருக்கிறார். மறு ஓரத்திலிருந்து பாரதி பிரவேசம்)

(பாரதி அரவிந்தரை நெருங்காமல் தள்ளியே நின்று, ஆனால் அவர் அமர்ந்திருக்கும் திசை நோக்கி இருகைகளையும் உயரத் தூக்கி விரித்து நிற்கிறார். பின்னணியில் பாட்டு)

பின்னணியில் ஒற்றைப் பெண் குரல்:

வேதமென்றும் வாழ்கவென்று கொட்டு முரசே
வேதமென்றும் வாழ்கவென்று கொட்டு முரசே

பாரதி: (கைகளைத் தொங்க விட்டவாறு) வேதத்தின் பொருளைத் தேடுகிறேன்... அரவிந்த பாபுதான் எனக்கு வழிகாட்டி..

கோரஸ்: (ஆண்களும், பெண்களும்)
வேதமென்றும் வாழ்கவென்று கொட்டு முரசே

வேதமென்றும் வாழ்கவென்று கொட்டு முரசே

(மெலிதான ட்ரம்ஸ் ஓசை-டடடடடடடம் டடடடடடடம்)

பாரதி: ஐரோப்பாவில் யுத்தம்... தினசரி ஆயிரக்கணக்கில் மக்கள் மடிந்து கொண்டிருக்கின்றனர்... (மீண்டும் ட்ரம்ஸ் ஓசை, இப்போது சற்றே உரக்க) பகை மேலும் மேலும் பகையை வளர்க்கிறது... பயம் பயத்தை வளர்க்கிறது... ஆமாம்... பயம்... தெருவில் நடக்கும் போதே முன்பின் தெரியாத மனிதர்கூட ஒருவருக்கொருவர் பயத்தோடு பார்த்துக் கொள்கிறார்கள்... அல்லது கோபத்தோடு பார்த்துக் கொள்கிறார்கள்... அடா மனிதர்களே! (சிரிக்கிறார்) மனிதனுக்கு மனிதன் இயற்கையில் விரோதம் என்ற நிலையில் உங்களுடைய மூடத்தனமான மனுஷ்ய நாகரிகம் வந்து சேர்ந்திருக்கிறது...

பின்னணியில் ஒற்றைப் பெண் குரல்:

அன்பென்று கொட்டு முரசே-மக்கள்
அத்தனை பேரும் நிகராம்...!

பாரதி: அன்பு! அன்பு! அன்பு செய்யுங்கள் மானுடரே! அன்புதான் உயிர்; அன்புதான் அமுதம்...

பின்னணியில் கோரஸ்:

அன்பு வாழ்கென்றமைதியிலாடுவோம்
ஆசைக் காதலைக் கைகொட்டி வாழ்த்துவோம்

பாரதி: (அரவிந்தரை நோக்கி ஓரடி எடுத்து வைத்து) வேதத்தின் பொருள் அன்புதான்...

பின்னணியில் கோரஸ்: (ஆண்கள்)

தீ வளர்த்திடுவோம்-பெருந்
தீ வளர்த்திடுவோம்
ஆவியினுள்ளும் அறிவினிடையிலும்
அன்பை வளர்த்திடுவோம்!
அன்பை வளர்த்திடுவோம்!!
அன்பை வளர்த்திடுவோம்!!!

பெண்: காக்கை குருவியெங்கள் ஜாதி -

ஆண்: நீள் கடலு மலையுமெங்கள் கூட்டம் -

ஆணும் பெண்ணும்:
நோக்குந்திசை எல்லாம் நாமன்றி வேறில்லை
நோக்க நோக்கக் களியாட்டம்

பெண்: காக்கை குருவி எங்கள் ஜாதி...

ஆண்: நீள் கடலு மலையுமெங்கள் கூட்டம்...

பாரதி: (இன்னோரடி எடுத்து வைத்து)
வேதத்தின் பொருள் துணிவுதான்...

பின்னணியில் கோஷம்:
துணிவே கனலே வருக
துணிவே கனலே வருக
துணிவே கனலே வருக

ஆண்: பயமெனும் பேய்தனையடித்தோம்

பெண்: பொய்மைப் பாம்பைப் பிளந்துயிரைக் குடித்தோம்...

(பாரதி அரவிந்தர்முன் சென்று உட்காருகிறார்.)

அரவிந்தர்: வாரும் பாரதி. யுத்தச் செய்திகளைப் படித்தீர்கள் அல்லவா?

பாரதி: படித்தேன்... ஐரோப்பியக் கலாச்சாரம் திசை தவறிச் சென்று கொண்டிருக்கிறது...

அரவிந்தர்: இந்தியக் கலாச்சாரம், தான் திசை தவறிப் போனதை இப்போதுதான் உணர்ந்து, தனது உண்மையான இயல்பைப் புரிந்து கொள்ளத் தொடங்கியிருக்கிறது...

பாரதி: தனது ஆன்மாவை உணரத் தொடங்கியிருக்கிறது...

பின்னணியிலே பாட்டுக் குரல்கள்:

குரல் 1: ஞானத்திலே பர மோனத்திலே-உயர்
மானத்திலே அன்னதானத்திலே...

குரல் 2: தீரத்திலே படை வீரத்திலே-நெஞ்சில்

ஈரத்திலே உபகாரத்திலே...

குரல் 3: வண்மையிலேயுளத் திண்மையிலே-மனத்
தண்மையிலே மதி நுண்மையிலே...

கோரஸ்: உணர்விலேயுயர் நாடு!
அருளினிலேயுயர் நாடு!
எங்கள் பாரத நாடு -
பாருக்குள்ளே நல்ல நாடு!

அரவிந்தர்: (எழுந்து, நடந்தவாறு) பாரத மாதாவாகிய இந்த மகாசக்தி நீண்ட உறக்கத்திலிருந்து விழித்து எழுந்து விட்டாள். இனி உலகெங்கும் ஒளி பாய்ச்சும் அறிவுச் சுடராக இவள் ஜொலிக்கத் தொடங்குவாள்...

பின்னணியில் பெண் குரல்: (விருத்தம்)
எழுந்து விளங்கிய
தறிவெனும் இரவி...
அறிவெனும் இரவி...
அறிவெனும் இரவி...

(திடீரென மேடையில் பிரகாசமான வெளிச்சம்)

பாரதி: (எழுந்து, பரவசமாய்)
பரிதியின் பேரொளி வானிடைக் கண்டோம்.
பார்மிசை நின்னொளி காணுதற் கலந்தோம்...

பின்னணியில் கோரஸ்:
ஒளியிழந்த நாட்டிலே-நின்றேறும்
உதயஞாயிறொப்பவே வா வா வா
ஒளி படைத்த கண்ணினாய் வா வா வா
உறுதி கொண்ட நெஞ்சினாய் வா வா வா

அரவிந்தர்: (தனக்குத்தானே) இந்திய மக்கள் மூவாயிரம் ஆண்டுகள் பழைய தமது கலாச்சாரத்தின் உயர்வுகளை மீண்டும் உணரச் செய்ய வேண்டும். அந்தக் கலாச்சாரத்தின் ஜீவநாடியான ஆன்மீக இயல்பு மீண்டும் அவர்கள் நெஞ்சில் குடியேற வேண்டும்...

பாரதி: (அரவிந்தரை நோக்கி ஓரடி எடுத்து வைத்து) யோகக்கனல்...

பின்னணியில் கோஷம்:
> துணிவே கனலே வருக
> துணிவே கனலே வருக
> துணிவே கனலே வருக

(கோஷம் சன்னமாகத் தொடருகிறது. அதனிடையே பளிச்சென்று ஒலிக்கும் ஒரு பெண் குரல்)

குரல்: அக்கினி தோன்றும்; ஆண்மை வலியுறும். திக்கு எலாம் வென்று ஜெயக்கொடி நாட்டலாம்...

பாரதி: (தன்னை மறந்த பரவச நிலை)
> அச்சந்தீரும். அமுதம்விளையும் -
> வித்தை வளரும், வேள்வி ஓங்கும்.

பின்னணியில் கோஷம்:
> எங்கள் வேள்விக்கூடமீதில்
> ஏறுதே தீ! தீ!
> வானை நோக்கிக் கைகள் தூக்கி
> வளருதே தீ! தீ!

பாரதி: தீ...! நெருப்பு...!

(பின்னணியில் 'தத்தரிகிட தத்தரிகிட தித்தோம்' 'தத்தரிகிட தத்தரிகிட தித்தோம்' என்ற கோஷம் அடுத்து வரும் சம்பாஷணையின்போது சன்னமாக ஒலிக்கிறது.)

அரவிந்தர்: விவேகானந்தர் மூட்டியது போன்ற நெருப்பு.

பாரதி: அந்த நெருப்பு எல்லா உள்ளங்களிலும் தோன்ற வேண்டும்.

அரவிந்தர்: அந்த நெருப்பில் நேற்று, இன்று, நாளை எல்லாம் ஒன்றிக் கலந்து காலத்தைக் கடந்த புதிய ஒளி தோன்றும்...

பாரதி: வேத ரிஷிகளின் வாக்கில் சுடருவது போன்ற ஒளி...

அரவிந்தர்: (பாரதியை அணைத்தவாறு) வாரும் பாரதி. ரிக் வேதம் அக்நியைப் பற்றி என்ன சொல்கிறதென்று இன்னொரு தடவை படிப்போம்...

(மேடையின் முன்புறத்தில் பாரதியும் அரவிந்தரும் படிக்கும் பாவனையில் அமருதல். பின்னணியில் "தீ! தீ! தீ! தீ!" என்ற உரத்த உச்சாடனம், மேடையில் செந்நிற ஒளி பரவுகிறது. இரு கைகளையும் தமக்கு முன்னே மார்பளவு உயரத்தில் துக்கிப் பிடித்த வண்ணம் காவி உடையணிந்த இளைஞரணி பின்தளத்தில் பிரவேசம். ஒரு வட்டம், அதனுள் இன்னொரு வட்டம் என்று இரண்டு வட்டங்களாகக் கீழே அமர்ந்து, எல்லாரும் கைகளைக் கூப்பியவாறு மேலே உயர்த்த, பின்னணியில் சொற்கள்)

பின்னணியில் கோரஸ்: (ஆண்கள்)

எங்கள் வேள்விக் கூடமீதில்
ஏறுதே தீ! தீ!
வானை நோக்கிக் கைகள் தூக்கி
வளருதே தீ! தீ!
அன்னமுண்பீர் பாலு நெய்யும்
அமுது முண்பீரே-இந்நேரம்
தீமை தீர்ந்தே வாழியின்பஞ்
சேர்ந்து விட்டோமே-இந்நேரம்
எங்கும் வேள்வி யமரரெங்கும்
யாங்கணும் தீ! தீ!
வாழ்க தேவர்! வாழ்க வேள்வி!
மாந்தர் வாழ்வாரே...
வாழ்க வையம்! வாழ்க வேதம்!
வாழ்க தீ! தீ! தீ!
தீ! தீ! தீ!

(தீ, தீ என்னும் போது விளக்குகள் அணைந்து இளைஞர்கள் மீது மட்டும் செந்நிற ஸ்பாட் லைட். பாரதியும் அரவிந்தரும் கை கூப்பியவாறே எழுந்து மெல்ல மெல்ல நகர்ந்து பக்கவாட்டில் மறைதல்)

ஒற்றை ஆண் குரல்:

தீ எரிக
அதனிடத்தே நெய் பொழிகின்றோம்.
தீ எரிக
அதனிடத்தே தசை பொழிகின்றோம்.
தீ எரிக

அதனிடத்தே செந்நீர் பொழிகின்றோம்.
தீ எரிக
அதற்கு வேள்வி செய்கின்றோம்.
தீ எரிக
தீயே, நீ எமது உயிரின் தோழன்.
உன்னை வாழ்த்துகின்றோம்.

(தீ வாழ்க, தீ வாழ்க என்ற உச்சாடனம். இளைஞர்கள் மேடையிலிருந்து கைகூப்பியவாறு நகர்ந்து நகர்ந்து வெளியேறுதல். அவர்கள் சென்ற பிறகு பளிச்சென்று மேடையில் வெளிச்சம் பரவுகிறது. பாரதி மேடையில் பிரவேசிக்கிறார்.)

பாரதி: (கம்பீரமாக. மார்புக்கு முன்னே கை கூப்பியவாறு)
தீதான் வீரத் தெய்வம்
தீதான் ஞாயிறு...
ஞாயிறே! உன்னைப் புகழ்கின்றேன்.
நினதொளி நன்று. நின் செயல் நன்று. நீ நன்று.

(வெளிச்சம் மெல்ல மெல்ல மங்குகிறது. பாரதி சிலை போல நிற்கிறார். பின்தளத்தில் சூரியாஸ்தமான வேளை போன்ற ஒளித் தோற்றம், தூரத்தில் கேட்கும் தெம்மாங்கு. பாரதி மேடை ஒன்றில் உட்காருகிறார். பின்னணியில் பாட்டு.)

பாட்டு: (ஆண்)
மாலைப்பொழுதிலொரு மேடை மிசையே
வானையுங் கடலையு நோக்கியிருந்தேன்
மாலைப்பொழுதிலொரு மேடை மிசையே

பாரதி: (சட்டென்று எழுந்து, பின்னால் தெரியும் சூரியாஸ்தமனக் காட்சியைக் கண்டு பரவசமாகி)
பாரடியோ! வானத்திற் புதுமையெல்லாம்'
பண்மொழீ! கணந்தோறு மாறி மாறி
ஓரடி மற்றோரடியோ டொத்தலின்றி
உவகையுறு நவநவமாத் தோன்றுங் காட்சி...
கணந்தோறும் வியப்புகள் புதிய தோன்றும்;
கணந்தோறும் வெவ்வேறு கனவு தோன்றும்;
கணந்தோறும் நவநவமாங்களிப்புத் தோன்றும்;
கருதிடவுஞ்சொல்லிடவு மெளிதோ? ஆங்கே,
கணந்தோறுமொரு புதிய வண்ணங் காட்டிக்
காளி பராசக்தியவள் களிக்குங் கோலம்

(கைகளைக் கூப்பியவாறு)

உமை கவிதை செய்கின்றாள், எழுந்து நின்றே
உரைத்திடுவோம், "பல்லாண்டு வாழ்க" என்றே;

(பின்னணியில் சக்தி வாழ்க, சக்தி வாழ்க என்ற உச்சாடனம்; பாரதி அப்படியே கீழேபடுத்து. அசையாமல் கிடக்கிறார்.)

பின்னணியில் கோரஸ்: (பெண்கள்)
சக்தி அநந்தம், எல்லையற்றது, முடிவற்றது;
அசையாமையில் அசைவு காட்டுவது
சக்தி முதற் பொருள்.
பொருளில்லாப் பொருளின் விளைவில்லா விளைவு.

(விளக்குகளெல்லாம் அணைந்து, பாரதி மீது ஓர் இலேசான ஒளிக்கீற்று)

பின்னணியில் ஒற்றைப் பெண் குரல்:
சக்திக் கூத்திலே ஒளி ஒரு தாளம்.
சக்தியின் கலைகளிலே ஒளி ஒன்று.
சக்தி வாழ்க.

(இன்னொரு ஒளிக் கீற்று, முன்பு அரவிந்தர் உட்கார்ந்திருந்த இடத்தின்மீது (மேடையின் இடது புறம்) பாய்கிறது. அந்த இடத்தில் இப்போது செல்லம்மாள் தலையில் கை வைத்தபடி அமர்ந்திருக்கிறாள். பாரதிமீதுள்ள ஒளி அணைந்து, இந்த ஒளி மட்டும் நிலைக்கிறது. பின்னணியில் பாட்டு)

பாட்டு: (பெண் குரல்)
தூண்டிற் புழுவினைப் போல்-வெளியே
சுடர் விளக்கினைப் போல்
நீண்ட பொழுதாக-எனது
நெஞ்சந் துடித்ததடி...
வேண்டும் பொருளையெல்லாம்-மனது
வெறுத்து விட்டதடீ

புறத்தேயிருந்து சகுந்தலாவின் குரல்:
அம்மா! அம்மா!

செல்லம்மா:(எழுந்து நின்றவாறு) என்ன பாப்பா?

சகுந்தலா: (அரங்கத்துள் வந்தவாறு) அம்மா! அப்பா இன்னும் வரலையா அம்மா?

செல்லம்மா: இன்னும் வரலை பாப்பா... (அவள் நெற்றியைத் தொட்டுப் பார்த்து) அனலாய்க் கொதிக்கிறது... போய் படுத்துக்கோம்மா... உனக்கு ஜுரமில்லையா? அப்பா வந்தப்பறம் டாக்டரை அழைச்சுண்டு வருவார்.

சகுந்தலா: அம்மா! அப்பா என்னுடைய கிருஷ்ணரைத் தேடித் தருவாரா அம்மா?

செல்லம்மா: நிச்சயமாக தேடித் தருவார்... நீ போய் படுத்துக்கோ...

(சகுந்தலா போகிறாள்)

செல்லம்மா: பாவம்... கிருஷ்ணர் பொம்மை காணாமல் போன ஏக்கத்திலே குழந்தைக்கு ஜுரமே வந்துடுத்து. கிருஷ்ணா! அந்தக் குழந்தை உன்னிடம் உசிரையே வச்சிருந்தாள்... எங்களைச் சோதிக்கறது போறாதா? அந்தக் குழந்தையையும் ஏன் சோதிக்கிறீர் பகவானே!

(உள்ளே போகிறாள்)

ஒற்றைப் பெண் குரல்:
"சொல்லடா ஹரி என்று கடவுளெங்கே? சொல்"லென்று ஹிரணியன் தானுறுமிக் கேட்க, நல்லதொரு மகன் சொல்வான்: "தூணிலுள்ளான், நாராயணன் துரும்பிலுள்ளான்" என்றான்...

கோஷம்: தூணிலுள்ளான், துரும்பிலுள்ளான்
தூணிலுள்ளான், துரும்பிலுள்ளான்
தூணிலுள்ளான், துரும்பிலுள்ளான்

பெண்: காக்கைச் சிறகினிலே நந்தலாலா-நின்றன்
கரிய நிறம் தோன்றுதையே நந்தலாலா

ஆண்: கேட்கும்மொழியிலெல்லாம் நந்தலாலா -
நின்றன் கீதமிசைக்குதடா நந்தலாலா

பெண்: நந்தலாலா நந்தலாலா

ஆண்:	நந்தலாலா நந்தலாலா
பெண்:	நந்தலாலா நந்தலாலா
ஆண்:	நந்தலாலா நந்தலாலா
பெண்:	நந்தலாலா
ஆண்:	நந்தலாலா

(இப்போது மெல்ல மெல்ல ஒளி அதிகரிக்கிறது. கோழி கூவும் சப்தம். காகங்கள் கரையும் சப்தம். இதர பட்சிகளின் ஒலி.)

பின்னணியில் பாட்டு: (பெண் குரல்) (விருத்தம்)
பொழுது புலர்ந்தது; யாம் செய்த தவத்தால்
புன்மை யிருட் கனம் போயின யாவும்
எழு பசும் பொற்சுடர் எங்கணும் பரவி
எழுந்து விளங்கிய தறிவெனும் இரவி
அறிவெனும் இரவி
அறிவெனும் இரவி

(பாரதி திடுக்கிட்டவர் போல எழுந்து நிற்கிறார். பின்புறம், சூரியோதயக் காட்சியைப் பார்க்கிறார். பின்னணியில் குரல்கள்)

ஆண் குரல்: உயிர் எவன் தருகிறான்?

பெண் குரல்: ஞாயிறு.

ஆண் குரல்: புகழ் எவன் தருகிறான்?

பெண் குரல்: ஞாயிறு.

ஆண் குரல்: அறிவுபோல் எது சுடரும்?

பெண் குரல்: ஞாயிறு.

ஆண் குரல்: ஞாயிறு... அது நன்று...

பாரதி: (கைகூப்பியவாறு) ஞாயிறே, உன்னைப் புகழ்கின்றேன். மழையும் நின் மகள், மண்ணும் நின் மகள்; காற்றும் கடலும் கனலும் நின் மக்கள்; வெளி நின் காதலி; இடியும் மின்னலும் நினது வேடிக்கை...

(பளீரென்று ஒரு மின்னல், விளக்குகள் மங்கி, பாரதி மீது ஸ்பாட் லைட்)

பாரதி: *(தொடர்ந்து)*
நமது பாட்டு தொடர்ந்து மின்னலுடைத்தாகுக.
நமது வாக்கு மின்போல் அடித்திடுக.
மின் மெலியதைக் கொல்லும்
வலியதிலே வலிமை சேர்க்கும்
அது நம் வலிமையை வளர்த்திடுக.
ஒளியை, மின்னலை, சுடரை, மணியை,
ஞாயிற்றை, திங்களை, வானத்து வீடுகளை,
மீன்களை -
ஒளியுடைய அனைத்தையும் வாழ்த்துகின்றோம்.

(ஸ்பாட் லைட் அணைந்து, அரங்கில் சாதாரண ஒளி பரவுகிறது. பாரதி செல்கிறார். பின்னணியில் கோரஸ்)

கோரஸ்: சுருதிப் பொருளே வருக
துணிவே கனலே வருக
சுருதிப் பொருளே வருக
துணிவே கனலே வருக
துணிவே கனலே வருக
துணிவே கனலே வருக

(அரங்கினில் இடது ஓரத்திலிருந்து செல்லம்மாள் பிரவேசம்)

செல்லம்மா: பொழுது விடிந்து இவ்வளவு நேரமாச்சு... இன்னும் இவரைக் காணோம். டாக்டரைக் கூட்டிண்டு வரேன்னு போன செட்டியாரையும் இன்னும் காணோம்...

புறத்தேயிருந்து சகுந்தலாவின் குரல்:
அம்மா! கிருஷ்ணர் எங்கேம்மா?

செல்லம்மா: கிருஷ்ணர் இன்னும் கிடைக்கல பாப்பா.

சகுந்தலாவின் குரல்:
(அழுகிறாள்) எனக்கு கிருஷ்ணர் இப்பவே வேணும்... இப்பவே வேணும்... ம்... ம்... ம்... ம்... எனக்கு கிருஷ்ணர் இப்பவே வேணும்... ம்... ம்... ம்...

(செல்லம்மா கையைப் பிசைந்தவாறு நிற்கிறாள். பின்னணியில் கோஷம்)

கோஷம்: நந்தலாலா நந்தலாலா நந்தலாலா...
நந்தலாலா நந்தலாலா நந்தலாலா...

(வாசல் கதவு தட்டப்படும் சப்தம்)

செல்லம்மா: (தூக்கக் கலக்கத்திருப்பவளைப் போல) கிருஷ்ணரா? கிருஷ்ணர்தான் வந்துவிட்டாரா?

(கதவைத் திறக்க வலது புறம் செல்கிறாள். அவளும் பாரதியுமாக உள்ளே வருகிறார்கள். பாரதி செல்லம்மாவின் முகத்தைப் பார்க்காமல் எங்கோ பார்த்தவாறு, மன்னிப்புக் கோரும் குரலில்)

பாரதி: கடற்கரையில் உட்கார்ந்திருந்தேன் செல்லம்மா... கடலைப் பார்க்கப் பார்க்கத் தெவிட்டுவதில்லை... வானத்தைப் பார்க்கப் பார்க்கத் தெவிட்டுவதில்லை... அந்தி நேரத்து ஒளி ஓர் அழகு... நிலா வெளிச்சம் ஓர் அழகு... காலை நேரத்து ஒளி ஓர் அழகு... எழுந்து வர மனமில்லாமல்-அங்கேயே உட்கார்ந்திருந்தேன்... வானத்து ஒளியின் அற்புதங்களை ரசித்துக் கொண்டிருந்தேன்.

(மீண்டும் சகுந்தலாவின் புலம்பல், அழுகை... பாரதி திடுக்கிட்டவராய்)

யார், பாப்பாவா அழறது?

செல்லம்மா: அவளுக்கு நேத்து மத்தியானத்திலிருந்து ஜுரம்?

பாரதி: ஜுரமா? பாப்பாவுக்கு ஜுரமா?

(பாய்ந்து உள்ளே செல்கிறார். செல்லம்மாவும் செல்கிறாள். சற்று நேரங்கழித்து இருவரும் மீண்டும் வெளியே வருகின்றனர்.)

பாரதி: கிருஷ்ணர் கிருஷ்ணர் என்று புலம்புகிறாள்.

செல்லம்மா: அந்த கிருஷ்ணர் பொம்மை அவளுக்கு உசிர். எப்பவும் அதுகூடத்தான் விளையாட்டு...

பாரதி: டாக்டரைக் கூப்பிடலாமென்றால்... டாக்டருக்குக் கொடுக்க கையிலே பணமில்லையே செல்லம்மா?

செல்லம்மா: செட்டியார் போயிருக்கார் டாக்டரைக் கூட்டிண்டு வர -

பாரதி: யாரு வீட்டுக்காரச் செட்டியாரா?

செல்லம்மா: ஆமாம்... சித்த முன்னாடி வந்தார்... குழந்தைக்கு ஜுரம்னவுடனே டாக்டரைக் கூட்டிண்டு வரேன்னு போனார் -

பாரதி: அவர் மனுஷரே இல்லை. அவர் தெய்வம்! அவர் தெய்வம்...! ஆறு மாசமா வாடகை பாக்கி... ஆனாலும் அவர் இதுவரை வாடகைன்னு வாயைத் திறந்து கேக்கலை... இப்பவும் வாடகைக்காகத்தான் வந்திருப்பார், பாவம்... குழந்தைக்கு ஜுரம்னவுடனே வாடகையையும் மறந்துட்டு டாக்டரைத் தேடிப்போய் விட்டார்.

செல்லம்மா: ஆமாம்.

பாரதி: இந்த செட்டியார்தான் கிருஷ்ணர்... கிருஷ்ணர் தொலைஞ்சு போகலை செல்லம்மா... கிருஷ்ணர் தொலைஞ்சு போகலை செல்லம்மா... அவர் எங்கும் உள்ளார்... தொலையவே மாட்டார்... சரி நான் வாசல்லே போய்ப் பார்க்கிறேன்...

(போகிறார், பிறகு ஏதோ நினைத்துக் கொண்டவராய் மறுபடி வருகிறார்.)

செல்லம்மா! அவளை இந்த அறையில் படுக்க வையேன்... இன்னும் கொஞ்சம் காற்றோட்டமா இருக்கும்...

செல்லம்மா: ஜுரமடிக்கிறதே! காற்று உடம்புக்கு ஆகுமா?

பாரதி: (கட்டளையிடும் தோரணையில்) காற்றுதான் உடம்புக்கு நல்லது... காற்று மருந்து...! உடனே அவளை இங்கே கொண்டு வா.

(பாரதி போகிறார். செல்லம்மா கீழே படுக்கை விரித்து, சகுந்தலாவைத் தூக்கி வந்து அதில் போடுகிறாள். பின் கவலையுடன் அவளருகே அமருகிறாள். இந்த இயக்கங்களின் போது பின்னணியில் கீழ்க்கண்ட சொற்கள்)

பின்னணியில் கோரஸ்:

காற்றுக்கு அஞ்சி உலகத்திலே இன்பத்துடன் வாழ முடியாது. பிராணன் காற்றாயின் அதற்கு அஞ்சி வாழ்வதுண்டோ?

காற்று நம் மீது வீசுக.
அது நம்மை நோயின்றிக் காத்திடுக.
காற்று தேவனை வணங்குவோம்.

அவன் வரும் வழியை நன்றாகத் துடைத்து நல்ல நீர். தெளித்து வைத்திடுவோம். அவன் வரும் வழியிலே சோலைகளும் பூந்தோட்டங்களும் செய்து வைப்போம். அவன் நல்ல மருந்தாக வருக. அவன் நமக்கு உயிராகி வருக. அமுதமாகி வருக.

நமஸ்தே, வாயோ த்வமேவ ப்ரத்யஷம் ப்ரஹ்மாஸி

கோஷம்: நமஸ்தே வாயோ த்வமேவ ப்ரத்யஷம் ப்ரஹ்மாஸி.

(விளக்குகள் மங்கலாகின்றன. பின்தளத்தில் நாலு வேதியர்கள் தோன்றுகின்றார்கள். மூவரும் குற்றஞ்சாட்டும் தோரணையில் செல்லம்மாளை நோக்கிக் கைகாட்டியவாறு....)

வேதியர்கள்:தெய்வ சாபம்! தெய்வ சாபம்!

(செல்லம்மா! திடுக்கிட்டவளாய் அவர்களைப் பார்க்க, அவர்கள் ஒவ்வொருவராய் செல்லம்மாவை நோக்கிப் பேசுகிறார்கள்.)

வேதியர் 1: பாரதி பூணூலை அவிழ்த்துவிட்டான்!

எல்லாரும்: அபசாரம்! அபசாரம்!

வேதியர் 2: பாரதி மகளுக்கு விவாகம் செய்யலை!

எல்லாரும்: அபசாரம்! அபசாரம்!

வேதியர் 3: பாரதி கீழ்ஜாதிக்காரர்களுடன் போஜனம் செய்கிறான்!

எல்லாரும்: அபசாரம்! அபசாரம்!

வேதியர் 4: பாரதி பறையனும் பிராமணர்கள் ஆகலாம் என்கிறான்!

எல்லாரும்: அபசாரம்! அபசாரம்!

வேதியர் 1: தெய்வம் தண்டனை கொடுத்துடுத்து!

வேதியர் 2: அவன் மகளுக்கு ஜுரம் வந்துடுத்து!

எல்லாரும்: தெய்வ சாபம்! தெய்வ சாபம்!

(தா, தை என்று கால் கைகளை இங்கும் அங்கும் வீசிப்போட்டு, "தெய்வ சாபம், தெய்வ சாபம்" என்று கூச்சலிட்டவாறு உல்லாசக் கூத்தாடுகிறார்கள். கூத்தாடியவாறே மறைகிறார்கள்)

செல்லம்மா: (தலையில் கை வைத்தவாறு) தெய்வமே! (மார்பின்மீது கைகளால் பொத்தியவாறு) என் குழந்தை எனக்கு வேணும்! என் குழந்தை எனக்கு வேணும்! (மண்டியிட்டு, கை கூப்பியவாறு) ஈசா, என் குழந்தையை தண்டிக்காதே! என் குழந்தையை தண்டிக்காதே!

பின்னணியில் பாட்டு (பெண் குரல்):

உள்ளத்திலே கருவலங் கொண்ட போதினில்
ஓங்கியடித்திடுவான்-கண்ணன்
ஓங்கியடித்திடுவான்-அவன்
சொன்னபடி நடவாவிடிலோ மிகத்
தொல்லையிழைத்திடுவான்-கண்ணன்
தொல்லையிழைத்திடுவான்...

இருள் ... கோஷம்.

கோஷம்: நமஸ்தே, வாயோ த்வமேவ ப்ரத்யக்ஷம் ப்ரஹ்மாஸி
ப்ராண வாயுவைத் தொழுகின்றோம்
அபாநனைத் தொழுகின்றோம்
உதாநனைத் தொழுகின்றோம்
காற்றின் செயல்களையெல்லாம் பரவுகின்றோம்
உயிரை வணங்குகின்றோம்
உயிர் வாழ்க.
நமஸ்தே வாயோ த்வமேவ ப்ரத்யக்ஷம் ப்ரஹ்மாஸி
நமஸ்தே வாயோ த்வமேவ ப்ரஹ்மாஸி

(மீண்டும் மெல்ல மெல்ல வெளிச்சம்)

செல்லம்மா: பாப்பா! கொஞ்சம் கஞ்சி குடிக்கிறாயா?

(படுத்திருக்கும் குழந்தை வேண்டாமென்று தலையை அசைக்கிறாள். செல்லம்மா அவள் நெற்றியில் கை வைத்துப் பார்த்து)

இன்றைக்கு உடம்பு சுடுகிறது... ஈசுவரா, இதென்ன சோதனை? இரண்டு மாதங்களாக ஜுரம் வருவதும் போவதுமாய் இருக்கிறது...

பின்னணியில் கோஷம்:

இரண்டு மாதங்களாக ஜுரம்! தெய்வ சாபம்! தெய்வ சாபம்!

(பாரதி வருகிறார். இப்போது அவர் முகத்தில் தாடி.)

பாரதி: (வந்து கொண்டே) செல்லம்மா அவளுக்கு மருந்து கொடுத்தாயா? இரண்டாவது டோசுக்கு நேரமாச்சு போலிருக்கே!

செல்லம்மா: நான் அவளுக்கு மருந்து கொடுக்க மாட்டேன்.

பாரதி: மருந்து... கொடுக்க... மாட்டியா?

செல்லம்மா: அவளுக்கு மருந்து கொடுத்துப் பிரயோசனமில்லை.

பாரதி: ஏன் செல்லம்மா? ஏன் அப்படி சொல்றே?

செல்லம்மா: இது தெய்வ சாபம்.

பாரதி: தெய்வ சாபமா?

செல்லம்மா: ஆமாம். உங்களுடைய அனாசாரமான காரியங்களுக்காகக் கடவுள் கொடுத்த தண்டனை.

பாரதி: அனாசாரமான காரியங்கள்... (சிரிக்கிறார்) நான் பண்றதெல்லாமே உனக்கு அனாசாரமாத்தான் இருக்கு... செல்லம்மா! நீ நம்புகிற சாத்திரங்கலெல்லாம் பொய்ச்சாத்திரங்கள். அவற்றை நம்பாதேன்னு நான் எத்தனை முறை சொன்னாலும் உனக்கு நம்பிக்கை ஏற்படுவதில்லை... வேதங்கள்தான் உண்மை, இதெல்லாம் பொய்... என்னை நம்பு!

செல்லம்மா: கடவுள் இப்படி ஒரு தண்டனை கொடுத்திருக்காரே, இதுக்கு என்ன சொல்றேள்? குழந்தைக்கு உடம்புக்கு வந்து ரெண்டுமாசமாச்சே...

பாரதி: இது ஒரு சோதனை... நம்முடைய மனோ தைரியத்துக்கு ஒரு சோதனை... தைரியம்தான் பக்தி! மன உறுதிதான் பக்தி... சோதனை வந்தால் கலங்கிப் போறது நிஜமான பக்தியில்லை... நான் சொல்றது உனக்குப் புரியறதா செல்லம்மா?

பின்னணியில் பாட்டு (பெண் குரல்):

மனதில் உறுதி வேண்டும்
மனதில் உறுதி வேண்டும்
பெரிய கடவுள் காக்க வேண்டும்
மனதில் உறுதி வேண்டும்
மனதில் உறுதி வேண்டும்

செல்லம்மா: (அழுகையின் தொடக்கம்) நீங்க செய்யறதெல்லாமே சரி சரின்னு எப்பவும் சாதிச்சிண்டே இருக்கேள்... நீங்க செய்யறதெல்லாம் சரின்னா கடவுள் ஏன் இப்படியெல்லாம் நம்மை சோதிக்கிறார்? சொல்லுங்கோ, கடவுள் ஏன் இப்படி நம்மை சோதிக்கிறார்? (பெரியதாக அழுகை வெடிக்கிறது. குலுங்கக் குலுங்க அழுகிறாள்)

பாரதி: கஷ்டமான கேள்வி... ஏன்...? ஏன்...? இதற்கெல்லாம் என்ன பொருள்? இதுவும் ஒரு வகையான ஊழிக்கூத்தா?

(டமடமவேன்று ட்ரம்ஸ், பிறகு உணர்ச்சியான பாடல்)

பின்னணியில் ஆண் குரல்:

வெடிபடுமண்டத்திடி பல தாளம் போட-வெறும்
வெளியிலிரத்தக் கலியோடு பூதம் பாட்டின் -
அடிபடுபொருளுன் அடிபடு மொலியிற்கூடக்-களித்
தாடுங் காளீ, சாமுண்டி; கங்காளீ!
அன்னை, அன்னை,
ஆடுங்கூத்தை நாடச் செய்தாயென்னை...

பாரதி: அல்லது... இது மெலியதை அவித்து, வலியதை வளர்க்கும் சக்தி குமரனின் லீலையா?

பின்னணியில் ஆண் குரல்:

நொய்ந்த உடல், நொய்ந்த உயிர்,
நொய்ந்த உள்ளம்-இவற்றைக் காற்றுத்
தேவன் புடைத்து நொறுக்கி விடுவான்
ஆதலால் மானிடரே வாருங்கள்.
உடலை உறுதி கொள்ளப் பழகுவோம்.
உயிரை வலிமையுற நிறுத்துவோம்.
உள்ளத்தை உறுதி செய்வோம்.

(பாரதி மண்டியிட்டு அமர்கிறார். விளக்குகள் மங்கலாகின்றன. பின்தளத்தில் பாஞ்சாலி தடாலென்று வந்து விடுகிறாள். பின்னாலே வரும் துச்சாதனன் அங்குமிங்கும் பார்க்கிறான். எக்காளச் சிரிப்பு சிரிக்கிறான், பிறகு அவள் துகிலைத் தொடப் போக, அவள் கைகூப்ப, அதே நிலையில் அவர்கள் உறைந்தாற் போல நிற்கிறார்கள். பின்னணியில் பாட்டு)

பாட்டு: (பெண் குரல்)

ஹரி ஹரி ஹரி என்றாள்-கண்ணா!
அபய மபய முனக் கபய மென்றாள்...
வானத்துள் வானாவாய்-தீ
மண் நீர் காற்றினில் அவையாவாய்...
ஆதியிலாதியப்பா-கண்ணா!
அறிவினைக் கடந்த விண்ணகப் பொருளே,
சோதிக்குச் சோதியப்பா-என்றன்
சொல்லினைக் கேட்டருள் செய்திடுவாய்...!
வையகங்காத்திடுவாய்!-கண்ணா!
மணிவண்ணா, என்றன் மனச் சுடரே!
ஐய, நின் பதமலரே-சரண்.

ஹரி, ஹரி, ஹரி, ஹரி, ஹரி என்றாள்...

(சகுந்தலா படுக்கையில் எழுந்து உட்காருகிறாள்)

சகுந்தலா: அம்மா!

செல்லம்மா: என்னம்மா?

சகுந்தலா: அம்மா எனக்கு பசிக்கிறதும்மா.

செல்லம்மா: (பாரதியிடம்) கேட்டேளா? இத்தனை நாளிலே இப்பத்தான் பசின்னு சொல்லியிருக்கா... (குழந்தையின் நெற்றியில் கை வைத்துப் பார்த்து) இப்ப ஜுரம் இறங்கிடுத்து.

பாரதி: அவளுக்குச் சாப்பிட ஏதாவது கொடு... (செல்லம்மா உள்ளே போகிறாள்) பாப்பா!

(பாப்பா அவரைப் பார்த்துச் சிரிக்கிறாள்)

பாரதி: பாப்பா நீ இனிமேல் சிரிக்கவே மாட்டாயோன்னு நினைச்சேன். பராசக்தி காப்பாற்றி விட்டாள்... மறுபடி உன்னை சிரிக்கப் பண்ணி விட்டாள்... நம்பினோர் கெடுவதில்லை...

(அவளருகே போய் உட்கார்ந்து பாடுகிறார்)

பாரதி: செய்கை யாவும் தெய்வத்தின் செய்கை
சிந்தையாவும் தெய்வத்தின் சிந்தை
இந்தத் தெய்வம் நமக்கநு கூலம்
இந்தத் தெய்வம் நமக்கநு கூலம்

கோரஸ்: இந்தத் தெய்வம் நமக்கநு கூலம்
இந்தத் தெய்வம் நமக்கநு கூலம்

பாரதி: இந்த உலகம் யாவும் தெய்வம். காற்று, நீர், கடல், வானம் எல்லாம் தெய்வம். எல்லாம் சக்தியின் கலைகள்... சக்தி...! பராசக்தி... அவள் நம் தாய்... நம்மீது கருணையுள்ளவள்... அவள் நம்மைக் கைவிடமாட்டாள்... நாமெல்லாரும் சக்தியின் குழந்தைகள்... நீ, நான், காடு, மலை, அருவி, ஆறு, கடல், நிலம், நீர், காற்று... எல்லாரும் தெய்வங்கள்... (எழுந்து நின்று உரக்க)

நான் தெய்வம்! நான் பரமாத்மா!

பின்னணியில் கோரஸ்:

    நோக்குந் திசையெல்லாம் நாமன்றி வேறில்லை
    நோக்க நோக்கக் களியாட்டம்
    நோக்க நோக்கக் களியாட்டம்
    காக்கை குருவி எங்கள் ஜாதி
    நீள் கடலுமலையுமெங்கள் கூட்டம்
    நோக்குந்திசையெல்லாம் நாமன்றி வேறில்லை
    நோக்க நோக்கக் களியாட்டம்
    நோக்க நோக்கக் களியாட்டம்

        (இருள்-காட்சி முடிவு)

காட்சி 7

1917, பாரதியின் வீடு.

இருள். பாரதியின் குரல்

பாரதி: நானே கடவுள்! நானே கடவுள்! நானே கடவுள்!

பின்னணியில் பாட்டு: (பெண் குரல்–விருத்தம்)

வானில் பறக்கின்ற புள்ளெலா நான்
மண்ணிற்றிரியும் விலங்கெலா-நான்
கானிழல் வளரு மரமெலா நான்
காற்றும் புனலுங் கடலுமே நான்
விண்ணிற் றெரிகின்ற மீனெலா நான்
வெட்டவெளியின் விரிவெலா நான்
மண்ணிற் கிடக்கும் புழுவெலா நான்
வாரியிலுள்ள வுயிரெலா (ம்) நான்
உயிரெலாம் நான்...
உயிரெலாம் நான்...

(வெளிச்சம் பரவுகிறது. பாரதி மட்டும் தன் வீட்டில் தனியாக, முகத்தில் இன்னும் தாடி.)

பாரதி: உயிரெல்லாம் நான்... நானே செல்லம்மாள். நானே தங்கம்மாள், நானே சகுந்தலா... (கீழே உட்கார்ந்து, ஒரு கற்பனைச் சிட்டுக் குருவியை நோக்கித் தத்தித்தத்திச் சென்றவாறு) நானே இந்தச் சிட்டுக் குருவி... (சிட்டுக்குருவி பறந்து வேறு சில இடங்களில்–உயரங்களில்–உட்கார்வதாகப் பாவனை, பாரதி இங்குமங்கும் சென்றவாறு குருவியைப் பார்த்தவாறு) ஆஹா... உடலை எவ்வளவு லாகவத்துடன் சுமந்து செல்கிறது... இந்தக் குருவிக்கு எப்போதேனும் தலைநோவு

வருவதுண்டா...? எனக்குத் தோன்றவில்லை... ஒரு முறையேனும் தலைநோவை அனுபவித்த முகத்திலே இத்தனை தெளிவு இருக்க நியாயமில்லை... அடடே... வாசலுக்கு போகிறது... (மேடையில் ஓர் ஓரம்வரை போய்விட்டுத் திரும்பி வருகிறார்) வெளியே பறந்து விட்டது... ஹும்! தெய்வமே, எனக்கும் இரண்டு சிறகுகள் கொடுக்க மாட்டாயா...? பாழ்பட்ட மனிதர் கூட்டத்தையும் அதன் கட்டுகளையும், நோய்களையும், துன்பங்களையும், பொய்களையும் உதறி எறிந்துவிட்டு நான் இச்சைப்படி வானத்திலே பறந்து செல்ல மாட்டேனா...? எத்தனை தேசங்கள் பார்க்கலாம்! எத்தனை நாடுகள், எத்தனை பூக்கள்! எத்தனை மலர்கள், எத்தனை மலைகள், எத்தனை சுனைகள், எத்தனை அருவிகள், எத்தனை நதிகள், எத்தனை கடல் வெளிகள்! வெய்யில், மலை, காற்று, பனி இவையெல்லாம் என் உடம்புக்கு நன்றாய் பழக்கப்பட்டு, இவற்றால் நோய்கள் உண்டாகாமல்... எப்போதும் இன்ப உணர்ச்சிகளே உண்டாகும்... இந்த நிலை எனக்கு அருள் புரியமாட்டாயா...? (பாடுகிறார்)

எட்டுத் திசையும் பறந்து திரிகுவை
எரியக் காற்றில் விரைவொடு நீந்துவை
மட்டுப்படாதெங்கும் கொட்டிக் கிடக்குமிவ்
வானொளியென்னு மதுவின் சுவையுண்டு...

பின்னணியில் கோரஸ்:

விட்டு விடுதலையாகி நிற்பாயிந்தச்
சிட்டுக் குருவியைப் போலே
சிட்டுக் குருவியைப் போலே
சிட்டுக் குருவியைப் போலே...

(விளக்குகள் மங்கலாகின்றன. பின்தளத்தில் சுப்புரத்தினம் ரதமோட்டிக்கொண்டு வரும் பாவனையில், பாடியவாறே ரவுண்ட் அடிக்கிறார்)

சுப்புரத்தினம்:

விட்டு விடுதலையாகி நிற்பாயிந்தச்
சிட்டுக் குருவியைப் போலே!
சிட்டுக் குருவியைப் போலே!

சிட்டுக் குருவியைப் போலே!

பாரதி: (கையைத் தூக்கியவாறு, சுப்புரத்தினத்தை நோக்கி ஓடியவாறு) சுப்புரத்தினம்! சுப்புரத்தினம்! ரதத்தை நிறுத்து! ரதத்தை நிறுத்து! நானும் ஏறிக்கொள்கிறேன்! எனக்கும் விடுதலை வேண்டும்!

(சுப்புரத்தினம் கற்பனை ரதத்தை நிறுத்துகிறார். பாரதி பின்தளத்தின் மீது ஏறி, பிறகு ரதத்திலும் ஏறுகிறார். (வெறும் அபிநயம்) மீண்டும் ரதம் செல்லத் தொடங்கிறது)

பாரதி: சுப்புரத்தினம் தேவலோகத்துக்குச் செல்வோம், வேகமாய் ஓட்டு! (பாடுகிறார்)

வண்ணமினிய தேவ மகளிர்
மருவ நாமும் உவகை துள்ள
வேண்டுமடி யெப்போதும் விடுதலை, அம்மா!
வேண்டுமடி யெப்போதும் விடுதலை!
வேண்டுமடி யெப்போதும் விடுதலை, அம்மா!
வேண்டுமடி யெப்போதும் விடுதலை!

பாரதி: (பாக்கெட்டிலிருந்து ஒரு சிறிய டப்பாவை எடுத்துத் திறந்து, அதிலிருந்து எதையோ எடுத்து வாயில் போட்டுக் கொண்டு) ஆகா! அமிர்தம்! அமிர்தம்! அமிர்தம்! (டப்பாவை சுப்புரத்தினத்தின் முன் நீட்டி) இந்தா சுப்புரத்தினம், நீயும் சாப்பிடு!

சுப்பு: ஐயரே! எனக்கு வேண்டாம்... இதைச் சாப்பிட்டால் அப்புறம் ரதத்தைக் கவனமாக ஓட்ட முடியாது... குடை சாய்ந்து விடும்...

பாரதி: (கடகடவென்று சிரித்து) துணிவு வேண்டும்! துணிவு வேண்டும்! விடமுண்டுஞ் சாகாமலிருக்கக் கற்போம்! உம்ம்... சும்மா சாப்பிடு, ஒன்றும் ஆகாது...

(சுப்புரத்தினம் தானும் கொஞ்சம் வாயில் எடுத்துப் போட்டுக் கொள்கிறார். உடனே இடி இடிக்கிறது. மின்னல் அடிக்கிறது. வேகமாய்க் காற்றடிப்பது போல ஓசை.)

சுப்பு: புயல்! புயல்! ஐயரே! பெரும் புயல்!

(புயலில் சிக்கித் தத்தளிப்பது போல இருவரும் அபிநயம், கடைசியில் சுப்புரத்தினம் ஒரு பக்கத்திலும் பாரதி ஒரு பக்கத்திலுமாகச் சிதறி, சுப்புரத்தினம் பின்தளத்திலேயே விழ, பாரதி முன்தளத்தில் வந்து விழுகிறார்.)

பின்னணியில் பாட்டு: (ஆண் குரல்)

பாழாம் வெளியும் பதறிப்போய் மெய் குலையச்சலனம்
பயிலும் சக்திக் குலமும் வழிகள் கலைய-அங்கே
ஊழாம் பேய்தான் "ஓஹோ ஹோ"வென்ற லைய
-வெறித்
துருமித் திரிவாய், செருவெங்கூத்தே புரிவாய்
அன்னை, அன்னை,
ஆடுங்கூத்தை நாடச் செய்தாயென்னை...

(வெளிச்சம் மெல்ல அதிகரிக்கிறது. பாரதி மெல்ல எழுந்து தலைக்கு மேல் கைகளை உயர்த்திக் கும்பிட்டவாறு)

பாரதி: களித்தாடுங்காளீ, சாமுண்டீ; கங்காளீ,
அன்னை, அன்னை
ஆடுங்கூத்தை நாடச் செய்தாயென்னை...

சுப்பு: (எழுந்து நின்று, திகைப்புடன் இங்குமங்கும் பார்த்தவண்ணம்

எங்கெங்கு காணினும் சக்தியடா!-தம்பி
எழு கடலவள் மேனியடா!
காளையொருவன் கவிச்சுவையைக்-கரை
காண் நினைத்த முழு நினைப்பில்-அம்மை
தோளசைத்தங்கு நடம் புரிவாள்...

(மெல்ல மெல்ல நடந்து சென்று மறைகிறார். வாசல் கதவு தட்டப்படும் சப்தம்)

பாரதி: அடடே, வந்து விட்டார்களா? (கதவைத் திறக்கச் செல்கிறார். அரங்கத்துக்கு வெளியே கதவு திறக்கப்படும் சத்தம். தொடர்ந்து பாரதி "தங்கம்மா!" என்று மகிழ்ச்சியுடன் கூவும் சத்தம்)

(பாரதி, செல்லம்மாள், தங்கம்மாள், சகுந்தலா, குவளைக் கண்ணன் எல்லாரும் அரங்கத்துக்குள் வருகிறார்கள். குவளைக் கண்ணன் ஏராளமான பெட்டி, கூடை மூட்டை முடிச்சு வகையறாக்களுடன் வருகிறான். பிறகு அவற்றை ஒவ்வொன்றாக இறக்கி வைக்கிறான். தங்கம்மாளுக்கு 12 வயது, சகுந்தலாவுக்கு 7 வயது)

பாரதி: தங்கம்மா நீ எவ்வளவு பெரியவளா வளந்துட்டே தங்கம்மா! அடேயப்பா! ஆச்சிரியமாயிருக்கு... (குவளையிடம்) ரயில் ரொம்பத் தாமதமாய் வந்ததா கிருஷ்ணா?

குவளைக் கண்ணன்:

(சுமை தூக்கிய களைப்பில் தோள் பட்டையையும் கையையும் பிடித்துக் கொண்டு) ஒரு மணி நேரம் லேட்...

பாரதி: அவ்வளவுதானே? அதிகமில்லே... (செல்லம்மாவிடம்) எனக்கு ரொம்பத் தலை நோவா இருந்தது, ஆகையினால்தான் கிருஷ்ணனை ஸ்டேஷனுக்கு அனுப்பிச்சேன்... கடையத்திலே எல்லாரும் சௌக்கியந்தானே?

செல்லம்மா: எல்லாரும் சௌக்கியம்தான்... இப்ப அங்கே சி.ஐ.டி. கள் தொந்தரவும் இல்லை, நிம்மதியா இருக்கு...

பாரதி: நாமெல்லாம் இப்ப அவாளுக்கு ஒரு பொருட்டேயில்லை... யுத்தம் நடக்கிறதோல்லியோ? பிரதம மந்திரியிலிருந்து மாகாண கவர்னர்கள்வரை ஐரோப்பாவில் என்ன நடக்கிறதென்று கவனிக்கவும் அதைப்பற்றிக் கவலைப்படவும்தான் பொழுது சரியாயிருக்கும்...! (தங்கம்மாவைப் பார்த்து) அப்புறம்? என்ன தங்கம்? உன்னுடைய கதையெல்லாம் சொல்லு. (தங்கம் முறுவலிக்கிறாள்) காசியிலே எல்லாரும் சௌக்கியமா?

(தங்கம்மாள் ‘உம்’ கொட்டுகிறாள்.) பேசவே மாட்டேங்கிறயே! வெக்கமா? (தங்கம்மாள் இல்லையென்று தலையசைக்கிறாள்)

வெக்கப்படாதே...! பயப்படாதே! நீ புதுமைப் பெண்... பாரதியின் பெண்... புதுமைப் பெண் எப்படியெல்லாம் இருக்கணுமென்று பாப்பாவுக்குச் சொல்லியிருக்கேன். அவள் உனக்குச் சொல்லித் தருவாள்... (சகுந்தலாவைப் பார்த்து) எங்கே சொல்லு பாப்பா?

சகுந்தலா: (ஜோராக வீர நடை நடந்து காட்டியவாறு) நிமிர்ந்த நன்னடை... நேர் கொண்ட பார்வை... நிலத்தில் யார்க்கும் அஞ்சாத நெறிகள்...

பாரதி: (கை தட்டியவாறு) சபாஷ்!

செல்லம்மா: அவளுக்குச் சீக்கிரமே கல்யாணம் ஆகி புருஷன் வீட்டுக்குப் போகப் போகிறாள்... புக்காத்திலே அடக்கவொடுக்கமா இருக்கணும், அமரிக்கையா இருக்கணும் என்றெல்லாம் உபதேசம் பண்ணினால், பிரயோசனம் உண்டு... இப்படி விபரீதமாச் சொல்லித் தரேளே!

பாரதி: (காதுகளைப் பொத்தியவாறு) பொய்ச் சாத்திரங்கள்...! பொய்ச் சாத்திரங்கள்...! செல்லம்மா! புருஷனுக்கு மனைவி அடிமை இல்லை... (அவளருகே நெருங்கி) நீ எனக்கு அடிமையில்லை... (அவள் தோளைச் சுற்றிக் கை போட்டு அணைத்துக் கொள்கிறார். நாமெல்லாரும் பார்த்திருக்கும் அந்தப் பிரபல புகைப்பட போஸ்) நாம் இருவரும் அன்புக்கு அடிமைகள்...

செல்லம்மா: (முகத்தைச் சுளித்துக் கொண்டு, அவசர அவசரமாக அணைப்பிலிருந்து விலகியவாறு) உங்களுக்கு வெக்கமே கிடையாது...

(உள்ளே செல்கிறாள்)

பாரதி: (உல்லாச பாணியில்)
நின்னையே ரதியென்று
நினைக்கிறேனடி-செல்லம்மா!
நின்னையே ரதியென்று
நினைக்கிறேனடி-செல்லம்மா!

(அவள் பின்னாலேயே உள்ளே செல்கிறார். பின்னணியில் பாட்டு)

பாட்டு: (ஒற்றைப் பெண் குரல்)
பொன்னையே நிகர்த்த மேனி மின்னையே நிகர்த்த சாயல்
பின்னையே-நித்ய கன்னியே-செல்லம்மா!

(ஓரிரு நிமிடங்களில் செல்லம்மாள் மறுபடி பேசியவாறு கையில் துடைப்பக் கட்டையுடன் அரங்கத்துக்குள் வருகிறாள்.)

செல்லம்மா: ஒரே குப்பை... வீடெல்லாம் ஒரே குப்பை. (பெருக்குகிறாள், நடுநடுவே நிமிர்ந்து பேச்சு) அம்மாக்கண்ணுவை தினம் வந்து பெருக்கிட்டுப் போகச் சொன்னேனே-வரலையா என்ன...? அவள் வராமல் இருக்க மாட்டாள்... அவள் வந்து சுத்தம் பண்ணிட்டுப் போன ஒரு மணி நேரத்துக்கெல்லாம் மறுபடி இங்கே குப்பை சேர்ந்துடும்... அவளுந்தான் என்ன பண்ணுவாள்? சுருட்டுத்துண்டு...! (தரையில் இங்குமங்கும் பார்த்து) ...எத்தனை சுருட்டுத்துண்டு! இப்படி சுருட்டு குடிச்சிண்டேயிருந்தால் தலைவலி வராமல் என்ன செய்யும்? (மூலையில் எதையோ உற்றுப்பார்த்து) இதென்னது இங்கே? ஓகோ! வெத்தலை போட்டுண்டு துப்பினது உலந்து போய் கிடக்கு... (தலையில் அடித்துக் கொண்டவாறு) கர்மம்! கர்மம்! (மூலையிலிருந்து நகர்ந்து நிமிர்ந்து இடுப்பைப் பிடித்துக் கொண்டு) உம்ம்... ஆண்டவா...! இந்த வீட்டைச் சுத்தம் பண்ண ஒரு அம்மாக்கண்ணு போறாது... நாலு அம்மாக்கண்ணு வேணும்! (சட்டென்று ஏதோ சத்தம் கேட்ட பாவனையில் மேலே நிமிர்ந்து பார்த்து) இந்தக் குருவிகள், போடற குப்பை வேறே... சூ! சூ! (கற்பனைக் குருவிகளை விரட்டுகிறாள்)

பின்னணியில் பாரதியின் பாட்டுக் குரல்:

காக்கை குருவி எங்கள் ஜாதி-நீள்
கடலுமலையுமெங்கள் கூட்டம்
நோக்குந் திசையெல்லாம் நாமன்றி வேறில்லை
நோக்க நோக்கக் களியாட்டம்

செல்லம்மா: (தொடர்ந்து) ...காத்து, காத்துன்னு எப்பவும் எல்லாக் கதவு ஜன்னல்களையும் திறந்து போட்டுடுவார்... கோழி, பூனை, ஆடு, எது வேணுமானாலும் வீட்டுக்குள்ளே நுழைஞ்சிடும்... இவர் இந்த லோகத்து நினைப்பேயில்லாமல் பாடிண்டிருப்பார்...

(மறுபடி பின்னணியில் பாரதியின் பாட்டு)

தங்கம்மாள்: நிஜம்மாவாம்மா? ஆடு கூட வீட்டுக்குள்ளே நுழைஞ்சிடுமா?

செல்லம்மா: பின்னே பொய்யா சொல்றேன்? பாப்பாவைக் கேளு... உங்கப்பா ஒருநாள் தானே ஒரு ஆட்டுக்குட்டியை வீட்டுக்குள்ளே அழைச்சிண்டு வந்துட்டார்... வீடெல்லாம் ஒரே அசுத்தம்... அன்னிக்கு வீட்டை சுத்தம் பண்றதுக்குள்ளே நான் பட்ட பாடு...

(பாரதி வருகிறார். 'காக்கை கருவி எங்கள் ஜாதி' என்று பாடியவாறு, தலையை வாரியவாறு, குளித்திருக்கிறார். இப்போது தாடியையும் எடுத்து விட்டார். செல்லம்மா அவரைப் பார்த்து திடுக்கிடுகிறாள்.)

செல்லம்மா: என்னது! க்ஷவரம் பண்ணிட்டேளா?

பாரதி: ஆமாம். தாடி அலுத்து விட்டது.

செல்லம்மா: இன்னிக்கு அமாவாசைன்னா! இன்னிக்குப் போய்...

பாரதி: (காதைப் பொத்திக் கொண்டு) பொய்ச் சாத்திரங்கள்! பொய்ச் சாத்திரங்கள்! (மேலே நிமிர்ந்து பார்த்து) இந்தக் குருவிகளைப் பாரு... எவ்வளவு சந்தோஷமாயிருக்கு! இதுக்கு அமாவாசை பௌர்ணமி ஒண்ணும் கிடையாது! நாமும் இந்தக் குருவிகளைப் போல இருக்கணும்...

செல்லம்மா: ஆமாம்! குருவிகள்... வீடெல்லாம் அசுத்தம் பண்ணிண்டு... இந்தக் குருவிகளுக்கு நீங்க ரொம்பத்தான் இடம் கொடுத்திருக்கேள் -

பாரதி: செல்லம்மா! குருவின்னு அலட்சியமா நினைக்காதே. இந்தக் குருவி எனக்கு வாழும் முறையைக் கற்றுக் கொடுத்தது... இது என் குரு!

செல்லம்மா: எல்லாரும் உங்களுக்கு குருதான்... குள்ளச்சாமி... கோவிந்தசாமி... இப்போ இந்தக் குருவி... ஆனால் குருவியே தேவலை... குருவி உங்களை கஞ்சா சாப்பிடச் சொல்லாது...

பாரதி: (அவள் சொல்வதைக் காதில் போட்டுக்கொள்ளாமல்) இந்தக் குருவி வேதரிஷிகளின் வாரிசு, தெரியுமா

உனக்கு? ரிஷிகளைப் போல வெய்யிலுக்கும், குளிருக்கும், காற்றுக்கும், மழைக்கும் அஞ்சாமல் திறந்த வெளியிலே வாழும் பிறவி இது... இதுக்குக் கோபம் கிடையாது... பயம் கிடையாது... கவலைகள் கிடையாது... ஆனந்தமாய் தன் தொழிலைத் தினம் செய்கிறது. துன்பங்களிலே உழலாமல் எப்போதும் மனதைத் துப்புரவாக வைத்துக் கொண்டு இன்பமாகச் சுற்றித் திரிகிறது...

பின்னணியில் பாட்டு: (கோரஸ்)

முற்றத்திலேயும் கழனி வெளியிலும்
முன்கண்ட தானியம் தன்னைக் கொணர்ந்துண்டு
மற்றப்பொழுது கதை சொல்லித் தூங்கிப் பின்
வைகறை யாகுமுன் பாடி விழிப்புற்று
விட்டு விடுதலையாகி நிற்பாயிந்தச்
சிட்டுக் குருவியைப் போலே...
சிட்டுக் குருவியைப் போலே...

பாரதி: நான் துயரத்திலும் குழப்பத்திலும் ஆழ்ந்திருந்த வேளையில் பற்றற்றுத் தொழில் செய்ய வேண்டும் என்ற கீதையின் சாரத்தை இந்தக் குருவி எனக்கு நினைவூட்டியது... இந்தக் குருவி எனக்கு ஞானாசிரியன் செல்லம்மா! நாமும் இந்தக் குருவியைப் போலே இருக்க வேண்டும்!

பின்னணியில் கோரஸ்:

சிட்டுக்குருவியைப் போலே-இந்தச்
சிட்டுக்குருவியைப் போல...

சகுந்தலா: (தங்கம்மாளிடம்) வா அக்கா நாம மொட்டை மாடிக்குப் போய் விளையாடலாம்.

பாரதி: போங்கள். திறந்த வெளிதான் உடலுக்கு நல்லது. வானத்தின் ஒளிதான் உடம்புக்கு நல்லது... (தங்கம்மாளும், சகுந்தலாவும் செல்கின்றனர்) போ செல்லம்மா, நீயும் மொட்டை மாடிக்குப் போ...

செல்லம்மா: எல்லாரும் மொட்டை மாடிக்குப் போனால் அப்புறம் வீட்டு வேலைகளைக் கவனிக்கிறது யாரு?

பாரதி: ஓ, சரி, சரி, (சிரிக்கிறார்) மனைத்தலைவியே வாழ்க! பலவித வண்ணம் வீட்டிடைப் பரவ நடத்திடுஞ் சக்தி நிலையமே, வாழ்க! (செல்லம்மாளை நோக்கிக் கை கூப்பியவாறு) காளியின் குமாரி, அறங் காத்திடுக!

செல்லம்மா: பைத்தியந்தான் பிடிச்சிருக்கு!

பாரதி: நான் பித்தன், நீ பராசக்தி...! (பாடுகிறார்)
காயழலேந்திய பித்தன் தன்னைக்
காதலிப்பாள் எங்களன்னை!

பின்னணியில் கோரஸ்:
எங்களன்னை! எங்களன்னை!
எங்களன்னை!

(செல்லம்மா உள்ளே செல்கிறார். இப்போது அரங்கில் பாரதியும் குவளைக் கண்ணனும் மட்டும்)

பாரதி: கிருஷ்ணா! முன்னெல்லாம் செல்லம்மாளுக்கு மட்டும்தான் நான் பித்தனாக இருந்தேன்... ஆனால் இப்போதெல்லாம் உலகத்திற்கே நான் ஒரு பித்தனாகிவிட்டேன்... இதற்கு என்ன பொருள்? நான் கடவுள் ஆகிவிட்டேன் என்றுதானே? உம்? (சிரிக்கிறார்)

(விளக்குகள் மங்கலாகின்றன. பின்தளத்தில் பலர் தோன்றி, பாரதியை நோக்கிக் கைகாட்டி)

பலர்: பைத்தியம்! பைத்தியம்! பைத்தியம்!

(சிரிக்கிறார்கள்; மீண்டும் கூவுகிறார்கள்)

பாரதி: (அவர்களைப் பார்த்து, நெஞ்சைத் தட்டியவாறு) நான் கடவுள்! நான் கடவுள்!

(அவர்கள் கேலியாகச் சிரிக்கிறார்கள்)

பாரதி: (மீண்டும் அவர்களைப் பார்த்து நெஞ்சைத் தட்டியவாறு) நான் சிட்டுக் குருவி! நான் சிட்டுக் குருவி! நான் சிட்டுக் குருவி!

அவர்கள்: பைத்தியம்! பைத்தியம்! பைத்தியம்!

(மீண்டும் சிரித்துவிட்டு மறைகிறார்கள்)

பாரதி: கிருஷ்ணா! நான் ஒரு கடவுள் என்று சொன்னாலும் இந்த ஜனங்களுக்குப் புரியவில்லை... நான் ஒரு சிட்டுக் குருவி என்று சொன்னாலும் இவர்களுக்குப் புரியவில்லை... இந்த ஜனங்கள் ஏனடா இவ்வளவு முட்டாள்களாக இருக்கிறார்கள்?

பின்னணியில் ஒற்றை ஆண் குரல்:
தேடிச் சோறு நிதந் தின்று-பல
சின்னஞ்சிறு கதைகள் பேசி-மனம்
வாடித் துன்ப மிகவுழன்று-பிறர்
வாடப் பல செயல்கள் செய்து-நரை
கூடிக் கிழப் பருவமெய்தி-கொடுங்
கூற்றுக் கிரையெனப் பின் மாயும்
வேடிக்கை மனிதர்கள்!

பாரதி: இவர்களும் உயரமாட்டார்கள்... இவர்களை விட்டு ஒருவன் உயரத்தில் பறந்து செல்ல விரும்பினால் அதையும் அனுமதிக்க மாட்டார்கள்... வேடிக்கை மனிதர்கள்! வேடிக்கை மனிதர்கள்...

பின்னணியில் ஒற்றைப் பெண் குரல்: (ஓலமிடும் பாணியில்)
நெஞ்சு பொறுக்குதில்லையே... ...
நெஞ்சு பொறுக்குதில்லையே... ...
நெஞ்சு பொறுக்குதில்லையே... ...

பாரதி: ஆனாலும் இவர்கள் மீது கோபம் வருவதில்லை... எக்கேடு கெட்டுப் போகட்டும் என்று இவர்களை விட்டுச் செல்ல மனம் வருவதில்லை...

பின்னணியில் பெண் குரல்:

நெஞ்சு பொறுக்குதில்லையே-இதை
நினைந்து நினைந்திடினும் வெறுக்குதில்லையே...

பாரதி: (தொடர்ந்து) இவர்கள் எண்ணிலா நோயுடையார்... அந்த நோயைத் தீர்ப்பது என் கடமை... இவர்கள் எழுந்து நடப்பதற்கும் வலிமையிலார்... கண்ணிலாக் குழந்தைகள் போல் பிறர் காட்டிய வழியில் சென்று மாட்டிக் கொள்வார். இவர்களுக்கு வலிமையூட்டுவதும், வழி காட்டுவதும் என் கடமை...

(விளக்குகள் மங்குகின்றன. பின்தளத்தில் ஓர் ஓரத்தில் சுப்புரத்தினம் தோன்றுகிறார். மறு ஓரத்தில் டமடமடம் டமடமடம் என்று கொட்டு கொட்டியவாறு, நடனமாடியவாறு உழைப்பாளிகள். பாரதி அந்தக் கொட்டுச் சத்தம், நடனத்தை நோக்கி அடியெடுத்து வைக்கிறார்.)

உழைப்பாளிகள்:

துணி வெளுக்க மண்ணுண்டு-எங்கள் முத்து
மாரியம்மா, எங்கள் முத்து மாரீ!
தோல் வெளுக்க சாம்பருண்டு-எங்கள் முத்து
மாரியம்மா, எங்கள் முத்து மாரீ!
மனம் வெளுக்க வழியில்லை-எங்கள் முத்து
மாரியம்மா, எங்கள் முத்து மாரீ!
பேதமைக்கு மாற்றில்லை-எங்கள் முத்து
மாரியம்மா, எங்கள் முத்து மாரீ!

(கூச்சல்)

பேதமைக்கு மாற்றில்லை!
பேதமைக்கு மாற்றில்லை!

சுப்பிரத்தினம்:

(உழைப்பாளிகளை நோக்கி, அடிஎடுத்து வைத்த வண்ணம்)
தங்கும் வெளியினிற் கோடியண்டம்-எங்கள்
தாயின் கைப்பந்தென வோடுமடா!
கங்குலில் எழு முகிலினமும்-வந்து
கர்ச்சனை செய்தது கேட்டதுண்டா?-ஆ!
எங்கெங்கும் காணிலும் சக்தியடா!

பாரதி: (சுப்புரத்தினத்தை நோக்கி அடியெடுத்து வைத்தவாறு, பரவசமாய்) *சக்தி! சக்தி! சக்தி! வலிமை! வலிமை! சுப்புரத்தினம்! மஸ்லின் வேட்டி போன்ற பாட்டுக்களைத் தூக்கி எரிந்து விட்டு இந்த உழைப்பாளிகளுக்கு வேண்டிய கச்சை வேஷ்டி போன்ற உறுதியான பாட்டுக்களை நெசவு செய்வோம்... பழைய மந்திரங்களைத் தூக்கி எரிந்து விட்டுப் புதிய மந்திரங்களை உருவாக்குவோம்...* (ஆவேசமாக) *இந்த உலகத்தையே மாற்றக் கூடிய மந்திரங்கள்!*

பின்னணியில் கோஷம்:

மந்திரம் போல் வேண்டுமடா சொல்லின்பம்!
மந்திரம் போல் வேண்டுமடா சொல்லின்பம்!

சுப்பு: (மண்டியிட்டு பாரதியைக் கும்பிட்டவாறு) *நீயே, எனது குரு...*

பாரதி: *எழுக! நீ புலவன்!* (சுப்புரத்தினம் நின்றவுடன் கையை உயர்த்திக் காட்டி) *இன்று புதிதாய்ப் பிறந்தோம்!* (பளீரென்று விளக்குகள் மீண்டும் பிரகாசமடைகின்றன.)

சுப்பு: (கைகளை உயர்த்தி) *இன்று புதிதாய்ப் பிறந்தோம்!*

பாரதி: *அன்பென்று கொட்டு முரசே!*

சுப்பு: *அன்பென்று கொட்டு முரசே!*

உழைப்பாளிகள்:

(கொட்டு கொட்டியவாறு, நடனமாடியவாறு)
அன்பென்று கொட்டு முரசே!
அன்பென்று கொட்டு முரசே!

பாரதி: *விடுதலை!*

சுப்பு: *விடுதலை!*

உழைப்பாளிகள்:

(கொட்டு கொட்டியவாறு, நடனமாடியவாறு)

விடுதலை! விடுதலை! விடுதலை!
விடுதலை! விடுதலை! விடுதலை!

விடுதலை! விடுதலை! விடுதலை!

பாரதி: (பாடுகிறார்)

வருத் தமழிய வறுமையொழிய
வைய முழுதும் வண்மை பொழிய
வேண்டுமடி எப்போதும் விடுதலை...

(சுப்புரத்தினம் "விடுதலை! விடுதலை!" என்று பரவசமாகக் கூவிய வண்ணம் இங்குமங்கும் உலவி' முன்தளத்துக்கு வந்து பாரதியை வணங்கி, மேடையிலிருந்து மறைகிறார். பின்தளத்திலுள்ள உழைப்பாளிகளுடன் வேறு பல உடைகளணிந்த ஆண்கள்–சமத்துவத்தின் குறியீடாக–வந்து சேர்ந்து கொள்ள, எல்லாரும் கைகோர்த்துக் கொண்டு ஆடிப் பாடுகிறார்கள்.)

ஆண்கள் அணி:

விடுதலை! விடுதலை! விடுதலை!
திறமை கொண்ட தீமையற்ற
தொழில் புரிந்து யாவரும்
தேர்ந்த கல்வி ஞானமெய்தி
வாழ்வமிந்த நாட்டிலே. (விடுதலை)

("வாழ்வமிந்த நாட்டிலே! வாழ்வமிந்த நாட்டிலே!" என்று மீண்டும் மீண்டும் கூவிய வண்ணம் எல்லாரும் முன்தளத்துக்கு வருகிறார்கள். பிறகு திடீரென்று இருவர் இருவராக "வாழ்வோம்!" "வாழ்வோம்!" "வாழ்வோம்!" என்று வெவ்வேறு திசைகளில் பிரிந்து சிதறி, ஒருவரையொருவர் தாக்கப் போவது போல் அபிநயிக்கின்றனர். அப்படியே உறைந்து போகின்றனர்.)

பின்னணியில் பெண் குரல்: (விருத்தம்)

மண்ணிலார்க்குந் துயரின்றிச் செய்வேன்
வறுமையென்பதை மண் மிசை மாய்ப்பேன்
வறுமையென்பதை மண் மிசை மாய்ப்பேன்

("கொட்டு முரசே! கொட்டு முரசே!" என்று கூவியவண்ணம் குடுகுடுப்பாண்டி பிரவேசம். மேடையில் நிற்கும் "ஆண்கள்" மீண்டும் ஒருவரை ஒருவர் தாக்கப் போவது போல் அபிநயம். குடுகுடுப்பாண்டி ஒவ்வொருவரிடமாகச் சென்று "அன்பென்று கொட்டு முரசே!" "அன்பென்று கொட்டு முரசே!" என்று கூற, ஒவ்வொருவரும் அவனை அடிக்கக் கையை ஓங்குகிறார்கள். குடுகுடுப்பாண்டி சோர்வுடன், மேடை நடுவில் வந்து நின்று, தன்னைச் சுற்றியிருப்பவர்களைத் திரும்பித் திரும்பிப் பார்த்தவாறு)

குடுகுடு	(உடுக்கையை ஒலித்தவாறு)
அன்பென்று கொட்டு முரசே!
குடுகுடுகுடுகுடுகுடுகுடு
அன்பென்று கொட்டு முரசே!
குடுகுடுகுடுகுடுகுடுகுடு
இன்பங்கள் யாவும் பெருகும்-இங்கு
யாவரும் ஒன்றென்று கொண்டால்
குடுகுடுகுடுகுடுகுடுகுடு
அன்பென்று கொட்டு முரசே!
அன்பென்று கொட்டு முரசே!

(எல்லாரும் குடுகுடுப்பாண்டியருகே வந்து அவனை மொத்துவது போல அபிநயம். குடுகுடுப்பாண்டி அலறிக்கொண்டே மேடையைவிட்டு ஓடுகிறான். அடுத்து நாலு பெண்கள் பாடியவாறே பிரவேசம்)

பெண்கள்:	(ஆண்களை நோக்கி)
அன்பென்று கொட்டு முரசே!
அன்பென்று கொட்டு முரசே!
இன்பங்கள் யாவும் பெருகும்-இங்கு
யாவருமொன்றென்று கொண்டால்-மக்கள்
அத்தனை பேரும் நிகராம்!
அன்பென்று கொட்டு முரசே!

(ஆண்கள் பெண்களையும் தாக்க வருகிறார்கள். ஒருவரையொருவர் துரத்தியவாறு எல்லாரும் மேடையிலிருந்து வெளியேறல். அன்பு!-அன்பு!-அன்பு!-அன்பு!-அன்பு!-அன்பு! என்ற பின்னணி உச்சாடனம். உறைந்து கிடந்த பாரதி மீண்டும் உயிர் பெறுகிறார். அருகில் குவளைக் கண்ணன்)

பாரதி:	அவநம்பிக்கை அதிகரித்து வருகிறது... பயம்... ஒருவரையொருவர் கண்டு பயம்...

(பின்தளத்தில் ஆண்கள் குதித்தவாறே கைகளைத் தட்டியவாறே பிரவேசம்)

ஆண்கள் அணி:
பயமெனும் பேய்தனையடித்தோம்-பொய்மைப்
பாம்பைப் பிளந்துயிரைக் குடித்தோம்
பயமெனும் பேய்தனையடித்தோம்!
பயமெனும் பேய்தனையடித்தோம்!

புழுதியில் வீணை | 243

(பெண்களின் இரண்டு அணிகள் அடுத்தடுத்துப் பிரவேசம்)

பெண்கள் அணி 1:
> வயிற்றுக்குச் சோறிட வேண்டும்-இங்கு
> வாழும் மனிதருக்கெல்லாம்...

பெண்கள் அணி 2:
> பயிற்றிப் பல கல்வி தந்து-இந்தப்
> பாரை உயர்த்திட வேண்டும்...

எல்லாரும்: (கோஷம்)
> இந்தப் பாரை உயர்த்திட வேண்டும்...!
> இந்தப் பாரை உயர்த்திட வேண்டும்...!

பாரதி: (விரக்தியான சிரிப்புடன்) ஹூம்... ஒரு பக்கம் என் கனவுகள்... பாரை உயர்த்திட வேண்டுமென்ற என் பேராசை... இன்னொரு பக்கத்தில், என் சொந்த வீட்டிலேயே என் வார்த்தைக்கு மதிப்பில்லாத நிலை... (கிருஷ்ணனிடம்) எனக்குத் தெரியாமலேயே தங்கம்மாளுக்குத் திருமணம் செய்து விடலாமென்று என் வீட்டில் சதி நடக்கிறது. இவர்களுக்கு நான் ஒரு பைத்தியம், என் உயர்ந்த கருத்துக்கள் இவர்களுக்கு வெறும்-பைத்தியக்கார உளறல்கள்... கிருஷ்ணா! நான் ஒரு பைத்தியந்தானோ...? மக்களை மாற்ற வேண்டுமென்று ஒருவன் நினைப்பது- பைத்தியக்காரத்தனந்தானோ...? ஹூம்! எனக்கே என் வார்த்தைகள் மீது நம்பிக்கை குறைந்து வருகிறது...

பின்னணியில் ஆண் குரல்:
> பேதமைக்கு மாற்றில்லை...
> பேதமைக்கு மாற்றில்லை...
> மனம் வெளுக்க வழியில்லை...
> மனம் வெளுக்க வழியில்லை...

பாரதி: குள்ளச்சாமி வெகு நாட்களாக என்னிடம் சொல்லி வருகிறார், இந்தப் பந்தங்களை-இந்தக் குப்பைகளை- உதறி விடும்படி...

(மேடையின் மறு ஓரத்தில் குள்ளச்சாமி பிரவேசம், தோளில் அழுக்கு மூட்டையுடன்)

குள்ளச்சாமி: புறத்தே நான் சுமக்கிறேன்; இன்னதொரு பழங்குப்பை அகத்தினுள்ளே சுமக்கிறாய் நீ...

பின்னணியில் ஒற்றை ஆண் குரல்:

பந்தத்தை நீக்கி விடு-அல்லாலுயிர்ப்
பாரத்தை நீக்கி விடு -
சிந்தை தெளிவாக்கு-அல்லாலிதைச்
செத்தவுடலாக்கு...
பந்தத்தை நீக்கி விடு!
பந்தத்தை நீக்கி விடு!

பாரதி: போதும்... போதும்... போதுமிங்கு மாந்தர் வாழும் பொய்மை வாழ்க்கையெல்லாம்... ஒன்றை விட்டு மற்றோர் துயரில் உழலும் நெஞ்சம் எனக்கு வேண்டாம்... (இரு கைகளையும் தனக்கு முன்னால் இறைஞ்சும் பாவனையில் மார்பளவு உயரத்தில் தூக்கிப் பிடித்தவாறு) ஆதி சக்தி...! தாயே...! என்றனுள்ள வெளியில் ஞானத் திரவியேற வேண்டும்! ஞானத் திரவியேற வேண்டும்!

(ஓம் சக்தி... ஓம் சக்தி... ஓம் சக்தி... ஓம் சக்தி... ஓம் சக்தி... என்ற பின்னணி உச்சாடனத்துக்கிடையே குள்ளச்சாமியின் திசையில் ஓரிரு அடிகள் எடுத்து வைக்கிறார். அப்போது குடுகுடுப்பாண்டி ஓடி வருகிறான்.)

குடுகுடு: (தன் தலைப்பாகையைக் கழற்றி பாரதியின் காலடியில் வைத்து வணங்கி) சாமி...! நீங்கதான் காப்பாத்தணும்; நீங்கதான் காப்பாத்தணும்...! நீங்கதான் காப்பாத்தணும்...!

பாரதி: (வியப்புடன்) என்னப்பா? என்ன சங்கதி?

குடுகுடு: சாமி! ஜனங்களிடையே நம்பிக்கை குறைஞ்சு போச்சு...

பாரதி: அதைத்தான் நாங்களும் பேசிக்கொண்டிருந்தோம்...

குடுகுடு: நீங்க கத்துக்கொடுத்தீங்களே சாமி, அந்தப் பாட்டுங்களை எல்லாரிடமும் போய்ப் பாடினேன்... அன்பென்று கொட்டு முரசேன்னு பாடினேன்... மக்கள் யாவரும் ஓர் குலம்னு பாடினேன்... ஆனா, எல்லாரும் என்னை அடிக்க வராங்க... போ! போ! பொய் சொல்லாதேன்னு விரட்டறாங்க... சாமி! நான் இந்தத் தொழிலையே

விடறதா முடிவு பண்ணிட்டேன்... நல்லது சொன்னா நம்பாத ஒரு காலம் வந்திருச்சு-இனி இந்தத் தொழில் வாணாஞ் சாமி, வாணாம்...!

பாரதி: (வருத்தத்துடன்) என்னை மன்னித்து விடப்பா. என் பாட்டுக்களைப் பாடியதால் உனக்கு அடி விழுந்தது... ஆனால் இதற்காக நீ தொழிலை விடுவானேன்? உன்னுடைய பழைய பாட்டைப் பாடலாமே அப்பா... (அவன் பாணியில்) நல்ல காலம் வருகுது! நல்ல காலம் வருகுது!

குடுகுடு: சாமி! அதையும் செஞ்சு பார்த்துட்டேன்... அவ்வளவுதான்! சனங்களுக்கு இன்னும் கெட்ட கோபம் வந்துருச்சு. என்னைக் கொலையே பண்ண வந்துட்டாங்க... நல்ல காலமாவது? எங்கே நல்ல காலம்? எப்ப நல்ல காலம்? கிண்டலா பண்றே அப்படின்னு மிரட்டினாங்களே பாக்கணும்...!

பாரதி: ஹும்... பாவம்...! (மேலேயும், அங்குமிங்கும் பார்த்து) இவ்வுலகம் எத்தனை இனியதென்று இவர்கள் உணரவில்லை... தாம் எத்தனை அதிர்ஷ்டசாலிகளென்று உணரவில்லை... வான் இனிது, காற்று இனிது, நிலம் இனிது, மலை இனிது, ஆறுகள் இனியன. பறவைகளும் விலங்குகளும் இனியன...

பின்தளத்தில் ஒரு பெண்:
காக்கை குருவி எங்கள் ஜாதி

பின்தளத்தில் ஒரு ஆண்:
நீள் கடலுமலையுமெங்கள் கூட்டம்

ஓர் ஆண்: இரவியினொளியிடைக் குளித்தோம்

ஒரு பெண்: ஒளியின் அமுதினையுண்டு களித்தோம்

எல்லாரும்: வியனுலகனைத்தையும் அமுதென நுகரும்
வேதவாழ்வினைக் கைபிடித்தோம்

குடுகுடு: சாமி! நீங்கதான் இந்த சனங்களுக்கு புத்தி சொல்லணும்... நீங்கதான் இவங்க மனசிலே மறுபடி நம்பிக்கையை உருவாக்கணும்...

பாரதி: நானா?

குடுகுடுப்பாண்டி:
ஆமாஞ்சாமி... நீங்க இவங்களுக்கு நல்ல குறி சொல்லுங்க...

பாரதி: குறியா?

குடுகுடு: நீங்க சொன்னாக் கேப்பாங்க சாமி... நான் சொன்னாக் கேக்க மாட்டாங்க... இந்தாங்க...

(தரையிலிருந்து தன் சிவப்புத் தலைப்பாகையை எடுத்துத் தருகிறான். பாரதி தனது தலைப் பாகையைக் கழட்டிவிட்டு அதை அணிந்து கொள்கிறார். கோட்டையும் கழட்டிவிடுகிறார். குடுகுடுப்பாண்டியிடமிருந்து உடுக்கையை வாங்கி, அதை முதலில் தயக்கத்துடன் பிறகு உற்சாகத்துடன் ஒலிக்கத் தொடங்குகிறார்.)

குடுகுடு: உம்... சொல்லுங்கய்யா! நல்ல குறி சொல்லுங்க...!

பாரதி: (உடுக்கையை ஒளித்தவாறு)
குடுகுடுகுடுகுடு குடுகுடுகுடுகுடு குடுகுடுகுடு...
நல்ல காலம் வருகுது! நல்ல காலம் வருகுது!

குவளை: நல்ல காலம் வருகுது! நல்ல காலம் வருகுது!

பாரதி: சொல்லடி, சொல்லடி, சக்தி, மாகாளீ!
நல்ல குறி சொல்லு...

(பின்தளத்திலிருந்து வெவ்வேறு பெண் குரல்கள்)

பெண் குரல் 1: சாதிகள் சேருது!

பெண் குரல் 2: சண்டைகள் தொலையுது!

பெண் குரல் 3: தரித்திரம் போகுது!

பெண் குரல் 4: செல்வம் வருகுது!

பெண் குரல் 5: படிப்பு வளருது!

பெண் குரல் 6: பாவம் தொலையுது!

எல்லாப் பெண்களும்:

படிச்சவன் சூதும் பாவமும் பண்ணினால்
போவான், போவான், ஐயோவென்று போவான்.

பாரதி: குடு குடு குடு குடு குடு குடு குடு குடு...
சொல்லடீ சொல்லடீ, மலையாள பகவதீ!
அந்தரி, வீரி, சண்டிகை சூலி!

குவளை: குடு குடு குடு குடு குடு குடு குடு குடு...
சாமியார்க்கெல்லாம் தைரியம் வளருது
தொப்பை சுருங்குது சுறுசுறுப்பு விளையுது...

பாரதி: பலே!

குவளை: எட்டு லச்சுமியும் ஏறி வளருது
பயந்தொலையுது. பாவந்தொலையுது...

(பின்தளத்திலிருந்து வெவ்வேறு ஆண் குரல்கள்)

ஆண் 1: சாத்திரம் வளருது!

ஆண் 2: சாதி குறையுது!

ஆண் 3: நேத்திரம் திறக்குது!

ஆண் 4: நியாயம் தெரியுது!

ஆண் 5: பழைய பைத்தியம் படீலெனத் தெளியுது!

ஆண் 6: வீரம் வருகுது!

ஆண் 7: மேன்மை கிடைக்குது!

எல்லா ஆண்களும்:

சொல்லடி சக்தி, மலையாள பகவதி!

எல்லாப் பெண்களும்:

தர்மம் பெருகுது, தர்மம் பெருகுது.

பாரதி: (மண்டியிட்டு உட்கார்ந்தவாறு)

தர்மம் பெருகுது, தர்மம் பெருகுது...

பின்தளத்தில் ஆண்கள்:

ஆ ஆ ஆ ஆ ஆ ஆ...

பின்தளத்தில் பெண்கள்:

ஆ ஆ ஆ ஆ ஆ ஆ...

ஒற்றை ஆண்:

பாட்டுக் கலந்திடவே-அங்கேயொரு
பத்தினிப் பெண் வேணும்...

ஒற்றைப் பெண்:

ஆ ஆ ஆ ஆ ஆ ஆ ஆ ஆ...

ஒற்றை ஆண்:

எங்கள் கூட்டுக் களியினிலே-கவிதைகள்
கொண்டு தர வேணும்...

ஒற்றைப் பெண்:

கவிதைகள் கொண்டு தர வேணும்...

ஆணும் பெண்ணும்:

அந்தக் காட்டு வெளியினிலே-அம்மா நின்றன்
காவலுற வேணும்...

பாரதி: (மண்டியிட்ட நிலையில், கண்களை மூடி, கையை உயரத் தூக்கிக் கும்பிட்டவாறு)

என்றன் பாட்டுத் திறத்தாலே-இவ்வையத்தைப்
பாலித்திட வேணும்...

பின்தளத்து ஆண்கள்:

என்றன் பாட்டுத் திறத்தாலே-இவ்வையத்தைப்
பாலித்திட வேணும்...

(திரை மெல்ல மெல்ல இறங்கத் தொடங்குகிறது)

ஒரு பெண்: மனதிலுறுதி வேண்டும்...

ஓர் ஆண்: ஆ ஆ ஆ
ஒரு பெண்: கண் திறந்திட வேண்டும்...
ஓர் ஆண்: ஆ ஆ ஆ
ஒரு பெண்: மண் பயனுற வேண்டும்...
ஓர் ஆண்: ஆ ஆ ஆ
ஒரு பெண்: வானக மிங்கு தென்பட வேண்டும்...

எல்லா ஆண்களும்:
    வானக மிங்கு தென்பட வேண்டும்...
    வானக மிங்கு தென்பட வேண்டும்...
    வானக மிங்கு தென்பட வேண்டும்.

(திரை)

புழுதியில் வீணை: குறிப்புகள்

(இந்நாடகத்தில் வெவ்வேறு காட்சிகளுக்கு ஆதாரமாய் அமைந்த வரலாற்றுத் தகவல்களும் பாரதியின் படைப்புலகிலிருந்து பெற்ற குறிப்புகள், சமிக்ஞைகளும் இங்கு சுருக்கமாய் விவரிக்கப் படுகின்றன. நாடகம் முழுவதிலும், பாரதி பேசுவதாக வரும் வரிகள் பெரும்பாலும் அவருடைய அசலான கவிதை வரிகள், வசன வரிகள், அல்லது - சில இடங்களில் - இவற்றின் சாராம்சம் என்பது குறிப்பிடத்தக்கது.)

காட்சி 1

அரவிந்தர் விடுதலையானதை வரவேற்று பாரதியின் 'இந்தியா' பத்திரிகை (1909 மே 15 இதழ்) கார்ட்டூன் வரைந்திருப்பதை *'சித்திர பாரதி'* நூலில் காணலாம். இதே காலகட்டத்தில் நெல்லையப்பரும் நீலகண்ட பிரும்மச்சாரியும் 'சூரியோதயம்' பத்திரிகையின் ஆசிரியர் குழுவில் இருந்தனர். எனவே கடற்கரையில் பேசிக் கொள்கிற மூவருமே ஜர்னலிஸ்டுகள்.

நெல்லையப்பர், அவருடைய மூத்த சகோதரர், இருவருமே வ.உ.சி.யின் வலது கரங்கள் போல விளங்கியவர்கள். 1908இல் வ.உ.சி., சிவா ஆகியோருடன் கைதானவர்களில் நெல்லையப்பரும் ஒருவர். முன்னதாக விடுதலையாகிவிட்ட நெல்லையப்பர் சிறையிலிருந்த வ.உ.சி.யுடன் ரகசியத் தொடர்பு வைத்திருந்ததும், ஒருமுறை வ.உ.சி. அவரிடம் "இந்த ஆஷின் அக்கிரமத்துக்கு முடிவில்லையா?" என்று அங்கலாய்த்ததும் பிரபல வரலாற்றுச் செய்திகள். சிறையில் சிதம்பரம் பிள்ளை மீது இழைக்கப்படும் அநீதிகளைக் கண்டித்து நெல்லையப்பர் எழுதிய காரசாரமான கட்டுரை ஒன்று 'இந்தியா'வில் பிரசுரமாயிற்று.

அரவிந்தர் வழக்கு, திலகர் வழக்கு, இரண்டிலும் சம்பந்தப்பட்டிருந்த வக்கீல்கள், நீதிபதிகள் பற்றிய முழு விவரங்களை 'A Hundred Years of The Hindu' என்ற நூலில் காணலாம். 'ராஜ விசுவாசி'யாக இருந்த ஜி.சுப்பிரமணிய ஐயர் 'ராஜ துவேஷி'யாக மாற நேர்ந்த பின்னணியும் இதே நூலில் பதிவாகியுள்ளது.

"அடிமைகளில் உயர்ந்தவன் வேறு, தாழ்ந்தவன் வேறா?" என்று பாரதி அரவிந்தரின் சீடர் ஒருவரிடம் சொன்னதாக வ.ரா. எழுதியுள்ளார். அதே வாக்கியம் வேறொரு பின்னணியில் இக்காட்சியில் பேசப்படுகிறது.

மறவர்களின் 'புரட்சிப் படை' ஒன்றை நீலகண்ட பிரும்மச்சாரி தயார் செய்து கொண்டிருந்ததாக அவரைப் பற்றின வரலாற்றுக் குறிப்புகள் தெரிவிக்கின்றன. பாரதியின் 'மறவன் பாட்டு'க்கு இதுவே பின்னணியாக இருந்திருக்கலாம்.

வேதபுரியில் உலவி வந்த ரசமான பேர்வழியான குடுகுடுப்பாண்டி பற்றி பாரதி பாடல், கட்டுரை இரண்டும் எழுதியுள்ளார். இந்தக் குடுகுடுப்பாண்டி இந்நாடகத்தின் காட்சிகளிடையே ஒருங்கிணைப்பை உருவாக்கும் ஒரு முக்கிய பாத்திரம். கவர்ச்சியான (நாடோடிக் கலைப் பாரம்பரியத்தைச் சார்ந்த) 'கோமாளி'யாகவும் அவன் விளங்கி, நாடகத்தின் பௌதிக (இயக்க ரீதியான) பரிமாணங்களுக்கு வலுவூட்டுகிறான்.

காட்சி 2

பாரதி புதுச்சேரிக்குச் சென்ற புதிதில் அவருக்கு அறிமுகமான முதல் நபர்களில் குவளைக் கண்ணனும் ஒருவர் என்றாலும், "சுமார் ஒரு வருடத்துக்குப் பிறகுதான் தமக்கு அறிமுகமான நபர் கவி பாரதி எனத் தாம் அறிந்து கொண்டதாக" குவளைக் கண்ணன் ஒரு கட்டுரையில் எழுதியிருக்கிறார். (இது ரா.அ. பத்மநாபன் தொகுத்த 'பாரதி பற்றி நண்பர்கள்' என்ற நூலில் உள்ளது)

குவளைக் கண்ணன் மாணவராக இருந்த கலவை ஹைஸ்கூல் பிரின்சிபால்தான் சுவாமிநாத தீட்சிதர். பாரதிக்கும் தீட்சிதருக்குமிடையே நிலவிய நெருங்கிய உறவுகளைப் பற்றி தீட்சிதரின் மகள் குஞ்சிதபாதமும், சகுந்தலா பாரதியும், தத்தம்

நூல்களில் குறிப்பிட்டுள்ளனர். குவளைக் கண்ணனின் இனிமையற்ற பாடும் பாணி பற்றி செல்லம்மாள், தங்கம்மாள் பாரதி, யதுகிரி யாவரும் தத்தம் நூல்களில் குறிப்பிட்டுள்ளனர்.

'மோகத்தைக் கொன்று விடு', 'கனவு (ஸ்வசரிதை)' மற்றும் பல முதிர்ச்சியும் பக்குவமும் மிளிரும் பாடல்களை 1909-10 காலகட்டத்தில் பாரதி எழுதியுள்ளார். இந்தப் பாடல்களிலிருந்தும், இந்தியா பத்திரிகையில் பாரதி எழுதியவை என இனம் கண்டு தொகுக்கப்பட்டுள்ள கட்டுரைகளின் தொனியிலிருந்தும், மண்டயம் சகோதரர்களைவிட மிக நுட்பமான தளங்களில் பாரதி சஞ்சரித்தார் என எளிதில் ஊகிக்கலாம்.

1909ஆம் ஆண்டு ஜூலை மாதம் முதல் தேதி லண்டனில் மதன்லால் திங்கரா என்ற பஞ்சாபி மாணவன் கர்ஸான் வைலி என்ற ஆங்கிலேய அதிகாரியைச் சுட்டுக் கொன்ற பரபரப்பான நிகழ்ச்சி தொடர்பான செய்திகளை '*இந்தியா*' பத்திரிகையில் தடையின்றி வெளியிட்ட அதே சமயத்தில், தலையங்கப் பக்கத்தில் மதன்லால் திங்கராவின் செயலைக் கண்டிக்கும் குறிப்பு ஒன்றைப் பாரதி வெளியிட்டு தமது நிலையைத் தெளிவு படுத்தியுள்ளார். 1909ஆம் வருடத்திய செப்டம்பர் 4 '*இந்தியா*' இதழின் சம்பந்தப்பட்ட பக்கத்தின் 'போட்டோஸ்டாட்' பிரதியை '*சித்திர பாரதி*' நூலின் 56ஆம் பக்கத்தில் காணலாம். இது பற்றிய முழு விவரங்களை ரா.அ. பத்மநாபனின் '*வ.வே.ஸு. அய்யர்*' என்ற நூலில் காணலாம்.

புதுவையில் பாரதி முதலில் குப்புஸ்வாமி ஐயங்கார் என்பவருடைய வீட்டில் தங்கியதையும் போலீஸ் ஏவலாளர்களின் மிரட்டலுக்குப் பயந்து ஐயங்கார் பாரதியைக் காலி செய்யச் சொன்னதையும் பற்றிச் செல்லம்மாள் பாரதி தம் நூலில் குறிப்பிட்டிருக்கிறார். பாரதி புதுவையை அடைந்தவுடனேயே பிரிட்டிஷ் போலீஸாரின் கையாட்கள் அவருக்குத் தொல்லை கொடுக்கத் தொடங்கி விட்டார்களென இதிலிருந்து அறியலாம்.

கோயில்கள் ஊர் மக்களை ஓரிடத்தில் கூடச் செய்யும், அவர்களிடையே ஒற்றுமையை வளர்க்கும் சாதனங்கள் என்ற கருத்தை 'இனி' என்ற சுதேசமித்திரனில் வெளியான கட்டுரையில் (பெ.தூரனின் '*பாரதி தமிழ்*' என்ற தொகுப்பு நூல்) பாரதி குறிப்பிட்டுள்ளார். 'ஸ்ரீகிருஷ்ண ஸ்தோத்திரம்' என்ற தலைப்பில் '*இந்தியா*' பத்திரிகையில் வெளிவந்த-“என்று தணியுமிந்த சுதந்திர

நாகம்'' என்று தொடங்கும்-பாரதி பாடல் ராஜத்துவேஷமானதென அரசு அப்பத்திரிக்கையின் ஆசிரியர் மீது வாரண்ட் பிறப்பித்ததை ஒட்டியே பாரதி புதுச்சேரி வந்து சேர்ந்தார். தெய்வ பக்தியையும் தேச பக்தியையும் இணைக்கும் பாரதியின் உத்திக்கு இந்தப் பாடலே துவக்கமாயிருந்திருக்கலாம்.

Political evolution in the Madras Presidency என்ற தமது ஆங்கிலக் கட்டுரையில், *'இந்தியா'* பத்திரிக்கையின் புதுவை சகாப்தத்தின்போது தமது ஆட்சேபங்களையும் பொருட்படுத்தாமல் அப்பத்திரிக்கையில் மிக காரசாரமான அரசியல் எழுத்துக்கள் பிரசுரமானதாகவும் இவையே இறுதியில் பத்திரிகை தடை செய்யப்படக் காரணமாயின என்றும் பாரதி குறிப்பிடுகிறார்.

பத்திரிக்கையாளனின் சுயக்கட்டுப்பாடு, சமூகப்பொறுப்பு, ஆகியவை தொடர்பான பாரதியின் துல்லியமான அக்கறைகளை *'அமிர்த பஜார் பத்ரிகா'* பத்திரிகையில் லேடி கர்சனின் மறைவு குறித்து வெளியான குறிப்பை அவர் கண்டித்த நிகழ்ச்சியிலிருந்தே அறியலாம்.

பாரதி தமது இளமைப் பருவத்துத் தனிமை பற்றி-தன் தந்தை தன்னை தெருச் சிறுவர்களுடன் விளையாட அனுமதிக்காததுபற்றி-'ஸ்வசரிதை'யில் குறிப்பிட்டிருக்கிறார்.

காட்சி 3

அரசியலில் தீவிரவாதத்தைத் தழுவியவர்கள் சமூக சீர்திருத்தத்தில் (அதாவது மக்களின் மூட நம்பிக்கைகள், மற்றும் பிற்போக்கான பழக்க வழக்கங்களை மாற்றுவதில்) மிதவாதிகளாக இருந்ததும், சமூக சீர்த்திருத்தத்தில் தீவிரப்போக்கை விரும்பினவர்கள் அரசியலில் மிதவாதிகளாக இருந்ததும் அக்காலகட்டத்தின் ஒரு ரசமான அம்சம். முந்தைய வகையைச் சேர்ந்த பிரபலஸ்தர்களில் லோகமானிய திலகர் முக்கியமானவர். மண்டயம் ஸ்ரீநிவாஸாச்சாரியார், வ.வே.ஸு. ஐயர், ஆகிய இருவரும்கூட முந்தைய வகையைச் சேர்ந்தவர்கள்தாம்.

ஜி.சுப்பிரமணிய ஐயர் இரண்டாம் வகையைச் சேர்ந்தவர். *'ஹிந்து'* பத்திரிகையில் அவர் வெளியிட்ட கனல் கக்கும் சீர்திருத்தக் கருத்துக்கள் காரணமாக பத்திரிக்கையின் சர்குலேஷன் குறைந்து

வருவதாக மானேஜரும் கூட்டாளியுமான வீரராகவாச்சாரியார் அபிப்பிராயப்பட, இருவருக்குமிடையே கருத்து மோதல் பெருகி சுப்பிரமணிய ஐயர் '*ஹிந்து*'வை விட்டு விலகினார். இளமையிலேயே விதவையாகிப்போன தமது மகள் சிவப்பிரியாவுக்கு அவர் மறுமணம் செய்து வைத்த போது, இந்த அனாசாரமான காரியத்துக்காக உற்றார் உறவினர் அவரை 'ஒதுக்கி' வைத்தனர்.

பாரதி முதல் வகை, இரண்டாம் வகை, இரண்டினுடையவும் ஓர் அபூர்வக் கலவையாக விளங்கினார். அரசியல் ரீதியாக; சமூகரீதியாக- பலதளங்களில் மாறுதல்கள் தோன்றிப் புதிய சமுதாயமொன்று விரைவில் உருவாக வேண்டுமென்று ஆவேசக் கனவுகள் கண்டார் அவர். பாரதியின் சீடரான வ.ரா.வும் பிற்காலத்தில் இத்தகைய அணுகுமுறையின் வாரிசாக விளங்கினார். வ.ரா.வின் வசன நடையைப் பார்த்த பாரதி, "இனிமேல் வசனத்தில் எனக்கு வேலையில்லை. நான் கவிதை எழுதுகிறேன்; வசனத்திற்கு நம்ம ஐயங்கார் இருக்கிறார்" என்று குதூகலித்த கதையை வ.ரா. சொல்லக் கேட்டு மணிக்கொடி சீனிவாசன் எழுதியிருக்கிறார். ('வ.ரா. வாசகம்' நூலில் முன்னுரை)

மண்டயம் ஸ்ரீநிவாஸாச்சாரியார் வீட்டில் நிலவிய பிற்போக்கான, ஆசாரச் சூழல் பற்றின பூடகமான குறிப்புகளை யதுகிரி அம்மாளின் '*பாரதி நினைவுகள்*' நூலில் காணலாம். தன் வயதுப் பெண்கள் சிலர் பள்ளிக்கூடம் போய் வந்த போதிலும் தன்னைத் தன் வீட்டில் பள்ளிக்கூடம் சென்று வர அனுமதிக்கவில்லையென்று திருமதி யதுகிரி இந்த நூலில் குறிப்பிட்டிருக்கிறார்.

தமிழ்நாட்டு மாதர் அறியாமையிருளில் வீழ்ந்தது ஓர் இடைக்கால நிகழ்ச்சியே எனத் தமது கட்டுரைகள் சிலவற்றில் கூறியிருக்கிறார் பாரதி. பழந்தமிழ் மாதரின் அறிவுச் சிறப்புக்கு ஔவையை உதாரணமாக எடுத்துக் காட்டும் பாரதி, சுருங்கச் சொல்லும் கலையில் ஔவை வள்ளுவரை விடவும் சிறந்தவளெனத் தம் கட்டுரை ஒன்றில் சுட்டிக் காட்டுகிறார். ஔவையாரைப் பின்பற்றி பாரதி எழுதிய 'புதிய ஆத்திசூடி' ஔவை பாரதியை எந்த அளவு கவர்ந்திருந்தாளெனக் காட்டுகிறது.

அரவிந்தாசிரமத்துக்கு பாரதி, வ.ரா., வ.வே.ஸு. ஐயர் ஆகியோர் அவ்வப்போது சென்று அரவிந்தரைச் சந்தித்து வந்தார்களென்பதை ஏ.பி.புரானி, அரவிந்தரின் புதுச்சேரி வாசத்தைப் பற்றி எழுதியுள்ள

தேதிவாரியான குறிப்புகள் ஊர்ஜிதப்படுத்துகின்றன. (*Evening Talks* என்ற நூல்) அரவிந்தரைக் குண்டர்களின் உதவியுடன் புதுச்சேரியிலிருந்து கடத்திக் கொண்டு போக பிரிட்டிஷார் சூழ்ச்சிகள் செய்த விவரங்களையும் இதே நூலிலும் அரவிந்தர் பற்றிய பிற நூல்களிலும் காணலாம்.

வ.வே.ஸு. ஐயர் பாரிசிலிருந்து புதுச்சேரிக்குத் தப்பி வந்த விவரங்களை ரா.அ. பத்மநாபனின் 'வ.வே.ஸு. ஐயர்' என்ற நூலில் காணலாம். டி.எஸ்.எஸ். ராஜன் வ.வே.ஸு. ஐயரைப் பற்றி எழுதியுள்ள சிறு நூலிலும் இது பற்றிக் குறிப்பிட்டுள்ளார்.

'வெறி கொண்ட தாய்' என்ற தலைப்புள்ள பாரதி பாடல் ('பேயவள் காணெங்கள் அன்னை') வெளிவந்த 4.9.1909 தேதியிட்ட 'இந்தியா' இதழில் தான் மதன்லால் திங்கரா சம்பவம் தொடர்பாக ஐயருடைய கருத்துக்கு மாறுபட்ட கருத்தைத் தெரிவிக்கும் பாரதியின் குறிப்பு-வன்முறைச் செயல்கள் பாரதப் பண்பாட்டுக்கு எதிரானவையெனத் தெளிவாகக் கூறும் குறிப்பு-இடம் பெற்றதென்பது குறிப்பிடத்தக்கது. 'வெறி கொண்ட தாய் பாடல்' மதக் குறியீடுகளை-சம்பிரதாய தெய்வ பிம்பங்களை-பிரச்சார நோக்கங்களுக்குப் பயன்படுத்திய பாரதியின் ஆற்றலுக்கு ஒரு சிறந்த உதாரணமாக விளங்குவதைச் சுட்டிக் காட்டி ருஷ்ய அறிஞர் துபியான்ஸ் ஒரு சுவையான கட்டுரை எழுதியிருக்கிறார். வெவ்வேறு தளங்களில் எதிரொலிகளை, அர்த்தங்களை எழுப்புகிற பாரதியின் நுட்பமான கவித்திறனுக்கு இப்பாடல் ஓர் உதாரணம்.

பாரதி திடீர் திடீரென தம் கோட்டு, வேஷ்டி, ஆகியவற்றைக் கழட்டி ஏழைகளுக்குத் தானம் செய்து விடுவாரென வ.ரா., யதுகிரி அம்மாள், செல்லம்மாள் பாரதி, சகுந்தலா பாரதி ஆகிய எல்லாருமே பாரதி பற்றிய தத்தம் நூல்களில் தெரிவித்துள்ளனர். பாரதிக்கு நல்ல உடைகளணியப் பிடிக்குமென்றும், தங்கள் வீட்டுக்கு வரும் சந்தர்ப்பங்களில் ஐயருடைய சட்டை ஏதாவது அவருக்குப் பிடித்திருந்தால் உடனே எடுத்து அணிந்து விடுவாரென்றும் திருமதி பாக்கியலட்சுமி வ.வே.ஸு. ஐயர் ஒரு கட்டுரையில் குறிப்பிட்டிருக்கிறார்.

பாரதி, ஐயர் இருவருடனும் புதுச்சேரியில் நன்கு பழகியிருந்த மண்டயம் ஸ்ரீநிவாஸாச்சாரியார் இருவருடைய இயல்புகளையும்

ஒப்பிட்டு ஒரு சுவையான கட்டுரை எழுதியிருக்கிறார்.[1] பாரதி மற்றும் ஐயரின் எதிரெதிர் இயல்புகள் வ.ரா.வின் 'மகாகவி பாரதியார்' நூலிலும் பதிவாகியுள்ளன.[2] பாரதியைவிட ஐயர் வைதிக நோக்குள்ளவர், சநாதனி, என்ற பொதுவான கருத்து அவர்களிடையுள்ள வித்தியாசங்களை எளிமைப் படுத்துகிற ஒன்று. ஐயர் துணிவும் செயல் திறனும் மிக்கவர்; பல்வேறு பணிகளை திட்டமிட்டுச் செய்து முடிப்பவர். எனவே நடைமுறை ரீதியாகச் சிந்திப்பவர். பாரதியோ உணர்ச்சிமயமான கவி. வெறும் தகவல்களின் உலகில் இன்றிப் படிமங்களின் உலகில் வாழ்ந்தவர். சமூக அரசியல் நிலைமை முழுவதையும் அளாவிய ஐயரின் ஜாக்கிரதையான யதார்த்தப் பாணியையும், "மனமிருந்தால் எதுவுமே சாத்தியந்தான்" என்ற பாரதியின் கவித்துவ ஆவேசத்தையும் அந்தந்த தளத்தில் சரியாகப் புரிந்து கொள்ள வேண்டும்.

காட்சி 4

சுயராஜ்ய நோக்கமுள்ள இளைஞர்களின் பயிற்சிக்காக புதுச்சேரி ஈஸ்வரன் தர்மராஜா கோவில் தெரு 89ஆம் எண் இல்லத்தில் வவே.சு. ஐயர் துவக்கி நடத்திய 'தர்மாலயம்' பற்றி மண்டயம் ஸ்ரீநிவாஸாச்சாரியார், நாகசாமி ஆகிய இருவரும் குறிப்பிட்டுள்ளார்கள். "தர்மாலயத்தில் இளைஞர்களுக்கு குத்துச் சண்டை, குஸ்தி, சிலம்பம், கத்தி சுழற்றல் போன்றவற்றில் பயிற்சியளிக்கப்பட்டது; இதோடு, அவர்கள் தமிழ் இலக்கியங்களில் சிறிது ஞானம் பெறவும், பத்திரிகைகள் படிக்கவும், சுயராஜ்ஜிய முறைகளை வளர்க்க ஒன்றுகூடிப் பேசவும் அங்கே வாய்ப்புகள் அளிக்கப்பட்டன." என மண்டயம் ஸ்ரீநிவாஸாச்சாரியார் கூறியதாக ரா.அ. பத்மநாபன் வ.வே.ஸு ஐயர் நூலில் குறிப்பிட்டுள்ளார். பிரிட்டிசாரால் தடை விதிக்கப்பட்டிருந்த சில புரட்சி வெளியீடுகள், 'தர்மம்' என்னும் ஒரு தேசிய மாதப் பத்திரிகை ஆகியவை இதே விலாசத்திலிருந்து இந்தியாவெங்கும் விநியோகிக்கப்பட்டதாக இதே நூல் தெரிவிக்கிறது.

---

1 பாரதி பற்றி நண்பர்கள், ரா.அ. பத்மநாபன். (தொகுப்பு நூல்), பக். 100.

2 மகாகவி பாரதியார், வ.ரா., பக். 59-60, 141-142.

ஏறத்தாழ இதே தருணத்தில்-1910ஆம் ஆண்டு-பாரதியின் 'கனவு' என்ற நீண்ட பாடல் தனித்த சிறு பிரசுரமாக வெளிவந்தது. (இப்பாடல் இன்றைய தொகுப்புகளில் 'ஸ்வசரிதை' என்ற பெயரில் இடம் பெறுகிறது) இப்பிரசுரத்துக்கு பாரதி எழுதியுள்ள முன்னுரையில், புத்தகத்தின் தயாரிப்பு மோசமாயிருப்பது குறித்து வருத்தம் தெரிவிக்கிறார். "இது இந் நாட்டுச் செல்வர்களின் பிழை" என்று கூறுகிறார்-புத்தகத்தை வெளியிட்ட செல்வந்தரின் அசிரத்தையான போக்கைக் குறிப்பிடுகிறார் போலும்.

ஆஷ் கொலையைத் தொடர்ந்து பாரதியின் 'கனவு', 'ஆறில் ஒரு பங்கு' என்ற இரு நூல்களும் பிரிட்டிஷ் அரசால் தடை செய்யப்பட்டு, இவற்றின் பிரதிகள் பறிமுதல் செய்யப்பட்டன. இந்தப் படைப்புகளை இன்று படிக்கும் வாசகர்களை இந்தத் தடையுத்தரவு வியப்பிலாழ்த்தும். முழுமையானதொரு கலைப் படைப்பான 'கனவு' வெவ்வேறு சாராரை வெவ்வேறு வகைகளில் கவர்ந்திருக்கலாம். புரட்சியாளர்கள் பலர் வீடுகளில் இப்பிரசுரம் கிடைத்தது என்பதால் இது ராஜ துவேஷப் பிரசுரம் என அரசு முடிவெடுத்திருக்கலாம். பாரதி என்கிற மனிதனும் கவியும் தனது காலகட்டத்தில் 'புரட்சி வட்டங்களில்' பெற்றிருந்த பரவலான விசுவாசம்-அவருடைய வசீகர சக்தி-அவருடைய சொற்களின் நோக்கங்களுக்கும் அப்பாற்பட்டதாயிருக்க வேண்டுமென இந்நிகழ்ச்சி உணர்த்துகிறது. தனது 'அபாயமில்லாத' (harmless) காதல் பாட்டு ஒன்றுக்கும் சமூக நாவல் ஒன்றுக்கும் தடை விதிக்கப்பட்டது குறித்து வியப்புத் தெரிவித்து பாரதி ராம்ஷே மாக்டனால்டுக்கு எழுதிய கடிதம்,[3] ஒரு சுத்தக் கலைஞன் தான் வெறும் பிரசாரகனாக்கப்பட்டுவிட்ட தாபத்தினால் எழுதியதாகவே இருக்கலாம். ('கனவு' என்ற பிரசுரத்தின் 1910ஆம் ஆண்டுப் பதிப்பையும் இந்நூலுக்கு தடை விதிக்கும் அரசு உத்தரவையும் எனக்குக் காட்டி உதவியவர் நண்பர் திரு. சீனி. விசுவநாதன்.)

'கனவு' தவிர பாரதி இக்காலகட்டத்தில் எழுதிய மற்றொரு பாடல் 'சாதாரண வருஷத் தூமகேது' இப்பாடல்கள் அவரை முதிர்ந்த, பக்குவமான, சிந்தனையாளாராக-தம் நாட்டு மக்களை உயர் நிலைக்கு அழைத்துச் செல்ல வேண்டுமென்ற ஆர்வமுள்ளவராக-காட்டுகின்றன. வன்முறையைத் தூண்டுபவராக இல்லை. ஆஷ்

3 'பாரதியின் கடிதங்கள்', தொகுப்பு: ரா.அ. பத்மநாபன்.

கொலை தொடர்பாகக் கைதானவர்களில் ஒருவர் சங்கரகிருஷ்ணன். இந்த சங்கரகிருஷ்ணனை ஹரிஜனங்களுக்கு கல்வி புகட்டும் பணியில் பாரதி ஈடுபடுத்தி வந்ததாக செல்லம்மா பாரதியின் நூல் தெரிவிக்கிறது.[4]

காட்சி 5

ஆஷ் கொலையைத் தொடர்ந்து, புதுச்சேரியில் அடைக்கலமாயிருந்த பாரதி போன்ற 'புள்ளிகள்' மீது சென்னை போலீஸார் வாரண்ட் பிறப்பித்து இவர்களைப் பிடித்துத் தருபவர்களுக்கு பரிசுகள் அறிவித்தனர். இந்தப் பரிசுக்கு ஆசைப்பட்டு பாரதியை பிரிட்டிஷ் இந்தியாவுக்குள் கடத்திச் செல்ல நடந்த சூழ்ச்சிகள் பற்றி வ.ரா. தமது நூலில் விரிவாகக் குறிப்பிட்டுள்ளார்.

புதுச்சேரியில் பகல் பொழுதுகளின்போது ஐயரும் பாரதியும் சதுரங்கம் ஆடும் வழக்கம் உண்டென மண்டயம் ஸ்ரீநிவாஸாச்சாரியாரும் வ.ரா.வும் எழுதியுள்ள கட்டுரைகள், நூல்கள் தெரிவிக்கின்றன. படபடப்பில்லாத தன்மையுள்ளவரும் திட்டமிடுவதில் சூரருமான (அதாவது பாரதிக்கு மாறுபட்ட குணங்களுடைய) வ.வே.ஸு. ஐயருக்குத்தான் இந்த ஆட்டங்களில் பெரும்பாலும் வெற்றி எனவும் இவர்கள் குறிப்பிட்டிருக்கிறார்கள்.

குவளைக் கண்ணன் பாரதியின் மெய்க்காப்பாளர் போல அவர் வீட்டிலேயே அதிக நேரம் தங்கியிருப்பார், அவருடனேயே சுற்றிக் கொண்டிருப்பார் என செல்லம்மா பாரதி, சகுந்தலா, தங்கம்மாள்[5] மற்றும் வ.ரா. நூல்களிலிருந்து அறியலாம். இதே போல நாகசாமி, ஐயரின் உதவியாளராக 'தர்மாலாயத்'தில் தங்கி செயல்பட்டு வந்தாரென '*சித்திர பாரதி*'யிலிருந்து அறியலாம்.

பாரதிக்கும் செல்லம்மாவுக்குமிடையே நிலவிய உறவு சிக்கலான பல பரிமாணங்களை உடையது. "அறிவு ஜீவியான கணவனும் படிப்பறிவில்லாத மனைவியும்" அல்லது "முன்கோபியான பொறுப்பற்ற ஆணும் சுமைதாங்கியான பேதை மனைவியும்" போன்ற எளிமையான பிம்பங்களுக்குள் இன்று அவர்களுடைய உறவை

---

4 'பாரதியார் சரித்திரம்', செல்லம்மா பாரதி, பக். 65.

5 எந்தையும் தாயும், தங்கம்மாள் பாரதி

அடைக்க முயல்வது உண்மையைக் கொச்சைப் படுத்துவதாகவே முடியும். பாரதி காலத்தில் மட்டுமல்ல, இன்றும் நமது சமூகத்தில் சராசரிக் கணவனுக்கும் சராசரி மனைவிக்குமிடையே அறிவார்ந்த தளத்தில் இடைவெளி இருந்துதான் வருகிறதென்பதையும், இந்த இடைவெளிக்கு அப்பாற்பட்டு ஒரு சுமூகமான 'ஏற்பாட்டை' நிலவச் செய்வதே நமது மரபென்பதையும் நாம் நினைவில் கொள்ளவேண்டும்.

"வீடுறாவணம் யாப்பதை வீடென்பார்;
மிகவிழிந்த பொருளைப் பொருளென்பார்;
நாடுங்காலொர் மணமற்ற செய்கையை
நல்லதோர் மணமாமென நாட்டுவார்."

என்று 'ஸ்வசரிதை'யில் திருமணம் என்கிற ஏற்பாட்டை இகழும் பாரதி, தனிப்பட்ட முறையில் செல்லம்மாவை நேசிக்கத் தவறவில்லை என்பதை "நின்னையே ரதியென்று நினைக்கிறேனடி" என்ற (பிற்கால) பாடல் உணர்த்துகிறது.

பாரதியின் மிக ஆப்த நண்பர்களாக விளங்கிய குவளைக் கண்ணன், நெல்லையப்பர், குள்ளச்சாமி போன்றவர்கள் அறிவார்ந்த தளத்தில் அவருக்கு இணையானவர்களல்ல என்பதும் குறிப்பிடத்தக்கது.

'காக்கை குருவியெங்கள் ஜாதி' என்ற பக்குவமான பார்வையுடையவரான பாரதி அறிவுத் தோழர்களையல்ல, ஆன்மீகத் தோழர்களையே யாசித்தார். தேர்ந்த ரசனையும் குழந்தை உள்ளமும் படைத்த அவர் தனது மனைவியை அவளுடைய எல்லாக் குறைகளுடனும் ரசித்திருப்பது அசாத்தியமில்லை.

'ஞானரத'த்தில் மண்ணுலகம் பகுதியில் 'நானு'க்கும் மனைவிக்குமிடையேயான உறவின் சித்தரிப்பிலும், 'சந்திரிகையின் கதை'யில் வக்கீல் சோமனாதய்யருக்கும் அவரது மனைவிக்குமிடையேயான உறவின் சித்தரிப்பிலும், மரபுவழி தாம்பத்திய உறவுகளின்பால் பாரதியின் முதிர்ந்த-ரசனை நிரம்பிய-சிரிப்பு ஒலிக்கக் காணலாம்.

ஆனால் கருத்துத் தளத்தில் தன் மனைவி மற்றும் உறவினர்களுடன் பாரதி எத்தகைய சமரசத்திற்கும் தயாராக இல்லை. அவர் இயற்கையோடியைந்து தன்னிச்சையாக, இயல்பாக வாழும்

விருப்பமுள்ளவர். செல்லம்மாளோ அன்றைய சராசரி அந்தணர் வீட்டுப் பெண்மணி, மரபு வழி ஆச்சாரங்கள், கட்டுப்பாடுகளில் ஊறியவர். எனவே அவர்களிடையே அடிக்கடி கருத்து வேறுபாடுகள், சர்ச்சைகள் ஏற்பட்டன.

கணவரின் 'குலபதி' ஸ்தானத்தைப் பாரதி உணர்ந்திருந்ததை 'ஞானரதம்' மூலம் அறியலாம். 1908-1909 காலகட்டத்தில் அவர் 'சாகுந்தல'த்தை ஆழ்ந்து படித்ததாகவும் செல்லம்மா பாரதியின் நூல் தெரிவிக்கறது.[6]

"நாடறிந்த பாப்பானுக்குப் பூணூல் எதற்கு? உமக்கும் எனக்கும் வேண்டாம். புதுப் பார்ப்பான் கனகலிங்கத்துக்குப் பூணூல் தேவை..." என்று பாரதி தம்மிடம் கூறியதாக வ.ரா. தமது நூலில் கனகலிங்கம் நிகழ்ச்சி பற்றி குறிப்பிட்டுள்ளார்.[7]

பாரதி கனகலிங்கத்துக்குப் பூணூல் போட்ட அதே காலகட்டத்தில் தான் பாரதியின் ஆப்த நண்பரான சுரேந்திரநாத் ஆர்யா மதம் மாறினார். (இந்நிகழ்ச்சி பற்றிய விவரங்களை வ.ரா. மற்றும் சகுந்தலா பாரதியின் நூல்களில் காணலாம்) ஆர்யாவின் மதமாற்றம் பாரதியை மிகவும் பாதித்ததாக வ.ரா. குறிப்பிடுகிறார். வாஞ்சியின் மதவெறி, ஆர்யாவின் மதத்திலிருந்து வெளியேற்றம், கனகலிங்கத்திற்குப் பாரதி பூணூல் அணிவித்தது-இம்மூன்று நிகழ்ச்சிகளையும் ஒட்டுமொத்தமாகக் காணும்போது தனித்தனியாக இந்நிகழ்ச்சிகளில் கிடைக்காத பல பரிமாணங்களை நாம் உணரலாம்.

இதே போல யதுகிரிக்கு நடந்த 'குழந்தைத் திருமணம்', தங்கம்மாளுக்கு திருமணம் செய்யும்படி பாரதியைச் செல்லம்மா அரித்து வந்தது, ஆகியவை அன்றைய யதார்த்தத்தின் பகுதிகளாகவும்; சகுந்தலா 'புதிய பெண்மை' பற்றின அவருடைய ஆவேசமான கனவுகளின் பகுதியாகவும் அமைந்தனர். 'சகுந்தலை' என்ற பெயரையே பெண் விடுதலையின் குறியீடாகவே பாரதி தேர்ந்தெடுத்திருக்க வேண்டும்.

---

6 பாரதியார் சரித்திரம், பக். 64.

7 மகாகவி பாரதியார், பக். 137.

காட்சி 6

சகுந்தலாவுக்கு யதுகிரியின் தாயார் மைசூரிலிருந்து வாங்கி வந்த கிருஷ்ணன் பொம்மை ஒன்றைப் பரிசளித்ததும், இந்தப் பொம்மை பிறகு தொலைந்து போனதும், சகுந்தலாவுக்கு ஜுரம் வந்ததும், சகுந்தலா பாரதி, யதுகிரி அம்மாள், ஆ.ஜி.ரங்கநாயகி ஆகியோர் நூல்களில் குறிப்பிடப் பெறுகின்றன.[8] சகுந்தலாவுக்கு ஜுரம் வந்தது பற்றி பாரதியே 'சித்தக் கடலில்' குறிப்பிட்டிருக்கிறார்.

அரவிந்தர்-பாரதி கருத்துலகப் பரிமாற்றம் பற்றிய விவரங்களை முன்னுரையில் காணலாம். இக்காட்சியில் அரவிந்தர் பேசுவதாக வரும் வரிகள் அவருடைய Renaissance in India என்ற கட்டுரையை அடிப்படையாகக் கொண்டவை.

பாரதி கடற்கரை, குயில், தோப்பு ஆகிய இடங்களில் இயற்கைக் காட்சிகளில் லயித்து மணிக்கணக்கில் அமர்ந்திருப்பாரென்றும், பல இரவுகளில் கடற்கரையிலேயே தூங்கிவிடுவதுண்டு என்றும் அவரைப் பற்றிய முக்கியமான நூல்கள் தெரிவிக்கின்றன. விளக்கெண்ணெய்ச் செட்டியார், பொன்னுரங்கம்பிள்ளை போன்ற பலர் அவருடைய குடும்பத்தினருக்கு உதவிகள் செய்து வந்ததாகவும் அறிகிறோம்.

காட்சி 7

சிட்டுக் குருவி பற்றி பாரதி வியந்து கூறும் வரிகள் அவருடைய கட்டுரையிலிருந்து எடுத்தவை.

புதுச்சேரியிலிருந்து ஒருமுறை கோபித்துக்கொண்டு வீட்டைவிட்டு வெளியேறிய பாரதியை சுப்புரத்தினம் சமாதானப்படுத்தி புஷ் வண்டியில் அழைத்து வந்ததும், பாரதி உற்சாகத்துடன் "ஓட்டடா ரதத்தை!" என்று கூவியதும் வ.ரா.வின் நூலில் விவரிக்கப்பட்டுள்ளது.

---

8 என் தந்தை-சகுந்தலா பாரதி; பாரதி நினைவுகள்-யதுகிரி அம்மாள்; பாரதியார் இல்லற நாடகம்-ஆ.ஜி.ரங்கநாயகி.

நள வருஷத்தில் புதுச்சேரியில் அடித்த புயலில் சுப்புரத்தினம் அகப்பட்டுக் கொண்டு 'தூக்கிச் செல்லப் பட்டதாக' பல ஆசிரியர்கள் குறிப்பிட்டுள்ளார்கள்.

"விடமுண்டுஞ் சாகாமலிருக்கக் கற்றால்
வேறெதுதான் யாதாயின் எமக்கிங்கென்னே"
என்று 'பாரதி அறுபத்தாறில்' கூறும் பாரதிக்கு கஞ்சாப் பழக்கம் உண்டென வ.ரா.வும் பிறரும் குறிப்பிட்டிருக்கிறார்கள். "புகையிலையை விட முயன்று கொண்டிருப்பதாக" பாரதியே தமது 'சித்தக்கடல்' கட்டுரையில் குறிப்பிட்டிருக்கிறார். பாரதியின் 'கண்ட இடத்தில் வெற்றிலை துப்பும் பழக்கம்' பற்றி வ.ரா. தமது நூலில் எழுதியிருக்கிறார்.

காசியில் தமது பெரிய தாயார் வீட்டில் வளர்ந்த தங்கம்மாள், பாரதியின் புதுச்சேரி வாசத்தின் இறுதிக் கட்டத்தில்தான் புதுச்சேரி வந்தாள். மிதமிஞ்சிய ஆசாரச் சூழலால் கெடுக்கப்பட்ட அவளுடைய மூடப் பழக்கங்களும் நடத்தையும் பாரதியை அதிரச் செய்ததாக யதுகிரி அம்மாள், தனது நூலில் குறிப்பிட்டுள்ளார். பாரதியைக் கலக்காமலேயே தங்கம்மாளுக்குத் திருமணம் செய்துவைக்க முயற்சிகள் நடந்தன. இதனால் வெகுண்ட பாரதி அவளைப் பிடிவாதமாகப் புதுச்சேரிக்கு வரவழைத்தார்.

'எங்கெங்கு காணினும் சக்தியடா' என்ற பாடலை ஒரு கவிராயர் (கைக்கோள ஜாதி) தராசுக் கடையில் வந்து பாடியதாகவும், தராசு "எழுக நீ புலவன்" என வாழ்த்தியதாகவும் பாரதியின் 'தராசு' கட்டுரைகளில் காணலாம். இந்தக் கவிஞர் சுப்புரத்தினம்தான், கவிதை அல்லது 'கற்பனை' உலகில் பாரதியின் தோழராக இருந்து பின்னர் அவர் வாரிசாக சுப்புரத்தினம் மலர்ந்ததை இக்காட்சி சூசகமாகச் சித்தரிக்கிறது. அரவிந்தரைப் போல பாரதி ஆன்மீக தளத்தில் (குள்ளச்சாமியின் சேர்க்கையில்) தன்னைத் தனிமைப்படுத்திக் கொண்டிருக்கலாம். ஆனால் அவர் ஒரு 'இயக்கவாதி' (activist). உலகை இன்றே மாற்றக் கூடுமென்ற அசைக்க முடியாத நம்பிக்கையுள்ளவர். அவரது சொற்களை இன்றும் பல சந்தர்ப்பங்களில் உற்சாகமூட்டும் "கோஷங்களாக"த் தலைவர்கள் பயன்படுத்துவது பாரதியின் வெற்றி. (கோஷங்களுடனேயே நின்று விடுகிறோமென்பது வேறு விஷயம்)

"குடுகுடுப்பாண்டியின் தலைப்பாகை நிறம் சிவப்பு" என்று பாரதியே 'புதிய கோணங்கி' என்ற கட்டுரையில் குறிப்பிடுகிறார். சம்பந்தப்பட்ட வரிகள் இதோ:

"...தலையிலே சிவப்புத் துணியால் வளைந்து வளைந்து பெரிய பாகை கட்டியிருக்கிறான். பாகையைப் பார்த்தால் நெல்லூர் அரிசி மூட்டையில் பாதி மூட்டையைப் போலிருக்கிறது. நெற்றியிலே பெரிய குங்குமப் பொட்டு; மீசையும் கிருதாவுமாக மிகவும் விரிந்த பெரிய முகத்துக்கும் அவனுடைய சிவப்பு நிறத்துக்கும் அந்தக் குங்குமப் பொட்டு நன்றாகப் பொருந்தியிருக்கிறது."

சிவப்பு நிறத்தைப் பொதுவாக மங்களத்தின், சுபிட்சத்தின் குறியீடாகக் கொள்ளலாம். இன்று சிவப்பு நிறம் சமுதாயப் புரட்சியின், மக்கள் உரிமைகளின் குறியீடாக விளங்குவதையும் நாம் அறிவோம். பாரதியின் தீர்க்க தரிசனத்தின் மற்றுமொரு உதாரணம் இது.

◉